आपल्या स्नेहीजनांना पुस्तके भेट द्या

गांधर्वी

बाणी बसू

अनुवाद
मृणालिनी गडकरी

AF529740

मेहता पब्लिशिंग हाऊस

All rights reserved along with e-books & layout. No part of this publication may be reproduced, stored in a retrieval system or transmitted, in any form or by any means, without the prior written consent of the Publisher and the licence holder.
Please contact us at **Mehta Publishing House,** Pune 411030.
✆ +91 020-24476924 / 24460313 / Mob. No. 9545000513
Email : production@mehtapublishinghouse.com
Website : www.mehtapublishinghouse.com

- *या पुस्तकातील लेखकाची मते, घटना, वर्णने ही त्या लेखकाची असून त्याच्याशी प्रकाशक सहमत असतीलच असे नाही.*

GANDHARVI by BANI BASU

Copyright © Bani Basu

Translated into Marathi Language by Mrunalini Gadkari

गांधर्वी / अनुवादित कादंबरी

अनुवाद : मृणालिनी गडकरी

Email : author@mehtapublishinghouse.com

मराठी अनुवादाचे व प्रकाशनाचे हक्क मेहता पब्लिशिंग हाऊस, पुणे.

प्रकाशक : सुनील अनिल मेहता, मेहता पब्लिशिंग हाऊस, १९४१ सदाशिव पेठ, माडीवाले कॉलनी, पुणे ४११०३०.

अक्षरजुळणी : एच. एम. टाईपसेटर्स, ११२०, सदाशिव पेठ, पुणे - ३०.

मुखपृष्ठ : चंद्रमोहन कुलकर्णी

मुद्रक : पार्कसन्स ग्राफिक्स

प्रकाशनकाल : ऑगस्ट, २००६ / पुनर्मुद्रण : ऑक्टोबर, २०१५

किंमत : ₹ २००

P Book ISBN 9788177666991
E Book ISBN 9788184988970
E Books available on : amazonkindle Apple Books Google Play Books

---

* पायरेटेड पुस्तकांची खरेदी-विक्री हा कायद्याने गुन्हा आहे आणि अशा गुन्ह्याविरोधात कायदेशीर कारवाई होऊ शकते.

मनोगत

Without music life would be mistake.

-Friedrich Nietzche.

इंग्रजी आणि बंगाली साहित्यातील नामवंत समीक्षक डॉ. मीनाक्षी मुखर्जी ह्या पुण्याला अपरिचित नाहीत. त्यांनी फर्ग्युसन महाविद्यालयात 'इंग्रजी' ह्या विषयाचे अध्यापन केले आहे. त्यांचा भारतीय साहित्यव्यवहारातील 'कादंबरी' ह्या वाङ्मय-प्रकारात विशेष व्यासंग आहे. 'निर्भर संचार' ह्या त्यांच्या लहानशा लेखात त्यांनी बाणी बसू ह्यांच्या 'गांधर्वी' ह्या कादंबरीचा विशेष उल्लेख केला होता. त्यांच्याच शिफारशीवरून ही कादंबरी मी, मराठी साहित्य परिषद, आंध्रप्रदेश ह्या संस्थेच्या 'पंचधारा' ह्या त्रैमासिक मुखपत्रासाठी भाषांतरित करावी असा आग्रह 'पंचधारा'चे त्या वेळचे संपादक डॉ. द. पं. जोशी ह्यांनी धरला. अर्थातच, जोशीसरांचे मन मोडणे मला शक्य नव्हतेच. जाने.-मार्च २००३ ते जाने.-मार्च २००४ ह्या काळातील 'पंचधारा' च्या चार अंकांतून ही कादंबरी प्रथम क्रमशः प्रसिद्ध झाली.

बाणी बसू ह्या बंगालमधील सध्याच्या एक प्रथितयश लेखिका आहेत. लेख, कथा, कविता, कादंबरी आणि भाषांतर अशा विविध साहित्य-प्रकारांत 'सिद्धहस्त लेखिका' म्हणून त्यांनी आपला ठसा उमटवला आहे. विपुल आणि वैविध्यपूर्ण लेखन हे त्यांचे लक्षणीय वैशिष्ट्य आहे. 'गांधर्वी' ही कादंबरी आपल्याला अभिजात संगीताच्या वातावरणात गुंतवून ठेवते. तर 'मैत्रेय जातक' सारखी कादंबरी आपल्याला बुद्धाच्या काळाचे समर्पक दर्शन घडवते. त्यांचे आणखी एक महत्त्वाचे वैशिष्ट्य म्हणजे त्या जो विषय मांडतात त्या विषयाचा सखोल आणि सर्वांगीण अभ्यास त्यांनी केला असल्याचे रसिक वाचकाच्या ताबडतोब लक्षात येते. त्यांच्या व्यक्तिचित्रणात, वातावरणनिर्मितीत, विषयाच्या मांडणीत सखोलता, सूक्ष्मता आणि तरलता असते. थोडक्यात असे म्हणता येईल की, त्यांच्या प्रतिभासंपन्नतेचे व संवेदनक्षम मनाचे दर्शन आपल्याला त्यांच्या लेखनातून सतत घडते.

'गांधर्वी' हे नावच अतिशय समर्पक व सूचक आहे. विषयवैचित्र्य, मानवी संघर्षातील गहनता, समाजात स्त्रीची होणारी घुसमट, कलावंताच्या- विशेषतः संगीतकलेच्या साधनेपोटी होणारी तळमळ आणि तडफड आदी गोष्टींचे मार्मिक दर्शन ह्या कादंबरीतून घडते. कलावंत माणूस आणि सभोवतालचे वास्तव ह्यांचे वस्तुनिष्ठ पण मनोहर रेखाटन लेखिकेने ह्या कादंबरीत केले आहे. संगीतमय

वातावरणामुळे ही कादंबरी रसिक वाचकांना अनोखा आनंद देऊन जाते.

देवदत्त किन्नर कंठ लाभलेल्या गायिकेची- अपालाची- ही कहाणी. गाणे हाच तिचा धर्म. तेच तिचे प्रेम. तीच तिची प्रकृती. अशा ह्या अपालाचे अखेर काय झाले? तिला काय मिळाले? तिने इतरांना काय व किती दिले? ह्या स्वर्गीय आवाज लाभलेल्या गायिकेला जीवनसंघर्षाला कसे सामोरे जावे लागले? ह्या संघर्षात कोणी दिली का तिला साथ? प्रश्नच प्रश्न. एका प्रश्नातून निर्माण होणारा दुसरा प्रश्नच. कलावंताचे जीवन असेच नसते का? कादंबरीचा शेवट म्हणजे कळसाध्यायच. तो जिज्ञासू वाचकांना असा एक विलक्षण अनुभव देऊन जातो की बऱ्याच काळपर्यंत आपण अपालाची अघटित जीवनकहाणी विसरू म्हटले तरी विसरू शकत नाही.

'पंचधारा'तून ही कादंबरी प्रसिद्ध होऊ लागल्यापासूनच डॉ. अशोक केळकर आणि त्यांच्या पत्नी सौ. दिशाताई ह्यांनी मला सतत प्रोत्साहन दिले. ही कादंबरी पुस्तकरूपाने प्रसिद्ध व्हावी म्हणून ह्या दोघांनी आणि अनेक मान्यवरांनी आग्रह धरला. एवढेच नव्हे तर, माझे भाषांतर निर्दोष व्हावे म्हणून डॉ. अशोक केळकर आणि दिशाताईंनी आपला अमूल्य वेळ खर्च करून माझी भेट प्रसिद्ध गायक आणि संगीततज्ज्ञ श्री. मधुसूदन कानेटकर ह्यांच्याशी घडवून आणली. श्री. कानेटकर ह्यांनी शास्त्रीय संगीतातील काही संकल्पना मला समजावून सांगितल्या आणि काही उपयुक्त सूचना केल्या. ह्या सर्वांची मी मनापासून आभारी आहे.

मला गुरुस्थानी असलेले, पुणे विद्यापीठातील मराठी विभागाचे माजी विभागप्रमुख डॉ. सु. रा. चुनेकर ह्यांचे मार्गदर्शन आणि प्रोत्साहन मला नेहमीच लाभत आले आहे. ह्या कादंबरीच्या अनुवादासाठीही त्यांनी मला मनापासून प्रोत्साहन दिले. कादंबरी पुस्तकरूपाने प्रसिद्ध झालेली पाहण्याची उत्सुकता त्यांनाही आहेच.

मी ह्या कादंबरीचे हस्तलिखित घेऊन श्री. सुनील मेहता ह्यांच्याकडे जाताच तात्काळ त्यांनी ही कादंबरी पुस्तकरूपाने प्रसिद्ध करण्याचा निर्णय घेतला. त्यांचेही मन:पूर्वक आभार. 'मेहता पब्लिशिंग हाऊस'च्या परिवाराच्या सहकार्याशिवाय ही कादंबरी प्रसिद्ध होणे शक्यच नव्हते. त्यांचे आभार मानायला हवेतच.

येथे एक गोष्ट नमूद करायला हवी. ह्या कादंबरीत जवळजवळ सर्वच पात्रांच्या तोंडी इंग्रजी शब्द व वाक्ये वारंवार येतात. मध्यमवर्गीय सुशिक्षित तरुण पिढीचे हे वैशिष्ट्य जसे लेखिकेने जपले तसेच मीही भाषांतरात आणले आहे.

मूळ कादंबरीच्या लोखिका श्रीमती बाणी बसू ह्यांनी परवानगी दिली नसती तर मराठी वाचकांपर्यंत ही कादंबरी पोहोचू शकली नसती. म्हणून श्रीमती बाणी बसू ह्यांचे मन:पूर्वक आभार.

– मृणालिनी गडकरी

१

ती घाईघाईनं रवीन्द्र सदनच्या गेटमधून बाहेर पडली तेव्हा व्हिक्टोरिया मिमॉरिअलवरच्या परीच्या डोक्यावर तरंगत असलेला लालसर काळा प्रचंड ढग ठळकपणे डोळ्यांत भरत होता. तेवढा एक ढग सोडला तर बाकी आकाश धूसर होतं. – माणसाच्या गूढ मनासारखं. पण आकाशातला तो लालसर काळा डाग मनात भीती उत्पन्न करायला पुरेसा होता. गुहामानवानं चितारलेला गवाच जणू धावत सुटला होता. तसाच प्रचंड, तसाच वेगवान, किंवा फैयाज खाँसाहेबांच्या गळ्यातली हलक तान.

तोंडावर धुळीचा सपकारा बसण्याआधीच बस पकडलेली बरी! नाही तर पंचाईत! मागून दीपालीदीनं हाक मारली, 'अपू, माझ्या गाण्याआधीच निघालीस ना?' तिच्या ह्या प्रश्नात राग होता. पण अपालानं मागे वळूनही पाहिलं नाही. तशीच पुढे जात ती म्हणाली, 'न जाऊन कसं चालेल, दीपूदी? तुला तर सगळं ठाऊक आहेच.'

तिचा तानपुरा तिनं गुरुजींकडे सोपवला होता. खरं तर, तो त्यांचाच होता. गुरुजींनी रियाजासाठी तात्पुरता तिला दिला होता. तो तानपुरा घरात असेपर्यंत ती धास्तावली होती. खूप मोठा तुंबा असलेला तानपुरा. इंदूरच्या एका प्रसिद्ध कारागिरानं बनवलेला. सांस्कृतिक परंपरा लाभलेली वस्तू होती ती! गुरुजी तो तिला द्यायला लागले तेव्हा बराच वेळा ती 'नको नको' म्हणाली होती. लहान तानपुऱ्यावर तिचं काम भागत असताना हा एवढा भारी कशाला? इतर स्पर्धेच्या वेळी गुरुजींनी लहानच दिला होता. पण ह्या वेळेला मात्र त्यांनी ह्या मोठ्याचाच आग्रह धरला होता. ती तो घेताना कां-कू करू लागताच त्यांनी तिला थोडं धमकावलंही होतं. एवढंच नाही तर सोहमच्या गाडीतून त्यांनी तो पाठवूनच दिला होता.

परीक्षकांत पंडित चंद्रकांतही होते. हे अनपेक्षित होतं. अपालालाच काय, पण इतरही स्पर्धकांना ह्याची कल्पना नव्हती. पुण्याहून एस. एस. जयकर आणि लखनौहून अहमद हुसेन येणार आहेत, हे माहीत होतं. गावंढळ भाषेत सांगायचं झालं तर पंडित चंद्रकांतजी म्हणजे अस्सल 'रॉयल बेंगॉल टायगर'. त्यांच्यापुढे हे सगळे म्हणजे बिबटे होते बिबटे. एवढा फरक होता त्यांच्यात. पंडितजी खरोखरच

नायक होते. त्यांना संगीताच्या निरनिराळ्या घराण्यांचं ज्ञान होतं. ते उस्ताद गायक होते आणि उत्तम शिक्षकही. त्याशिवाय ते साधक आहेत असंही बोललं जात असे. अर्थात अपालानं हे सर्व गुरुजींच्याच तोंडून ऐकलं होतं. तिनं त्यांच्या रेकॉर्डस् ऐकल्या होत्या. पण त्यांचं प्रत्यक्ष गाणं ऐकण्याचं भाग्य तिला एकदाच लाभलं होतं– सदारंग संगीत संमेलनात. बाप रे! काय प्रचंड हुकमत! ते येणार आहेत हे गुरुजींना कदाचित माहीत असेलही, पण आपले शिष्य घाबरून जातील म्हणून त्यांनी कोणालाच सांगितलं नसावं.

पंधरा मिनिटांत रागाची सर्व अंगं दाखवायची होती. तीनेक मिनिटांच्या आलापीनंतर तिनं 'जिया मोरा चा- आ-ए-ए-ए' अशी तान घेताच चंद्रकांतजींनी तिला थांबवलं.

'तोडी केव्हा गातात?'

'दिवसाचा दुसरा प्रहर'

'आता किती वाजलेत?'

'घड्याळावरून नुकतीच संध्याकाळ झालीय. यमन, भूपालीला ही वेळ योग्य आहे.'

'मग?'

'गाण्याच्या सगळ्याच मैफली संध्याकाळी होत असतील तर आम्ही आमचे आवडते पहाटेचे किंवा सकाळचे राग गायचे केव्हा उस्तादजी?' तानपुऱ्याच्या खर्जावर बोट ठेवून बिचकत, कापऱ्या आवाजात अपालानं विचारलं.

खरं तर, आतापर्यंत दिलेल्या गाण्याच्या परीक्षांत रागांची ओळख व इतर थिअरि आवश्यक होती; पण आपल्या आवडीचा राग निवडायचं स्वातंत्र्य होतं. सिलॅबसमधील पाहिजे तो राग निवडता येत असे. वेळ-काळाचं बंधन नसे. 'ह्या स्पर्धेचे नियम वेगळे आहेत' असं कोणीच सांगितलं नव्हतं. मग तिला ते कळणार तरी कसं? आणि आता व्यासपीठावर बसून संयोजकांच्या चुका दाखवणं शिष्टाचाराला धरून होणारं नव्हतं. अचानक तिनं आणखी एक धाडस केलं. ती म्हणाली, 'आणि ह्या बंद सभागृहात रागांच्याच आधारानं दिवस-रात्र निर्माण होते. बाहेरचा निसर्ग इथं आत येऊ शकत नाही ना!'

पंडितजींच्या ओठांवर मंद हसू होतं. ते म्हणाले, 'तोडीएवढा दुसरा कोणताच राग तयार नाही का? का दीपक आणि मेघमल्हार रागांविषयी सांगितल्या जाणाऱ्या गोष्टींवर तुझा विश्वास आहे, बेटी?'

अपालानं मान वर करून पाहिलं. 'पंडितजी, आपण आज्ञा केलीत तर मी संध्याकाळचाच राग गाईन. पण माझ्या आधीच्या स्पर्धकांनी भूपाली, यमन आणि पूर्वी गायले आहेत. मी त्यातलाच राग गायले तर पुनरावृत्ती तर होईलच, पण

श्रोत्यांच्या सहनशक्तीचाही अंत पाहिल्यासारखा होईल. आता पंडितजींनीच आज्ञा करावी.' चंद्रकांत हसत हसत म्हणाले, 'पूरिया तयार आहे?'

हा प्रश्न ऐकताच अपालाचं मन आनंदानं उचंबळून आलं. हार्मोनियमवर होते तिचे गुरुजी रामेश्वर ठाकूर. त्यांच्या तोंडावर हसू खेळत होतं. पूरिया अपालाचा अतिशय आवडता राग होता. पंडितजींचीच लाँग-प्लेईंग पुन्हा पुन्हा ऐकून तिनं तो गळ्यात उतरवला होता. पूरियाच्या विलक्षण मोहिनीत हरवून जाऊन स्वत:च्याच आनंदात ती गात असे. 'सपनोमें आए पिया' ही पंडितजींची आवडती बंदिश आळवायला लागताच तिचं मन आनंदानं मोराप्रमाणे थुईथुई नाचायला लागलं. थोडासा सूर लावून तिनं लगेच बंदिशच सुरू केली. बराच वेळ गेला होता आणि दुसऱ्या रागाची का होईना आलापी तिनं आधी ऐकवलीच होती. वेळ कमी होता आणि त्यात तिला करता येईल तेवढा रागाचा विस्तार करायचा होता. स्वरन्यास, बोलतान, सरगम, सपाटतान आणि कूटतान असं कितीतरी. वेळ कमी असला तरी तिला जे गावंसं वाटत होतं ते प्रामाणिकपणे गायलाच हवं होतं. सरगमची आवर्तनं सारंगीवर चपखल उचलून उस्ताद छोटेलालनी समाधानानं मान हलवली. तर्कवितर्कात वेळ गेल्यानं पंडित चंद्रकांतजींनी तिला पाच मिनिटं जास्त दिली. गाणं संपताच सर्व श्रोत्यांना नमस्कार करून तिनं तानपुरा 'लहो लहो तुले लहो'च्या थाटात कपाळाला टेकवला आणि ती व्यासपीठावरून निघून गेली. एवढा वादविवाद झाल्यावर, एवढा वेळ वाया गेल्यावर आता तिला काहीही चान्स नाही, हे तिला कळून चुकलं होतं. पूरिया फार अवघड राग. जरा गफलत झाली तर मारव्याची किंवा सोहनीची ओझरती छटा येते. द्रुत लयीत 'मैं तो पिया संगे रंगरलिया' गाताना मारव्यात जाऊन पुन्हा परत येण्याची तयारी तिनं केली होती. पण एवढ्या कमी वेळात हे सगळं करणं शक्य नव्हतं. निदान तिला तरी अजून ते जमत नव्हतं. जास्त वेळ मिळून आणि तयारी असूनही ती तिहाईवर गाणं संपवू शकली नव्हती. पण आश्चर्याची गोष्ट म्हणजे एवढं सगळं घडूनही तिचं मन प्रसन्न झालं होतं. एवढी चर्चा होऊनही पूरिया गाऊन तिला आनंद मिळाला होता. कुठल्या मंत्राच्या बळावर ती गायली होती कोण जाणे! तोडीचं सजेशन तर गुरुजींचंच होतं. तिनं एकदा संध्याकाळचा राग गायचा विचार केलाही होता. स्पर्धेचे नियम कोणाला माहीत होते? बहुधा नियम तसा नसावाही. अनेक वर्षांच्या संस्कारांमुळे चंद्रकांतजींनी तसं विचारलं असेल. ते प्रयाग, चंडीगड इथल्यासारख्या परीक्षा तर घेत नव्हते! गुरुजी म्हणाले होते, 'लढ, पोरी लढ. तोडी खूप अवघड राग. त्याचं सौंदर्य उलगडून दाखवणं सगळ्यांना जमतंच असं नाही. मोठ्या मोठ्या कॉन्फरन्समध्ये मोठमोठे कलावंत तेवढे गातात हे राग. बाकीच्या वेळी अशी संधी मिळणं मुश्कीलच आणि खरं सांगू का? एवढा कर्मठपणा मला पसंत नाही. शिवाय

प्रतिभा कुठं नियमांचं बंधन मानते!'

शेवटचं वाक्य गुरुजी स्वत:शीच पुटपुटले होते. पण अपालानं ते ऐकलं होतं. तिच्याजवळ प्रतिभा आहे का नाही, तिला ठाऊक नव्हतं. मात्र तिच्याजवळ एक गोष्ट नक्कीच होती. ती म्हणजे गुरुजींबद्दल अपार श्रद्धा आणि निष्ठा. त्यांच्यामुळेच ती इथपर्यंत पोहोचली होती. तेव्हा लढायला हवंच होतं.

सोहमसाठी तिचा जीव चुटपुटत होता. ते दोघंही गुरुजींचे आवडते शिष्य होते. स्पर्धेत आपली पाळी केव्हा येणार, हे आधी माहीत नव्हतं. अपालाला त्यांनी चवथ्या नंबरवर बोलावलं. रोलनंबरप्रमाणे तिचा नंबर खूपच नंतर होता. कदाचित तिच्या घरची परिस्थिती माहीत असल्यामुळे गुरुजींनीच हे केलं असावं. रोल नंबरप्रमाणे सोहम शेवटी गायला बसणार हे उघडच होतं. तो बहुधा शंकरा गाईल. फारच छान गायचा सोहम. गुरुजींचा पुरुषी दमदारपणा, त्यांचं कौशल्य, महशूर गमक, गिटकिडी, टप्पा हे सगळं जसंच्या तसं सोहमनं उचललं होतं. त्याचा आवाजही चांगलाच पल्लेदार असल्यानं त्याच्या आवाजाला ते मानवतही होतं. वयामुळे गुरुजींचा आवाज पिचला होता. मधूनच तो बेसूरही होत असे. माणसाच्या 'गळा'नामक यंत्रावर माणसाचं नियंत्रण असतं कुठं! पण सुरांवर असतं. गुरुजींनी वयाच्या पंधराव्या वर्षीच 'प्रॉडिजि' म्हणून भारतभर ख्याती मिळवली होती. बरीच वर्षं त्यांनी रामपूरला आणि बडोद्याला घालवली होती. तेव्हा भारतातील जाणकार मंडळीत त्यांचं नाव गाजत असे. 'गायक' म्हणून त्यांनी लहान वयातच प्रसिद्धी मिळवली खरी, पण त्यांचा आवाज फार काळ टिकला नाही. पंचावन्नाव्या वर्षीच तारसप्तक गाठणं त्यांना अशक्य झालं. सी शार्पवरून ते खाली येत. खर्ज मात्र होता तसाच होता. मंद्र सप्तकात त्यांचा स्वर जॉर्जेटसारखा सुळसुळीत असे. अपालाला त्याचं विशेष कौतुक वाटत असे. सध्या गायक म्हणून ते पहिल्या पंक्तीत तर सोडाच; पण दुसऱ्या पंक्तीतही बसू शकत नव्हते. मात्र ते एक आदर्श शिक्षक होते. ज्यांच्यात गाण्याचा ग आहे, त्यांच्यात आ कार आणि दन्त्य न भरून दिल्याशिवाय ते सोडत नसत आणि अपाला व सोहम तर गळ्यात गाणं घेऊनच जन्माला आले होते. हार्मोनियम, एसराज, सतार ह्यांच्याद्वारे गुरुजी जे त्यांना देत होते ते इतकं अपार होतं की शब्दांतून सांगणं कठीणच होतं. मनाच्या गाभ्यालाच ते जाणवत असे.

सर्वांत महत्त्वाची गोष्ट म्हणजे रामेश्वरांना गर्व नव्हता. संगीताबद्दल त्यांचा एक साकल्यानं केलेला, सुसंगत विचार होता. ते म्हणत, 'पूर्वी परस्परांत संपर्क नसल्यानं किंवा काही उस्तादांच्या शुद्धतेच्या वेडापायी आणि संकुचिपणामुळे संगीतात घराणी निर्माण झाली. प्रत्येक घराण्याचं काही वैशिष्ट्य आहेच. जसं पतियाळा घराण्याचा तानेचा स्पीड, आग्रा घराण्याची बोलतान, किराणा घराण्याची

गायकीची बढत. ही वैशिष्ट्यं निश्चितच नावाजण्यासारखी आहेत. पण आजच्या स्पेस-टेक्नॉलॉजीच्या युगात आम्हांला ती शक्य तेवढी एकत्र का करता येऊ नाहीत बरं?'

रामेश्वरांनी आपल्या उत्तम शिष्यांना तान-अंग पक्कं करण्यासाठी आणि ठुमरीच्या तालिमीसाठी तारिक अली, मुमताज खान, घनश्याम गांगुली ह्यांच्याकडे पाठवलं होतं. अपालाला त्यांच्याकडून भरभरून मिळालं होतं. अपेक्षेपेक्षा जास्त मिळालं होतं. पण गुरू रामेश्वर ठाकूर विनयानं म्हणत, 'तू मला काय दिलं आहेस ह्याची तुला कल्पना नाही, पोरी! तुम्ही दोघांनी माझा वसंत मला पुन्हा मिळवून दिलाय. देवाच्या शापानं तारुण्यातील गाणं माझ्या गळ्यातून गेलं. तुमच्या गळ्यांतून ते मला पुन्हा मिळतं बघ!'

'देवाचा शाप असं का म्हणता, गुरुजी?' अपालाचा स्वर दुखावलेला असे आणि विचारण्यात आश्चर्यही असे.

'ईश्वराला अहंकार सहन होत नाही, बेटी. तो गर्विष्ठ माणसाला पार धुळीला मिळवतो. 'तुमि जदि सुख हते दंभ करह दूर । प्रतिदिन तब गाथा गाबो आमि सुमधुर....' (तू जर सुखापासून दंभाला दूर सारलंस तर मी रोज तुझं मधुर कवन गाईन.) तानपुऱ्याची तार छेडत रामेश्वर गायला लागत. त्या घोगऱ्या आवाजात असायची गहिऱ्या दुःखात माखलेली कळकळ.

'देव जर खरोखरचा देव असेल तर तो ह्या एवढ्याशा चुकीसाठी एवढी मोठी शिक्षा देणार नाही, गुरुजी.'

'तुझं म्हणणं बरोबर आहे, पोरी. अगदी बरोबर.' तानपुरा अलगद खाली ठेवत ते पुढे म्हणत, 'तुम्ही आजकालच्या मुली. देवाबद्दलची तुमची समजूत जास्त पक्की असते. आम्ही काय! ऐकलंय ते बोलतो. ह्या देशातले भिकारीसुद्धा 'खुदा की मर्जी', 'त्याची इच्छा' असं म्हणतात ना? ते काय विचार करून बोलतात? अजिबात नाही. खूप दिवसांची तोंडाला लागलेली सवय एवढंच. हल्लीच्या भाषेत बोलायचं झालं तर 'मगजधुलाई'. त्यांच्या बोलण्यानं अपाला ओशाळायची. पण रामेश्वर आपलं बोलणं सुरूच ठेवत, 'हं! तर काय म्हणत होतो? देवाचा शाप म्हणायचा नसेल तर सूरदेवीचा किंवा गंधर्वाचा शाप म्हण हवं तर! माणसाची सौंदर्यशक्ती आणि इच्छा ह्यांचं एक वेगळंच जग असतं बघ, पोरी! त्याला म्हणतात, 'गंधर्वलोक'. तिथून देवगंधर्व विश्वावसू संगीतामृत सुरक्षित आहे की नाही हे पाहत असतो. तिथं मनाच्या आनंदातून सर्जन होतं आणि आनंदातून प्रतिभा फुलते. म्हणून तिथं बेसूर-बेताल ह्यांना स्थानच नसतं. तिथं ताल-भंग झालेला चालत नाही तसा ताल-गर्वही चालत नाही, हे लक्षात ठेव, बेटी.'

समोरच्या गाडीनं कचकन ब्रेक दाबला. 'फुकट मरायचंय वाटतं! चालतानाही

ध्यानधारणा चालली आहे काय?' स्टियरिंगवरचे चांगल्या पोषाखातले सभ्य गृहस्थ वैतागले. पण भ्यायला किंवा खजील होण्याला वेळच नव्हता. वादळ सुटलं होतं. पालापाचोळा उडत होता. नाकातोंडात धूळ जात होती. आकाशातला गवा आता चवताळला होता. जोरजोरात तो खूर आपटत होता. त्याच्या समोरून छोट्या मेघरूपी काळविटांचा कळप आपल्या छोट्या पायांनी उड्या घेत धावत होता. गाडी बाजूनं निघून गेली आणि पावसाला सुरुवात झाली. मुसळधार पाऊस. कॅथीड्रल रोडनं ती का आली होती? खूप बरं वाटतं म्हणूनच ना? ह्या रस्त्यावर मोठमोठी झाडं होती. आजूबाजूला, वर – सगळीकडेच हिरवंगार. नुकत्याच फुटलेल्या पालवीचा तांबूस हिरवा, कोवळ्या पानांचा पोपटी, मोठ्या जून पानांचा काळपट हिरवा – हिरव्याच्या कितीतरी छटा! तिनं हा रस्ता धरला होता आवडतो म्हणून तर, आता तिला तिच्या कर्माची किंमत चुकवायलाच पाहिजे होती. मातीचा गोड वास पसरवणारा, पाहता पाहता देखावा बदलणारा, कॅथीड्रलचं निमुळतं टोक वेडवाकडं करून पुन्हा सरळ करणारा धुवाधार पाऊस. कुठंच आडोसा नव्हता. अपालाचा नाइलाज झाला. ती भिजत भिजतच निघाली पुढे. जोरात झड आली आणि ती ओलीचिंब होऊन निथळायला लागली. तिच्या पिवळ्या बेगमबहार साडीचा अगदी बोळा झाला. अंगावरचे सगळेच कपडे गच्च भिजल्यामुळे तिला धड चालताही येईना. पाणी जणू तिच्या हाडामांसात शिरलं होतं. वैशाखातला हा पहिलाच पाऊस. थोड्याच वेळापूर्वी जबरदस्त परीक्षकांसमोर थरथरणारा तानपुरा घेऊन उत्स्फूर्तपणे केलेला वादविवाद; वादविवादातलं तिचं बोलणं समोर बसलेल्या श्रोत्यांना आवडणं; तिच्या बुद्धिमत्तेनं, चातुर्यानं त्यांचं भारावून जाणं; घरी परतण्याचा प्रचंड लकडा; त्यासाठी सोहमचा शंकरा ऐकण्याची बळेबळे आवरलेली इच्छा – हे सर्व ती विसरूनच गेली. आता तिच्या रोमारोमात घुमत होता फक्त मल्हार. नसानसातून वाहत होता मल्हारच. ती आपादमस्तक मल्हारातच न्हाली होती. सुरदासी मल्हार, रामदासी मल्हार, नटमल्हार, गौडमल्हार, मिया का मल्हार........आणि अखेर एक मेघवर्ण पुरुष...... त्याच्या सर्वांगाला केतकीचा सुवास.....गळ्यात कदंबफुलांची माला.....त्या विशाल बाहूंत ती एखाद्या बाहुलीसारखी डोलतेय. 'दोलाओ आमार हृदय तोमार आपन हातेर दोले....' (तुझ्या बाहूंच्या हिंदोळ्यावर माझं हृदय आंदळव.....)

कीर्ती मित्र लेनच्या वळणावर तर जणू नदीच वाहत होती. अंधुक प्रकाशात सपक् सपक् करत माणसांची वर्दळ. कपडे अंगाला घट्ट चिकटले होते. निऱ्या धरून ती वारंवार पाणी पिळत होती. पण त्यानं काय होणार? कॉर्नवॉलिस स्ट्रीटवर तितकंसं पाणी नव्हतं, पण आजूबाजूच्या गल्लीबोळांत तळी साठली होती. कुडकुडत, थरथर कापत गुडघाभर पाण्यातून ती जेव्हा घरापाशी येऊन पोहोचली,

तेव्हा गल्लीतल्या मध्यमवर्गाच्या, रंग उडालेल्या घरांचा अवतार पाहून तिला ती प्रलयाचीच रात्र वाटली. गल्लीच्या कोपऱ्यावरचा दिवा लागला नव्हता. त्यामुळे साठलेलं पाणी शाईसारखं काळंभोर दिसत होतं. मागून सप् सप् आवाज. आणि मग दादाचं बोलणं, 'आज तुझं काही खरं नाही.'

तिनं हौदातल्या पाण्यानं आंघोळ केली. कोरड्या, धाऱ्या धाऱ्यांच्या साडीचा पदर अंगाभोवती लपेटून केस पुसत ती ओटीवर येऊन उभी राहिली. अपराध्यासारखी. पावसाच्या पाण्याएवढं हौदातलं पाणी गार नव्हतं. त्यामुळे आंघोळ केल्यावर तिला खूप बरं वाटलं. पण गाणं म्हणून गळा तापल्यावर पावसात भिजणं गळ्याच्या दृष्टीनं काही चांगलं नव्हतं. म्हणून स्वयंपाकघरात डोकावून ती आईला म्हणाली, 'आई, जरा आलं घालून चहा करतेस? तमालपत्र आणि लवंगही टाक म्हणजे दोन कप होईल.'

तेवढ्यात मागून काकांचा आवाज ऐकून ती चपापली. 'प्रेमचंद बडाल स्ट्रीटचा भाग अतिशय वाईट आहे आणि तिथंच जातेस तू गाणं शिकायला. देवानं आवाज दिलाय हे खरं; पण रात्री नऊ नऊ वाजता तिथं जाणं-येणं बरं नव्हे. अजून तशी तू लहान आहेस. तुला नाही समजायचं. पण मी झालोय आता म्हातारा. मला हार्ट अॅटॅक यायची वेळ आली होती. मला किंवा वहिनीला असं काही झालं, आमच्या दोघांपैकी कोणी अधू होऊन पडलं तर ह्या घराचं काय होईल, हे समजण्याइतकी बुद्धी तुला असायला हवी. अपू, फरक फक्त सुताचा असतो. फक्त सुताचा. इकडे स्वर्ग, तिकडे नरक. म्हणजेच जहान्नम. फक्त सुताचं अंतर.' पायाचा आवाज करत काका आले तसे निघून गेले. विशेष काम असल्याशिवाय ते ह्या वेळेला खाली उतरत नसत. एरवी अपालानं त्यांना चुकवलं असतं. पण आज ते तिची वाटच पाहत होते. तिच्या परत येण्याकडे ते लक्ष ठेवून बसले होते. ती येताच त्यांनी तिला चांगलं खडसावलं होतं.

अपूला वाईट वाटलं. तिचे डोळे भरून आले. ती आईला म्हणाली, 'आई, तुला मी रवीन्द्र-सदनमध्ये गेलेय हे ठाऊक होतं ना? कोणती स्पर्धा आहे तेही सांगितलं होतं. माझं गाणं झाल्यावर लगेच निघाले. दुसऱ्या कोणाचंही गाणं ऐकायला थांबले नाही. दीपालीदीदीचं नाही की सोहमचंही नाही. अचानक मुसळधार पाऊस आला त्याला काय करणार? बसबिस काहीच मिळाली नाही. भिजत भिजत आले. पार भिजून गेले होते. माहीत आहे?'

'अग, मी भाऊजींना सगळं सांगितलं होतं. पण आधी ते ऐकून घ्यायलाच तयार नसतात आणि मग विसरलेही असतील. तू कुठं गेली आहेस, ते सांगितलं होतं. पण बौबाजारची भीती त्यांच्या मनातून मी घालवूच शकत नाही ग! आणि खरं सांगू का अपू, मलाही काळजी वाटतेच; नाही असं नाही.' सुजाताबाई

समजुतीच्या स्वरात म्हणाल्या.

'मी छत्री घेऊन ट्रॅमच्या स्टॉपवर एक तास उभा होतो तुझ्यासाठी. कशी चुकामूक झाली कोण जाणे!' दादा म्हणाला.

दोघं आल्याच्या चहाचे घुटके घेत होते. सुजाताबाई मोठ्या दिराचं पान वाढण्यात गुंतल्या होत्या. एका मोठ्या काशाच्या ताटात त्यांनी पोळी, भाजी,वांग्याचे काप वाढले. दुधाची वाटीही ठेवली.

'सगळीकडे काळोख. सगळेच भिजून ओलेचिंब झालेले. तू कसं ओळखणार? पाऊस येईल असं कोणालाच वाटलं नव्हतं. रस्त्यात कोणाच्याच हातात छत्री दिसली नाही मला. मलासुद्धा वाटलं होतं की परवासारखी एखादी सर पडून जाईल.'

'तुझ्या उस्तादजींनी स्वत:च्या घराण्याचा एक दिव्य मेघमल्हार आळवलेला दिसतोय. बस! फोंऽऽ फोंचऽऽऽफोंतऽऽऽ...... झालं! आकाशानं दचकून एकदम भोकाडच पसरलं.'

अपालानं कप ठककन जमिनीवर आपटला आणि हात उगारत ती म्हणाली, 'दादा, हे बरं नाही हं! सांगून ठेवते.'

प्रद्योत संधी मिळताच रामेश्वर ठाकुरांच्या पिचक्या आवाजाची आणि बेसूर गाण्याची थट्टा करत असे. त्याला क्लासिकल फारसं आवडायचं नाही. अब्दुल करीम खाँसाहेबांची प्रसिद्ध भैरवी ठुमरी, 'यमुनाके तीर' म्हणजे त्याच्या मते मांजराचं गळा काढणं. फैयाज खाँसाहेबांची नटबिहागची रेकॉर्ड ऐकल्यावर तो अपालाला म्हणाला होता, 'अपू, तुझ्या फैयाज खाँची आणि अब्दुल करीम खाँची जुगलबंदी लावली ना, तर मांजर आणि बोक्याचं परफेक्ट भांडण वाटेल.'

घरातल्या कोणालाच गाणं आवडत नव्हतं, असं मात्र नव्हे. काकांना कीर्तन आवडायचं. अपालाच्या गाण्याची सुरुवात लहानपणी झाली ती कीर्तन आणि श्यामासंगीता[१]नंच. ती जेव्हा कोवळ्या आवाजात मोठ्यांसारखं 'आमि मथुरानगर प्रति घरे घरे जाईब योगिनी हये......दे दे आमाय साजाये दे गो.' (मी मथुरेत घरोघरी जाईन योगिनी होऊन.....दे ग मला सजवून.) किंवा 'आमि स्वखातसलिले डुबे मरि श्यामा, दोष कारो नय गो मा.' (मी स्वत:च्याच करणीनं मरते. त्यात दोष कोणाचाच नाही ग!) म्हणायची तेव्हा मोठ्या माणसांनाही तिची वाहवा केल्याशिवाय राहवत नसे. म्हाताऱ्या बायका तिला बोलावत ते डोळ्यांतून पाणी काढण्यासाठी. तिच्या आईला कीर्तन, श्यामासंगीत ह्यांच्याबरोबरच रवीन्द्रनाथ, अतुलप्रसाद, द्विजेन्द्रलाल ह्यांचं गाणं आवडत असे. अपालाच्या घराजवळच्या शाळेतला किंवा कॉलनीतला कोणताही कार्यक्रम छोट्या अपूशिवाय व्हायचाच नाही. एका रवीन्द्रजयंतीच्या कार्यक्रमात अपूनं आपल्या कोवळ्या आवाजात 'बसंती हे भुवनमोहिनी' म्हटलं. ते ऐकून रामेश्वर ठाकूर चकितच झाले. त्यांनी तिला तेव्हाच आपल्या ताब्यातच

घेतलं.

पाऊस केव्हाच थांबला होता. तिसऱ्या मजल्यावरच्या गच्चीला लागून असलेल्या खोलीत ओल्या हवेबरोबर जुईचा वास भरून राहिला होता. ही खोली खरी तर अपूच्या दादाची. पण अपूही ती हक्कानं वापरायची. तिचा दादा सिगरेट ओढत गच्चीत येरझारा घालत होता. तो गच्चीत बराच वेळ अशाच येरझारा घालायचा. हीच त्याची रात्रीची चैन होती. सिगरेटचा वास गच्चीतून बाहेर जातो, त्यामुळे आईला किंवा काकांना काहीच पत्ता लागत नाही, असं त्याला वाटायचं; पण हल्ली त्याच्या कपड्यांना व तोंडाला सिगरेटचा वास यायचा. त्याला हे सांगितलं तर पटायचं नाही. अपालानं त्याला 'सिगारेट ओढू नकोस' असं सांगितल्यास तिचं म्हणणं उडवून लावत तो म्हणायचा, 'तुला जशी गाण्याची नशा तशी मला सिगरेटची!'

'ह्या दोन गोष्टींची तुलना होईलच कशी? मी गाण्यासाठी कष्ट करते, साधना करते. त्यामुळे मला आनंद मिळतो आणि लोकांनाही आनंद देता येतो. तुझी नशा तुझं फक्त नुकसानच करते. माझं काय तसं आहे?'

'वा! मी नाही वाटतं साधना करत! झुरका घ्यायलाही साधना लागते. तू जशी तानांवर ताना घेतेस ना, तसा मी धुरांची वलयं सोडतो. हे पाहा, अस्सं. आणि तू समजतेस तशी तुझी नशा मुळीच इनोसन्ट नाही बरं का! तुझं काही नुकसान होत नाही, असं तुला वाटतं. पण तुझी नशाही तुझं नुकसान करणारच. बघ! तुला वाईट संगत लागेल. तुझ्या घरात गाण्यावरून भांडणं होतील. एकूण काय, रिझल्ट काही चांगला लागणार नाही....'

दादाच्या बोलण्याला फारसा अर्थ नसेच. सिगरेटच्या व्यसनाबरोबर गाण्याच्या धुंदीची तुलना तोच करू जाणे! म्हणे अब्दुल करीम खाँसाहेबांचं गाणं मांजराच्या रडण्यासारखं आहे! तरीही त्याचं बोलणं अपूला लागायचंच....म्हणे परिणाम काही बरा होणार नाही....तिला वाईट संगत लागेल....संसारात भांडणं होतील.....

गुडघ्यावर हनुवटी ठेवून अपाला कॉटवर बसली होती. बसल्या बसल्या ती स्वप्नाच्या राज्यात विहरू लागली. गच्चीजवळची खोली, कीर्ती मित्र लेन ह्यांना मागे टाकून तिचं मन केव्हाच रवीन्द्र-सदनात जाऊन पोहोचलं. शानदार हॉल. तुडुंब भरलेला. ऑडिटोरियममधले दिवे विझले. स्टेजवर एका बाजूला परीक्षक. तानपुऱ्याच्या आड अर्धवट तोंड लपवून ती गातेय. अचानक तिच्याबरोबर आणखी अनेकजणी गायला लागल्या. तिच्या सुरात अनेक सूर मिसळले. मुखड्याची सुरुवात कोणी केली? केसरबाई केरकर? एका अद्‌भुत अप्रचलित बोलानं त्यांनी गायला सुरुवात केली. हॉलमधून वाहवा कोणी बरं केली? विलंबित एकतालाचा विस्तार मोघुबाईंनी केला. संथ लयीत. त्यांना आपल्या कोकिळकंठानं साथ दिली रोशनआरा बेगमनं.

हिराबाईंच्या गळ्यातून ताना झऱ्यासारख्या झुळझुळत होत्या. सरस्वतीबाईंनी पेश केल्या छोट्या छोट्या लडी. अपालाला स्वत:चाही स्वर ऐकू आला ह्या सर्व स्वरांत– 'सुनी मैं हरि आवनकी आवाज.....' असं कधी होईल का? भारतातल्या ह्या कोकिळा, सारिका, मैना, बुलबुल.......ह्यांची वारस अपाला असेल? ह्यांची वारसदार म्हणून ती गाऊ शकेल? वैशाखातल्या वादळी पावसात भिजलेल्या सुरेल दिवास्वप्नात तरी ह्या प्रश्नाला स्थान नव्हतं. हा प्रश्न निर्माण होईल ह्याचं तिला तेव्हा भानच नव्हतं. बसल्या बसल्याच तिचा डोळा लागला होता. सबंध दिवसातली आशा, उत्साह, थकवा आणि तृप्ती. बरीचशी तृप्तीच.

बऱ्याच उशिरा आई तिला बोलवायला आली तेव्हा ती आणि तिचा दादा दोघंही झोपले होते. दादा कॉटवर आडवा झाला होता आणि अपू गुडघ्यात मान घालून बसल्या जागीच झोपेच्या अधीन झाली होती. जुईच्या सुगंधात सिगरेटचा हलका दर्प मिसळला होता.

आईनं हाक मारली, 'अपू, चल. खाली चल. साडेअकरा वाजलेत.'

झोप अनावर झाल्यानं तिला उठवत नव्हतं. भिंतीचा आधार घेऊन कसाबसा जिना उतरता उतरता घोगऱ्या आवाजात ती म्हणाली, 'आई, गच्चीतली ही खोली मला दे ना!

'तू एकटी झोपणार तिथं? डोकं फिरलंय का?'

'म्हणजे मला रियाज करता येईल. दादा फार उशिरा उठतो ग!'

'मग तो कुठं झोपेल?'

'स्वयंपाकघराला लागून असलेली खोली स्वच्छ करून त्याला दिली तर? नाही चालणार? नाहीतर आम्ही दोघंही ह्याच खोलीत....'

'वेडबिड लागलंय का? एवढ्या मोठ्या मुलाला स्वतंत्र खोली नको?'

'आणि एवढ्या मोठ्या मुलीला कशाचीच गरज नाही वाटतं?'

तिला उत्तर न देता आई म्हणाली, 'अपाई, मध्यरात्री छळू नकोस, बाई! चल.'

२

अजून पुरतं उजाडलंसुद्धा नव्हतं तोच कडी वाजली. 'शेजाऱ्यांची वाजली असेल' असं समजून सुजाताबाई कूस बदलून पुन्हा झोपल्या. पण पुन्हा कडी वाजली. त्यांचंच दार कोणीतरी वाजवत होतं. मोलकरीण आज इतक्या लवकर कशी आली? पण आलीच आहे तर दार उघडायलाच हवं. त्या धडपडत उठल्या. खाली येऊन त्यांनी दार उघडलं आणि त्या एकदम गोंधळूनच गेल्या. घाईघाईनं डोक्यावरून पदर ओढून घेत लाजून म्हणाल्या, 'अग बाई! गुरुजी! इतक्या सकाळी सकाळी?'

'दीदी, एवढ्या सकाळी का आलो असेन बरं? अपाला कुठं आहे? झोपलीय वाटतं?

'हो.'

'बेटी निश्चिंतपणे झोपलीय. वा! वा! असंच पाहिजे. खऱ्या कलावंताचं लक्षण हेच. दीदी, मला मात्र रात्रभर झोप आली नाही. ट्रॅम सुरू होण्याचीच वाट बघत होतो. माझ्याकडे ना टेलिफोन, ना हाताशी गाडीघोडा. सबंध रात्र चैन नव्हती मला.'

'हो का! पण गुरुजी, आधी आत या. बसा. मग बोला.'

गुरुजींच्या हातात तोच मोठा महागनी रंगाचा तानपुरा होता. व्हरांड्यात गुरुजींसाठी सतरंजी अंथरून सुजाताबाई घाईघाईनं वर आल्या. अपालाला हलवत त्या म्हणाल्या, 'ए अपू, उठ आणि खाली जा पटकन. तुझे गाण्याचे मास्तर आलेत बघ!'

अपाला धडपडत उठून बसली. तिच्या डोळ्यांवर अजून झोप होती. भराभर तिनं डोळ्यांवर व तोंडावर पाण्याचे हबके मारले, तोंड धुतलं आणि कशीबशी साडी बदलून ती खाली आली. तोपर्यंत तिच्या आईनंही साडी बदलून चहा टाकला होता. आता चांगलं उजाडलं होतं आणि मोलकरीण कडी वाजवत होती.

अपालानं गुरुजींना नमस्कार केला. तिचं तोंड ओलसरच होतं. चुकार बटांच्या टोकांना पाण्याचे थेंब चमकत होते. फिकट बैंगणी रंगाची साडी तिनं कशीबशी गुंडाळली होती. ती काहीच बोलली नाही. नुसतीच गप्प उभी राहिली.

'बेटी, मी का आलो असेन, सांग बरं!'

गोड बातमीची ती वाट पाहत होती. पण तसं तिनं बोलून दाखवलं नाही. तिचा चेहरा मात्र एकदम खुलला.

'आधीच सांगतो बेटी, निराश व्हायचं नाही. तुझा पहिला नंबर नाही आला. शिलाँगहून आलेला सादिक हुसेन पहिला आला. तो चांगला गायला. अगदी नियमबरहुकूम. पण तू जे गायलीस ना पोरी, त्याची तुलनाच होऊ शकणार नाही. क्रिकेट पाहतेस?'

अपालानं हसून नकार दिला. पण तिच्या दादाच्या कृपेनं क्रिकेटची तिला खडा-न्-खडा माहिती होती.

'पाहत असतीस तर तुला समजलं असतं की बुचर-हन्ट आणि कन्हाय-सोबर्स ह्यांच्या खेळात जो फरक आहे तोच फरक तुमच्या दोघांच्या गाण्यात होता. तो गायला चांगला. गळाही तयार आहे; पण त्याच्यात अप्रूप असं काही नव्हतं. सगळं व्यवस्थित. जिथल्या तिथं. नियमाला धरून. कॉम्पिटन्ट. बस! पण मी शिक्षक आहे. तेव्हा सगळ्यांनीच मोठं व्हावं, सगळ्यांचंच भलं व्हावं असं मला वाटणारच.

तसाच आशीर्वाद देतो मी सगळ्यांना. मग ते कोणाचेही का शिष्य असेनात! पण तुला आपलं म्हणून सांगतो. पंडितजींनी तुलाच सर्वांत जास्त मार्क दिले. नावं नाही सांगत कोणाची, पण काही परीक्षकांनी सादिकला जास्त मार्क दिले. त्यामुळे तुझ्यापेक्षा त्याला दोन मार्क जास्त मिळाले. तो पहिला आला आणि तू दुसरी. पण खरं तर तुझाच नंबर पहिला होता. त्यांनी तुला बक्षीस दिलं नाही तरी मी देतो.' असं म्हणून गुरुजींनी तो तानपुरा तिच्या हातात दिला. 'हा आजपासून तुझा.'

सुजाताबाई चहा आणि बिस्किटं घेऊन आल्या. इतक्या सकाळी त्या एवढंच करू शकत होत्या. त्यांना रामेश्वर म्हणाले, 'दीदी, अपूकडे एक मस्त संधी चालून आलीय. स्कॉलरशिपची स्कॉलरशिप मिळालीय तिला. लाखात एखाद्यालाच मिळते अशी. लखनौच्या नाजनीन बेगमनी तिला ठुमरी शिकायला बोलावलंय. वर्षातून एक-दोघांना त्या बोलावून घेतात. तुला ठाऊकच आहे हे, अपू. त्यांच्याकडे अशा विद्यार्थ्यांना राहण्यासाठी खोल्या आहेत. तिथं जातीपातीची सगळी बंधनं पाळून जेवणाखाण्याची सोय असते. राणीसारखी राहील अपू तिथं आणि शिकायलाही खूप मिळेल. नाजनीन बेगमची तालीम म्हणजे काय! अपू, तू भारतातील एक नंबरची ठुमरी-गझल-दादरा गायिका झालीस म्हणून समज.' सुजाताबाईंकडे पाहत ते पुढे म्हणाले, 'दीदी, तुमची मुलगी साठ-सत्तर वर्षांपूर्वीच्या हार्मोनियमवर गाणं शिकली. मैलोनमैल पायपीट करून दुसऱ्याच्या तानपुऱ्यावर तिनं रियाज केला. आज तिचं नशीब फळफळलंय. दोन-चार दिवस विचार करा. पोरीला ह्या संधीचा फायदा घेऊ द्या. तिची काहीही गैरसोय होणार नाही. माझं एवढं ऐका.'

अपाला जागच्या जागी खिळून उभी होती. तिला आनंदाच्या उकळ्या फुटत होत्या. नाजनीन बेगम. नाजनीन बेगम होत्या तिथं? परीक्षकांत तर तिला कोणी बाई दिसल्या नव्हत्या. पण तिनं नीट पाहिलं तरी कुठं होतं! पंडित चंद्रकांतजींना पाहूनच ती घाबरली होती. नाजनीन बेगमच्या सर्व रेकॉर्ड्स् गुरुजींनी तिला भेट म्हणून दिल्या होत्या. तिच्याकडे ज्या मौल्यवान आणि आवडत्या गोष्टी होत्या, त्या सर्व तिला गुरुजींकडूनच मिळाल्या होत्या आणि आता मिळालेली भेट म्हणजे तिनं वापरलेला तो तानपुरा. खास ऐतिहासिक चीज. हा तानपुरा कानाशी धरून तिनं तारा नुसत्या छेडल्या तरी तिच्या रोमारोमात सूर भरून राह्यचा. सूरब्रह्मानं ज्या अनवरत सुरानं विश्वाला बांधून ठेवलंय तो आदी सूरच ऐकू येतोय असं तिला वाटायचं. नाजनीन बेगम हल्ली जाहीर मैफलीत गात नसत. मोठ्या गायक-वादकांच्या घरगुती बैठकीत मात्र त्या गात. लखनौमधल्या एका बड्या उद्योगपतींशी त्यांचं लग्न झालं होतं. हे उद्योगपती एका संस्थानचे युवराज होते. लग्नानंतर त्यांनी स्वत:वर काही बंधनं घालून घेतली होती. लोक तर म्हणत की त्या फक्त त्यांच्या माणसांनाच गाणं ऐकवतात. थोडक्यात नाजनीन बेगम त्यांच्या आयुष्यातच दंतकथा

बनल्या होत्या. लिजन्ड. इतरांकडून ऐकलेल्या गोष्टींच्या आधारे अपाला मनातल्या मनात चित्र रंगवत असे. – दोन्ही बाजूंना बुटके सुरु. त्यामधून जाणारा एक रस्ता. साधारण दोन फर्लांग लांबीचा. रस्त्याच्या टोकाला घुमट असलेला दुमजली राजवाडा. त्यातलाच एक संगमरवरी महाल. तिथं बसूनच बेगम गात. ह्या महालात कुठलीच मूर्ती नव्हती. रिकामा महाल. मशीदही नाही आणि मंदिरही नाही. आत्मिक दृष्टीनं मात्र सरस्वतीचा खास महाल. दुसऱ्या मजल्यावरच्या जाळीतून ह्या खासमहालातील अतिथि-अभ्यागतांना, संगीताच्या पांथस्थांना त्या पाहत. वर्षातील सहा महिने बेगमनी फक्त गाण्यालाच वाहून घ्यायचं असं त्यांचं महाराज कुमारांबरोबर ठरलं होतं. त्यात कोणाचीच गैरसोय नव्हती. कारण महाराज कुमार वर्षातला बराच काळ व्यवसायानिमित्त फिरतीवरच असत. त्यांचं हेड-ऑफिस लंडनला होतं. नाजनीन बेगमचं आमंत्रण म्हणजे सहा महिने लखनौला मुक्काम हे उघड होतं. थेट बेगमसाहिबांकडूनच तालीम. असं काही घडेल असं अपालाला स्वप्नातसुद्धा वाटलं नव्हतं. हे कल्पनेच्या पलीकडचंच होतं. गळ्यात पेटी अडकवून रस्त्यातून गात गात हिंडणाऱ्यांच्या पेटीपेक्षाही तिच्या हार्मोनियमची अवस्था वाईट होती. त्यातून क्रोमॅटिक स्केल वापरले असल्यानं शास्त्रीय संगीताचे स्वर त्यातून नीट यायचे नाहीत. एक रीड दाबली तर दुसराच स्वर बेसूर वाजायचा. काहीतून स्वरच निघायचा नाही. दादाची मनधरणी करून तिनं हार्मोनियम दुरुस्त करायचा प्रयत्न केला होता. पण फारसं काहीच साध्य झालं नाही. दुकानदार म्हणाला, 'आता फेकून द्या ही पेटी. जंक झालीय.' पण ह्याच हार्मोनियमवर तिनं आजपर्यंत रियाज केला होता. गुरुजींनी जेव्हा तिला बळेबळेच शिकवायला सुरुवात केली तेव्हापासून रोज संध्याकाळी ती त्यांच्या घरी जाऊनच रियाज करायची. परीक्षा किंवा स्पर्धा असली तर गुरुजी तिला छोटा तानपुरा द्यायचे. मोठा तानपुरा घरी आणायला ती घाबरत होती. ठेवणार कुठं तो? तिच्याकडे वेगळी चौपाई नव्हती आणि चौपाई ठेवायला जागाही नव्हती. दादा रात्री बऱ्याच वेळा जागून अभ्यास करायचा. सकाळी उशिरा उठायचा. दादाच्या खोलीतच तिचा गाण्याचा सरंजाम असायचा. रोज पहाटे गच्चीत सतरंजी घालून सा प सा दाबून ती त्याची परतफेड करायची.

जाताना गुरुजींनी तिच्या डोक्यावर हात ठेवताच तिचे डोळे वाहायला लागले. गुरुजी म्हणाले, 'अपू, तोडी गायल्यामुळे तुझा नंबर खाली गेला असं समजू नकोस. त्या एवढ्याशा वेळात आलापीतून तू तोडीचं सौंदर्य एवढं अपूर्व खुलवलंस की पंडितजींच्या काही लक्षातच आलं नाही. पण तू चीज सुरू करताच ते भानावर आले. मला बाजूला घेऊन ते म्हणाले 'रामबाबू, हे रत्न कुठून मिळवलंत?' मैफिलीतले सर्व जाणकारही तुझ्या गाण्यानं भारून गेले होते. तुझं गाणं आणखी थोडा वेळ ऐकायला मिळावं म्हणून मुद्दामच काहीतरी सबब सांगून तुला पाच

मिनिटं जास्त दिली. बेटी, मला तरी तसंच वाटतं. मी तुला कोमल धैवताचा पूरिया शिकवला होता. मात्र हा धैवत साधारण कोमल धैवतापेक्षा जरा वरच्या श्रुतीत असतो. हार्मोनियमवर तो येत नाही. तुझी गंधार आणि निषाद ह्यांची मांडणी आणि 'धैवता'चं सौंदर्य त्यांना पुन्हा पुन्हा ऐकायचं होतं. द्रुत बंदिशीत तू मारव्यात जातेस का, हे बघायला ते अत्यंत उत्सुक होते,

३

संततधार पावसात न्हाऊन निघालेल्या अनंताच्या फुलासारखी ताजीतवानी सकाळ. आकाश सारवल्यासारखं सथल. जणू कृष्णकन्हैयाचा रंग चोरून त्यानं अंगाला फासला होता. झाडंझुडपंही साबणानं स्वच्छ आंघोळ केल्याप्रमाणे तुकतुकीत दिसत होती. आंघोळ झाल्यावर त्यांनी जणू हिरवी वस्त्रं ल्याली होती. आशीर्वादासारखी स्नेहाळ सकाळ. दूर असलेल्या प्रिय माणसानं अचानक घरी परतावं तशी प्रसन्न सकाळ.

गुलमोहराचे घोस खिडकीतून आत डोकावू पाहत होते. खोलीचे पडदे हिरवे होते. म्हणूनच जगाला उजळवून टाकणाऱ्या सकाळी खोलीत मात्र हिरवट-पोपटी काळोख पसरला होता. अशा सुंदर सकाळी लवकर उठायला सोहमला मनापासून आवडायचं. पृथ्वीनं सकाळचं दर्शन घेण्यापूर्वीच तो तानपुरा घेऊन निवांतपणे भैरव आळवायचा. सुरुवात करायचा मंद्र सप्तकात. मग हळूहळू बढत घेऊन तो मध्य सप्तकाच्या पंचमपर्यंत जायचा. बस! मग पुन्हा परत येऊन दुसऱ्या तऱ्हेनं, वेगळ्या मींडनं तो सुरांच्या निरुंद, निमुळत्या गल्लीबोळांतून फिरत राह्यचा.

आज मात्र त्याला उठावंसं वाटत नव्हतं. अंग जड झालं होतं आणि मन त्याहून जड. शक्य तितक्या लवकर गुरुजींकडे जायला हवं होतं. त्याला हे कळत होतं पण उठवत नव्हतं. गुरुजींना अपेक्षा असणारच. शिवाय मितूल वाट पाहत असेल. गाणं कसं वाटलं, कोण कसं गायलं, हे तिच्याकडून ऐकायला हवंच. नकला करायचीही मितूलला सवय होती. पण तरीही सोहम उठला नाही. एकदा डोळे किलकिले करून त्यानं डोक्यापाशी ठेवलेल्या घड्याळाकडे पाह्यलं. नऊ वाजले होते. आणखी थोडा वेळ लोळायचं असं त्यानं ठरवलं.

सोहमच्याकडे कोणीच कोणाची प्रायव्हसी मोडत नसे. त्याची आई असती तर तिनं हे असले खानदानी चोचले चालू दिले नसते. पण आई तर त्याच्या वयाच्या तेराव्या चौदाव्या वर्षीच मोकळे केस पुढे घेऊन पदरानं अर्धवट चेहरा झाकलेल्या शारदादेवींप्रमाणे त्याच्या पायाजवळच्या भिंतीवरच्या फोटोत जाऊन बसली होती. डोळे उघडले की दिसायचा तो तिचा फोटो.

घरात सोहम सगळ्यांचाच लाडका होता. सगळेच त्याच्यावर माया करायचे. पण ह्या लहरी मुलाला ताब्यात ठेवण्याची हिंमत आणि इच्छा त्याच्या एकाही वहिनीत नव्हती. कुटुंबात दुसऱ्या कोणातच नसलेल्या त्याच्या विशेष गुणाबद्दल सगळे त्याचं कौतुक करत. तो त्यांच्या घरातला 'प्रॉडिजि' होता. त्यांचा पिढीजात प्रेसचा व्यवसाय होता. त्याचे वडील खूप शिकलेले होते. एकूण हे चार भाऊ. सोहम सगळ्यांत धाकटा. थोरला भाऊ रेडिओफिजिसिस्ट होता. मधला ऑर्डनन्समध्ये बड्या हुद्यावर, तर तिसरा केमिस्ट. फक्त हाच तेवढा गाण्याबरोबर केमिस्ट्री लॅब चालू शकणार नाही असा विचार करून सायन्स सोडून गाण्याकडे वळला होता. त्यात त्याचं एक वर्ष वाया गेलं होतं. पण हां हां म्हणतां त्यानं गाण्यात चांगलीच प्रगती केली होती. त्याच्या निर्णयामुळे सुरुवातीला त्याचं उच्चशिक्षित पण कलेकडे कल नसलेलं घर त्याच्यावर नाराज झालं होतं. हल्ली मात्र त्यांना त्याचा अभिमानच वाटायला लागला होता. त्याचे वडील समाधानानं स्वत:शीच म्हणत, 'माझी सर्वच मुलं टॅलन्टिड आहेत. पण धाकटा सर्वांत जास्तच असावा.'

पुन्हा कूस बदलताना खोलीत कोणीतरी असल्याचं सोहमला जाणवलं. मधली वहिनी तर नाही? तीच कधीमधी असं धाडस करायची. त्यानं जरा नीट पाह्यल्यावर त्याला दिसली दीपाली. आता लोळणं शक्यच नव्हतं. तो ओशाळला, पण वरून तसं न दाखवता म्हणाला, 'अरे दीपाली, तू? प्लीज जरा बस. हा आलोच.' असं म्हणून डोळे चोळत त्यानं एका ढांगेत बाथरूम गाठली.

दीपाली सोहमकडे वरचेवर यायची. अपूकडेही जायची. पण सोहमच्या घरासारखी मोकळीक, स्वातंत्र्य, आधुनिक वातावरण, डामडौल, सरबराई अपूकडे जमण्यासारखी नव्हती. इथं तास-न्-तास सोहमशी गप्पा मारता यायच्या, गाता यायचं. हाक मारल्याशिवाय खोलीत कोणी डोकावतही नसे. सोहमच्या फरमाइशीनुसार खाणं मिळायचं. अगदी हॉटेलसारखं झटपट आणि तसंच गार्निश करून.

अपूची गोष्ट ह्याच्या अगदी उलट. दीपालीला अपू कितीही आवडत असली तरी अपूची स्वतंत्र खोली नव्हती. अर्थात दीपालीचीही नव्हती. त्या तिघी बहिणी एकाच खोलीत झोपत. पण त्या तिघी मुली होत्या. अपूकडे जरा मोकळीक मिळायची ती गच्चीजवळच्या खोलीत. पण ती खोली अपूच्या दादाची होती. त्यामुळे बऱ्याच वेळा दादा आणि त्याचे मित्रच ती खोली बळकावून बसत. अपूच्या काकांच्या दोन खोल्या होत्या. एक त्यांची झोपायची आणि एक बसण्या-उठण्याची. पण तिथं अपूच काय घरातलं कोणीच फिरकत नसे. राहता रहिली एक खोली. तिथं अपू आणि सुजाताबाई झोपायच्या. त्या खोलीत कॉट, कपड्यांचा स्टँड, जास्तीच्या गाद्या, पांघरुणं, कॉटखाली रोज न लागणारी भांडीकुंडी, खाटेवर शिवणाचं मशिन-एक ना दोन-हा पसारा असे. तळमजल्यावरची एक बाजू भाड्यानं

दिली होती. त्या बाजूचं अंगण नेहमीच अस्वच्छ असायचं. भाडेकरूंच्या दुसऱ्या बाजूला अपूचं स्वयंपाकघर आणि ओटी. ओटीला लागून एक लहानशी खोली होती. ती कोठीची खोली. बाथरूममध्ये जायचं तर अंगणातून जावं लागायचं. वरच्या मजल्यावर काकांच्या झोपायच्या खोलीला लागून एक छोटीशी मोरी होती. तिथं पाणी भरून ठेवलेलं असायचं. तिथलं पाणी संपलं तर भल्या मोठ्या बादलीनं पाणी आणून भरून ठेवावं लागायचं.

दीपालीला अपू आवडत असली तरी तिचं घर तितकंसं आवडत नसे. दीपाली धरून त्या पाच बहिणी होत्या. अपूप्रमाणे तिलाही वडील नव्हते, पण आई आणि त्या पाच बहिणी घर अगदी नीटनेटकं ठेवत. पोपडे निघालेली सिमेंटची जमीन, जुन्या पद्धतीच्या चार फळ्या असलेल्या खिडक्या, मोडकं दार त्या स्वच्छ ठेवत. जुनं कपाट, पायमशिन, ट्रंका, पेट्या, खणाचा आरसा-असं सर्व सामान त्या जागच्या जागी नीट लावून ठेवत. त्यामुळे घर लहान असूनही लहान वाटत नसे. दीपालीची सर्वांत मोठी बहीण नर्स होती. दोन नंबरची एका शाळेत शिवण शिकवत असे. तीन नंबरची बहीण नाच शिकायची आणि छोट्या छोट्या मुलींना नाच शिकवायचीही. चौथी दीपाली. तीही गाण्याच्या शिकवण्यांतून बरे पैसे मिळवायची. सर्वांत धाकटी अजून शाळेत जात होती. पण ती सुंदर रांगोळ्या काढायची, चांगला मेक्-अप करून द्यायची. त्यामुळे लग्नाच्या सीझनमध्ये तिला खूप मागणी असे. अर्थात पैशाशिवाय ती हे करत नसे. थोडक्यात काय, तर मधमाश्या जशा मध गोळा करतात तसा त्या बहिणी पैसा मिळवायच्या. राणीमाशी होती त्यांची आई. संसाराचा भार आणि मुलींची जबाबदारी मोठ्या कौशल्यानं ती पेलायची. सर्वचजणी स्वावलंबी, हिशेबी, काटकसरी पण राहणी अगदी व्यवस्थित. त्यांना पैशांची तितकीशी कमतरता भासत नसे. पण ह्यासाठी प्रत्येकीला अक्षरशः राबावं लागायचं. त्यांची पटापट लग्न व्हावीत, असं त्यांच्या आईला वाटायचं. मात्र अजून कोणाचंच कुठं जमलं नव्हतं. खरं तर त्या गुणी, स्मार्ट आणि घरकामात हुशार होत्या. दिसायलाही बऱ्या होत्या. दीपाली अपूला मजेनं म्हणायचीही, 'अग, एकीशी लग्न केलं की बाकीच्यांची जबाबदारी गळ्यात पडेल म्हणून कोणी लग्नाला तयार होत नाही बघ!'

सोहमच्या घराचा एक चतुर्थांश भाग सोहमच्या मालकीचा होता. दुसऱ्या मजल्यावर त्याची झोपायची खोली होती. पलीकडेच त्याची अभ्यासाची व गाण्याची खोली होती. स्वतंत्र झोपायच्या खोलीला लागून सुबक टॉयलेट, सुंदर बाल्कनी आणि एक लहानसं किचनेट होतं. त्याच्या घरी तीनचार नोकर होते. त्यातला वनमाळी सोहमचं सगळं काम करायचा. त्याला नुसतं सांगायचा अवकाश. छोट्याबाबूंच्या किचनेटमध्ये तो त्यांच्या आवडीचे पदार्थ करून द्यायचा. वहिनींना

सांगायची गरजच नव्हती. सोहमकडे मित्रांचा अड्डा नेहमीचाच. कॉलेजमधले मित्र, गाण्याच्या क्लासमधले मित्र. शिवाय त्यांच्या कॉलनीतही तो खूप पॉप्युलर होता.

दीपालीनं चमकून दक्षिणेकडे पाह्यलं. वाऱ्याच्या झुळकीबरोबर एक छान वास खोलीत पसरला. पलीकडेच लांबलचक व्हरांडा होता. लेसच्या झिरझिरीत पडद्यांतून हवा खेळत होती. डोक्यावर फिरत होता किमती पंखा. पलंगाच्या पलीकडे भिंतीवर कांचनगंगाचं चित्र-कोण्या चित्रकारानं तैलरंगात रंगवलेलं. ह्या चित्राकडे पाहत पाहतच सोहम झोपेच्या अधीन व्हायचा. पलंगाच्या पायाकडच्या बाजूच्या भिंतीवर सोहमच्या आईचा रि-टच केलेला फोटो.

ह्यापूर्वी ह्या खोलीत दीपाली कधीच आली नव्हती. शेजारच्या खोलीतच त्यांचा अड्डा असायचा. त्या खोलीला 'गाण्याची खोली' म्हणणं जास्त योग्य होतं. महागनीच्या, काचेची दारं असलेल्या कपाटात तानपुरे, सारंगी, तबला, डग्गा वगैरे वाद्यं व्यवस्थित ठेवलेली होती. शौक म्हणून गुरुजींकडून सोहम ही सर्व वाद्यं वाजवायला शिकला होता.

आज दीपाली सोहमच्या घरात शिरताच दारातच तिला सोहमची मधली वहिनी भेटली. सोहमची ही वहिनी खूप गोड होती. फिजिक्स वहिनीसारखी म्हणजेच मोठ्या वहिनीसारखी– ही गंभीर आणि अबोल नव्हती. दीपालीला पाहताच मधल्या वहिनीनं आश्चर्यानं विचारलं, 'अगं बाई! दीपाली? तू? एवढ्या सकाळी सकाळी कशी?'

ह्या घरातल्या सगळ्यांनाच स्मार्ट, नीटनेटकी राहणारी, फॅशनबल दीपाली आवडायची. तिच्या कपड्यालत्त्यावरून, बोलण्याचालण्यावरून ती भवानीपूरच्या एका बारा फुटी गल्लीतल्या दोन खोल्यांत राहत असेल, हे खरंच वाटलं नसतं. दोनच खोल्या, टीचभर अंगण आणि पत्र्याची बाथरूम. अपूसारखं थपथपीत तेल चोपडणं, नाकाचा शेंडा सदोदित लाल, पावडरचा पत्ता नाही, ब्लाऊजला सेफ्टी-पिन – हे दीपालीला कल्पनेतही सहन होण्यासारखं नव्हतं. एवढ्या सकाळीही ती व्यवस्थित मेक-अप करून बाहेर पडली होती. मेक-अप केल्याशिवाय ती घराबाहेर पडतच नसे. आज तिनं फिकट निळी सिंथेटिक साडी, त्याच रंगाचा ब्लाऊज घातला होता. साडी होती इथलीच पण पाह्यल्यावर वाटायचं फॉरिनचीच आहे. डोळ्यांत काजळ, ओठांवर हलकीशी लिपस्टिक, हाताला फॉरिनचं किमती घड्याळ – हे सगळं स्वस्तात कुठं मिळतं ह्याची खडा-न्-खडा बातमी तिला असे. तिच्या चपलासुद्धा डार्क निळ्या होत्या. तिनं हसतच सोहमच्या वहिनीच्या प्रश्नाला उत्तर दिलं, 'मी आताच का आले, ते नाही का लक्षात आलं तुमच्या? सोहमला कॉन्ग्रॅच्युलेशन्स द्यायला. दुसरं काय कारण असणार? आणि सकाळी सकाळी नाही हं! नऊ वाजून गेलेत. गवयांची सकाळ तर केव्हाच होते! वहिनी, तुम्हाला रिझल्ट

माहीत नाही का?'

'कसा माहीत असणार, बाई! सोहम काल मध्यरात्री परत आला तोच गाल फुगवून. आला आणि झोपला. काही खाल्लं नाही की प्यायलं नाही. बाबा म्हणाले की एवढी मोठी कॉम्पिटिशन. तेव्हा नक्कीच खाणंपिणं झालं असणार. त्याला उठवू नका.'

'काहीतरीच त्याचं! तो तर तिसरा आला. 'सूरलोक'नं संपूर्ण इस्टर्न रिजन टॅलन्ट सर्च कॉम्पिटिशन घेतली. अगदी कॉन्फरन्स स्टाइलनं. त्यात तिसरं येणं म्हणजे काही थट्टा नव्हे.' दीपालीनं माहिती पुरवली.

'अस्सं होय!' वहिनी लांब केसांच्या मुळाशी गाठ मारत म्हणाली. तिच्याकडे पाहताना दीपालीच्या मनात आलं की रंगाच्या बाबतीत तरी आपण वहिनीला हार जाणार नाही. केसांचं म्हणावं तर तिचे कुरळे होते आणि वहिनीचे एकदम सरळसोट.

'म्हणून रागावलेत हो साहेब?' वहिनीच्या तोंडावर आता हसू होतं. 'पहिलं कोण आलं? अपाला मित्र?'

'नाही हो!' दीपाली खट्टू झाल्यासारखं दाखवत म्हणाली, 'अपालाही नाही. आसामचा सादिक हुसेन म्हणून कोणीतरी आला पहिला. कधी नावही ऐकलं नव्हतं. अपाला दुसरी आली.'

वहिनी म्हणाली, 'दीपाली, तू सरळ त्याच्या खोलीतच जा. नऊ वाजले तरी उठला नाही अजून. मी चहाबिहा पाठवून देते. रात्री उपाशी झोपलाय. उठल्याबरोबर भूक भूक करेल!'

वहिनीच्या परवानगीनं, तिच्या सांगण्यावरून आज प्रथमच ती त्याच्या झोपायच्या खोलीत आली होती. दोन्ही हातांनी पडदा सारून खोलीत शिरताना ती थरथरली होती. मुलं कशी झोपतात कोण जाणे! उघडी तर झोपत नसतील? सोहमच्या छातीवर थोडे केस होते. शर्टाचं वरचं बटण उघडं असलं किंवा त्यानं झब्बा घातला तर कधीमधी दिसायचे. कसंबसं स्वत:ला सावरून ती आत शिरली आणि अवाक्‌च झाली. त्याच्या वयाच्या मुलाची खोली इतकी स्वच्छ, नीटनेटकी, सुंदर असू शकते ह्यावर तिचा विश्वासच बसेना. खोलीत एक मंद, छान वास भरून राह्यला होता. खोलीची सजावट मालकाची उत्तम अभिरुची दर्शवत होती. उत्तर व दक्षिण दिशांना खिडक्या होत्या. त्या उघड्याच होत्या. वर फॅन गरगरत होता. सोहमनं रेघारेघांचा नाइट ड्रेस घातला होता. दोन उशा घेऊन तो पालथा झोपला होता. त्याचे लांब केस उशीवर अस्ताव्यस्त पसरले होते.

दीपालीनं एक रॉकिंग-चेअर ओढून घेतली व ती शांतपणे बसून राहिली. ती बसली असतानाच सोहमनं दोन-चार वेळा कूस बदलली. पण तिला संकोच वाटावं

असं काहीच घडलं नाही. त्यानं हालचाल केली की तिच्या छातीत धडधडायचं. अखेर खोलीत दीपाली बसलीय हे लक्षात येताच तो धडपडत उठला आणि उडी मारूनच त्यानं बाथरूम गाठली.

सोहमला बाथरूममधून बाहेर यायला बराच वेळ लागला. तो आंघोळबिंघोळ उरकूनच बाहेर आला. त्यानं ओ-द-कलोन किंवा एखादं बाथसॉल्ट वापरलं असावं. खोलीत वास दरवळला होता. सोहम बायकांसारखा शौकीन होता. त्यानं इस्त्रीचा पांढरा स्वच्छ पायजमा आणि झब्बा घातला होता. केस घाईघाईनं विंचरले असावेत. त्याचे डोळे एरवीही जरा लालसरच असत. पण कालच्या जागरणानं किंवा आज जास्त वेळ झोपल्यानं ते जास्तच लाल दिसत होते. त्यांच्या पांढऱ्याशुभ्र झब्ब्यावर निळ्या रंगानं विणकाम केलेलं होतं. सोहम आज जरा अधिकच नटला होता. जरा जास्तच जामानिमा करून त्यानं झोपेतल्या अस्ताव्यस्त अवताराची भरपाई केली होती.

घाईघाईनं अंथरूण आवरत सोहम दीपालीला म्हणाला, 'वेट अ मिनिट'

दीपाली म्हणाली, 'मी जरा हात ला......'

'वेड लागलंय का तुला?'

'सोहम, कॉन्ग्रेट्स!'

'टु हेल विथ युअर कॉन्ग्रेट्स'

'एवढं रागवायला काय झालं रे, बाबा? ही काही साधीसुधी कॉम्पिटिशन नव्हती हे विसरतोयस तू. अशी कॉम्पिटिशन आधी कधी झाली नव्हती आणि पुढे कधी होईल की नाही कोण जाणे!'

तिचं बोलणं ऐकून सोहम कमरेवर हात ठेवून तिच्याकडे रोखून पाहत म्हणाला, 'जाऊ दे तो विषय. मी गायलो मात्र चांगला. वन ऑफ माय बेस्ट, दीपू.'

'गुरुजी असताना तू अपालाच्या पुढे जाशील असं तुला वाटलंच कसं?'

'तो तर आणखीनच वेगळा प्रश्न आहे. अपाला काल जसं गायली तसं गाणं मी तिच्याकडून आतापर्यंत कधीच ऐकलं नव्हतं आणि तेसुद्धा एवढी चर्चा झाल्यानंतर. ती एवढी स्मार्टली उत्तरं देईल असं वाटलं होतं? तानपुरा हातात घेतला की अपाला ह्या जगात राहतच नाही. कसं स्वत:ला कलेक्ट केलं ना तिनं! जो राग तयार करून आली होती तो मध्येच सोडावा लागला तरी सजेशनप्रमाणे दुसरा राग ती अगदी सहजपणे गायली. वा! 'सपनेमें आवे पिया....' सोहम सुरात गायला लागला. मग मध्येच थांबून म्हणाला, 'तिच्या मध्यलयीपासूनच मला ओडिसी नाचावंसं वाटलं होतं, दीपू. तिनं गंधारात आणि निषादात ज्या जागा घेतल्या ना, त्या फॅन्टॅस्टिकच होत्या. तेव्हा मला काय वाटलं माहीत आहे? कोनार्कच्या टॉप फेजच्या त्या यक्षिणी की सुरसुंदरी आहेत ना, त्या जणू काही

नाचता नाचता त्रिभंग पोजमध्येच स्तब्ध झाल्यात.'

'तू हल्ली नाच पण शिकायला सुरुवात केलीयस वाटतं?'

'नाही. शिकत नाही. पण पाहतो. चांगला प्रोग्रॅम असला तर मिस करत नाही आणि कोनार्क तर मी ऑलरेडी चार वेळा पाह्यलंय. आणखी किती वेळा पाहीन सांगता येत नाही.'

'सोहम, तुझं जरा जास्तच होतंय हं! फारच इमोशनल! इम्पलसिव्ह! पहिली गोष्ट म्हणजे अपाला गायली चांगली. पण एवढ्या मोठ्या उस्तादांना उत्तरं द्यायचं बळ तिला आलं रे कुठून? म्हणे 'आम्ही सकाळचे राग कधी गायचे?' चंद्रकांतजींपुढे पांडित्य दाखवायचं? शास्त्रीय संगीतात अदब ही फार मोठी गोष्ट आहे, हे माहीत आहे ना?'

'पण तिनं कुठंही अदब सोडली असं मला नाही वाटत. अपू नम्र आहे ह्याबद्दल दुमत होण्याचं कारणच नाही. मी श्रोत्यांमध्येच बसलो होतो. बहुतेक सगळे तिची तारीफच करत होते. मी ऐकलं ना त्यांचं बोलणं.'

दीपाली चिडून म्हणाली, 'आता मी काय सांगते ते ऐक. गुरुजींनी तिला सगळं पढवून ठेवलं होतं. गिमिक. आपण सगळ्यांनी संध्याकाळचे राग गायचं ठरवलं असताना हिनंच अचानक तोडी का गायला रे? त्यांनी काही नियम केला नव्हता हे खरं! पण हा तर साधा कॉमन सेन्स आहे. सुरुवात केली तोडीनं. मग प्रश्नोत्तरं. त्यानंतर आपल्या इच्छेप्रमाणे दुसरा राग. हे सगळं गुरुजींनी जाणूनबुजून पढवून ठेवलं असणार. दुसरं काय! तिची रेंज दाखवण्याचा प्रयत्न. सकाळच्या रागांच्या आलापीत ती अगदी तयार आहेच. कसा चटकन पूरिया सुरू केला ते पाह्यलंस ना!'

'पण पंडितजींनी तिला तिचा तयार नसलेला एखादा राग गायला सांगितला असता म्हणजे? मग तिनं काय केलं असतं?'

दीपाली हळूच हसली. म्हणाली, 'हे बघ सोहम, प्रयाग, चंढिगड इथल्या परीक्षांना विद्यार्थ्यांना बसवून बसवून मी अगदी तयार झालेय, हे विसरू नकोस. मला परीक्षकांची साइकॉलजि चांगलीच माहीत आहे. पंडितजींचा आवडता राग पूरिया. ते पूरियाचे आणि शुद्ध कल्याणचे दर्दी आहेत, असं ऐकलंय. त्यांनी स्वत:च वेळेचा प्रश्न विचारला तेव्हा अगदी अंदाज करायचा म्हटलं तरी ते नाइन्टी नाइन परसेन्ट पूरिया गायला सांगणार हे उघडच होतं आणि तीही त्यांचीच बंदिश त्यांच्याच स्टाइलनं गायली.'

'दीपू, तुझं हे मात्र बरोबर नाही हं! पंडितजींची स्टाइल आहे अतिशय व्हिराइल. त्यांच्या गाण्यात मर्दानीपणा भरपूर आहे. अपूनं काही काही त्यांच्यासारखं गायलं.... त्यांच्यासारख्याच छोट्या छोट्या ताना, मुरकी, फिरत.....पण तिचं गाणं

तिचंच होतं, जनानी होतं. ॲण्ड व्हॉटएव्हर इट इज, ती गायली जीव ओतून. बेफाम. इन फॅक्ट पुष्कळ लोकांच्या मते निकाल रास्त नव्हता. सादिक काय गायला? सांग ना! एकदम स्टिरिओटाइप्ड. इम्प्रोव्हायझेशन, ताना सगळं तंतोतंत, ठरीव. ऐकताना लक्षात येत होतंच. रियाज मात्र खूप केलेला दिसत होता. तयारीही चांगली केली होती. पण नो अरिजिनॅलिटि. त्याचं गाणं सर्वोत्कृष्ट झालं, असं मला नाही वाटत. तुला वाटतं?'

'नाही. मुळीच नाही. नुसती तानांची आतशबाजी. म्हणूनच माझ्या मते तू पहिला, अपाला दुसरी आणि सादिक तिसरा असंच हवं होतं.'

'अपाला असताना मी पहिला? आणि तेही ती अशी गायल्यावर? शक्यच नाही. उलट तसं झालं असतं तर सगळ्यांत जास्त वाईट मलाच वाटलं असतं. तुझं जजमेंट बायस आहे, असं मला नाइलाजानं म्हणावं लागतंय, दीपू.'

'असेलही.' दीपू दातानं नख कुरतडत म्हणाली, 'पण अपालासारखं तुझ्या पाठीशी उभं राहणारंही कोणी नाही.'

'असं का म्हणतेस! गुरुजींनी आपल्या तिघांनाही पेटीची साथ केलीच ना! अपूची घेण्याची कुवतच जबरदस्त आहे. त्याला काय करणार? त्यातून आवाज किन्नरीसारखा. शिवाय गळ्यात सहज फिरत आहे. तिला त्यासाठी वेगळं काहीही करावं लागत नाही.'

'तू काहीही म्हण, सोहम, पण अपाला ख्याल काही नीट गायली नाही. तिची द्रुतलय ठुमरीवजा झाली.'

'ती ख्यालाच्या अंगानं गाऊ शकते, हे तिनं तोडीच्या आलापीतच दाखवून दिलं होतं आणि दीपू, प्रत्येकाची स्टाइल असते. नारायणराव व्यासांच्या रेकॉर्ड्स ऐकल्यास ना? आणि बडे गुलाम अली खाँसाहेब..... त्यांची स्टाइल आठव जरा. जाऊ दे. अशा कितीतरी गोष्टी सांगता येतील. मला वाईट वाटतंय ते अपू पहिली आणि मी दुसरा आलो नाही म्हणून. दुसरं म्हणजे तू स्वत:ला अगदी निग्लेक्ट करतेस. त्या पोरींना शिकवायचं जरा बंद कर. त्यांना शिकवताना तुझा रियाज राहूनच जातो. गुरुजींचं सगळं गळ्यात उतरवून घे. एवढी हयगय बरी नव्हे.'

वनमाळी कॉफी आणि न्याहरी घेऊन आत आला. न्याहरी म्हणजे जेवणच होतं. पुऱ्या, छोले, मटण, चटणी, मिष्टी वगैरे. ते पाहताच सोहमनं विचारलं, 'काय रे वनमाळी, रात्रीचं जेवण आणलंस वाटतं सकाळी सकाळी? तुला माझ्या हातचा प्रसाद खायचाय वाटतं?' वनमाळी दात दाखवत हसला. म्हणाला, 'मधल्या वहिनीसाहेबांचा निरोप आहे की काही टाकलंत तर मालकांकडे तक्रार करतील त्या. काल रात्रीपासून पोटात काही नाही.' दीपाली म्हणाली, 'गाणं म्हणजे एक प्रकारे कुस्तीच. हे ठाऊक आहे ना? शास्त्रीय संगीताबद्दल म्हणतेय मी. पूर्वीचे

उस्ताद पुरी, शिरा, मलई, रबडी हे खाल्ल्याशिवाय गायला बसत नसत. कित्येकजण जेवणाआधी दंड-बैठकाही काढत. तेव्हा खाऊन घे.'

'भूक मलाही लागलीच आहे. बरं, काय सांगत होतो? हं! तुझ्या गाण्याच्या शिकवण्या बंद कर.'

दीपाली म्हणाली, 'माझ्या शिकवण्या बंद करता येणार नाहीत आणि कोणत्याही स्पर्धेत मी नंबर मिळवू शकणार नाही, हे सत्य आहे. आमच्या नशिबाला अपयश पुजलेलं.'

'काहीतरीच काय! जन्मत:च चांगला आवाज मिळालाय. वाटेल ते गाऊन खराब करतेयस तो तू. सुरुवात कर. खाऊन झालं की चल. गुरुजींकडे जाऊ या. ते नक्कीच वाट पाहत असतील. आपल्या तिघांना त्यांनी पेटीवर साथ केली. नशीब त्यांनी पेटीला परवानगी दिली, नाहीतर गाणं इतकं रंगलं नसतं. काल मी फार चिडलो होतो. रात्रभर धड झोप आली नाही. आज तू आलीस ते बरं झालं. माझा मूड तरी बदलला. आफ्टर ऑल, एका गुरूच्या दोन शिष्यांना त्यांनी निवडलं. दॅट इज समथिंग.'

दीपाली म्हणाली, 'सकाळी गुरुजींकडे जाण्यात अर्थ नाही. गुरुजी नक्कीच अपूकडे गेले असतील. तिला बातमी सांगायला आणि दिलासा द्यायला.'

'शक्य आहे. पण मितूल तरी घरी असेलच. तीही वाट पाहत असेल.'

दीपालीची चेहेरेपट्टी चिनी वळणाची होती. गोरा भरभरीत रंग, डोळे गोल, बारीक, थोडेसे फुगीर आणि कानाच्या बाजूला किंचित तिरपे कललेले. चेहरा गोल, बसका. अशा चेहेऱ्यावर मनातल्या भावना चटकन उमटत नाहीत. ती फक्त एवढंच म्हणाली, 'मितूल? मितूलचं काय? तिला सगळं कळलं असणारच. आणि एव्हाना ती शाळेत गेली असेल.'

ह्यावर काय बोलावं ते सोहमला कळेना. तो गोंधळून इतकंच म्हणाला, 'हो.हो. तेही खरंच. तर मग संध्याकाळीच गेलेलं बरं! पण तेव्हा गुरुजींची शिकवणी सुरू असेल. हो ना? बरं! तुझा काय प्रोग्रॅम आहे?'

दीपाली हात उडवत म्हणाली, 'माझा आणखी काय प्रोग्रॅम असणार! पहिले पाढे पंचावन्न. तुझं अभिनंदन करायला आले होते. आता पुन्हा घर. खूप कामं पडलीत. सकाळच्या बॅचला आज सुट्टी दिली. पण दोन मुली इन्डिव्हिज्युअली येतात. त्यांना अटेण्ड करावंच लागतं. गळ्यात सूर नाही की ताल. पण त्यांच्या आईवडिलांनी त्यांना पट्टीच्या गायिका करण्याचा विडाच उचललाय. मधल्या मध्ये माझा मात्र जीव जातो.'

सोहम उदासपणे म्हणाला, 'ठीक आहे. मी आता आराम तरी करेन किंवा 'क्रिटिक ऑफ प्युअर रीझन' नावाचं पुस्तक वाचत बसेन. वाचण्यासारखं आहे. बघू

काही जमतंय का! बाबांची सक्त ताकीद आहे की भीष्मदेव अस, नाहीतर तारापद चक्कोती, एम. ए. झालंच पाहिजे.'

दीपालीला दारापर्यंत पोहोचवून सोहम दक्षिणेकडच्या व्हरांड्यात येऊन उभा राहिला. दीपालीनं एकदा वळून हात हलवला आणि मग ती प्रियनाथ मल्लिक रोडच्या वळणावर दिसेनाशी झाली. सोहमनं सिगरेट शिलगावली.

दीपाली तशी फार चांगली मुलगी होती. एवढा सतारीसारखा सुरेल आवाज असूनही कित्येक वर्ष ती होती तिथंच होती. पण तरीही तिची तक्रार नव्हती. सोहमच्या आणि अपालाच्या – विशेषत: सोहमच्या – यशातच ती तिचं यश मानायची. अशा स्वच्छ, निकोप वातावरणामुळेच सोहमला गुरुजींकडे शिकायला खूप आवडायचं. इतरही खूप नामवंत शिक्षक होते. ते तर स्वत: सगळं गाऊन दाखवत विद्यार्थ्यांना. रामेश्वर ठाकुरांना तसं करणं शक्य नव्हतं. मग ते हार्मोनियम, एसराज, सतार ह्यांच्यावर वाजवून दाखवत. त्यामुळेच की काय अधिक बारकावे कळत. पल्लेदार मींड आणि विजेसारखं चापल्य असलेल्या ताना शिष्यांच्या गळ्यात उतरत. 'मितूल पुढे काय करणार आहे कोण जाणे! शी इज स्वीट सिक्स्टीन. तिची आई म्हणे अतिशय देखणी होती! मितूल तिच्या आईवरच गेली असावी. ती फक्त पाच वर्षांची असताना बिचारीची आई हार्ट-अॅटकनं गेली. वडिलांचा आवाज काही तिच्यात आला नाही. पण गुरुजी मोठ्या जिद्दीनं शिकवताहेत. कोणी सांगावं, चार-पाच वर्षांनंतर तिच्या बसक्या आवाजात बदल होईलही! सध्या मात्र तिचा कल लाइट क्लासिकलकडे आहे.' ती गायची; पण त्याहूनही खूप ऐकायची. तिला नाचायचीही खूप आवड होती. सोहमनं तिला कधीमधी नाचताना पाह्यलं होतं. नृत्याचं काहीही शिक्षण नसताना ती इतकं चांगलं नाचू शकते, हे सोहमनं प्रत्यक्ष पाह्यलं नसतं, तर त्याचा ह्या गोष्टीवर विश्वासच बसला नसता. पण मितूल भारी चंचल होती. तिच्यात चिकाटी कमीच होती. त्यामुळेच कोणत्याच गोष्टीत ती यश मिळवू शकत नव्हती.

दीपाली गेल्यावर अर्ध्या-एक तासानं सोहमनं शर्ट-पॅन्ट घातली, भांग पाडला आणि वनमाळीला हाक मारून तो म्हणाला, 'वहिनींना सांग की आज मी कॉलेजला जाणार नाहीय. दुपारी जेवायला येईन. पण कदाचित मला उशीरही होईल.'

तो प्रेमचंद बडाल स्ट्रीटकडेच निघाला. गुरुजींच्या घरी. आज शनिवार. मितूलच्या शाळेला आज सुट्टीच असते. मितूलला चॉकलेट्स फार आवडायची. म्हणून जाता जाता त्यानं महागातली महाग चॉकलेट्स आठवणीनं घेतली.

४

आकाशात जसा ध्रुव तशी पृथ्वीवर नाजनीन बेगम. सदैव जागी. ध्रुवाप्रमाणे स्थिर आणि शुक्राप्रमाणे तेजस्वी. 'मेरे तो मन श्यामसुंदर वनमाली'....तिलंग्यातील कानांत घुमणारे सूर. जीवघेण्या लकेरी. कधी निरभ्र आकाशात भरारणाऱ्या तर कधी एकाकी ढगामागून फाकणाऱ्या चंद्रकिरणांप्रमाणे बहुरंगी सौंदर्याच्या नवलाईनं आकाश, पृथ्वी व्यापून टाकणाऱ्या. चांदण्यात न्हाऊन निघालेल्या गंगा-यमुना-कृष्णा-कावेरी-गोदावरी. त्यांच्यावर उठायचं स्वरांचं मोहोळ. कधी तिर्यक्‌पणे तर कधी अगदी सरळ. 'बिनादरशन मन विरध रतनाही । मदन मोहन गोपाल।'

अपाला तिच्या लहानपणीच तिच्या बाबांना मुकली होती. पण त्यांची आठवण कायम तिच्याजवळ होती. त्यांचा चेहरा अस्पष्ट स्मरायचा पण वडीलपण अगदी स्पष्ट. त्यांचं दिसणं, बोलणं फारसं आठवत नसलं तरी तिच्या लेखी त्यांचं अस्तित्व ध्रुवाप्रमाणे होतं. तिला ते सतत जाणवायचं. अंधुक अंधुक का होईना जाणवायचं. ते दिसत नसले तरी ते होते. असत. मार्ग दाखवायला, अडचणीत योग्य निर्णय घेताना, प्रकाशवाट सूचित करायला ते असत. बाबांबरोबरच अपालाच्या आयुष्यातून सुख-शांती गेली होती. आराम, आधार, मोकळेपणा तिच्यापुरता संपला होता. तिनं काहीही करायचं म्हटलं की प्रथम तिला नकारघंटाच ऐकावी लागायची. तिच्यासारख्या लाजऱ्याबुजऱ्या, नम्र मुलीला नकाराचा होकार करताना इतका त्रास व्हायचा की मनःस्वास्थ्य मिळायचंच नाही. तरी अपालाचं एक बरं होतं. ती जेवढी जिद्दी होती तेवढीच तडजोड करणारीही. सध्या तिच्या आयुष्यात म्हटलं तर स्थिरता होती. घरातल्या सगळ्यांनी ती गाणार, प्रेमचंद बडाल स्ट्रीटवर जाणार, मैत्रिणींबरोबर तिला मित्रही असणार, तिच्या गाण्याच्या क्लासमधल्या मित्र-मैत्रिणींबरोबर ती ट्रॅम किंवा बसमधून प्रवास करणार, कधी एखाद्याच्या गाडीतूनही येणार' हे सगळं स्वीकारलं होतं. म्हणजे आता ह्या गोष्टी पूर्वीइतक्या खटकत नव्हत्या.

काकी गेल्यावर काकांनी दुसरं लग्न केलं नव्हतं. त्यांना मूलबाळही नव्हतं. ते भावाकडेच राहत. भाऊ गेल्यानंतर त्याच्या संसाराची जबाबदारी त्यांनी उचलली होती. घराला त्यांचा आधार होता. पण काका बाबांसारखे नव्हते. त्यांची शिस्त कडक होती, त्यांचा खूप वचक होता, त्यांना कर्तव्याची जाणीव होती; पण टोकाचा अहंकार होता. ते सर्व करत मात्र त्यात ममता नसे. अपूची आई तर बिचारी एखाद्या गुलामासारखी राबायची. डोक्यावर जुनापुराणा का होईना दोन पात्यांचा पंखा फिरत असतानाही मोठा दीर जेवायला बसला की सुजाताबाई हातपंखा घेऊन वारा घालत बसायच्या. त्यांचं स्वयंपाकघर तळमजल्यावर होतं. घरातले इतर

सगळे तिथंच पाटावर बसून जेवत. पण काका वरच्या मजल्यावर आपल्या खोलीत जेवत. देवाच्या नैवेद्यासारखं त्यांचं ताट व्यवस्थित वाढून घेऊन सुजाताबाईंना चार वेळा वरखाली करावं लागायचं. –अगदी जावयासारखी बडदास्त ठेवायला लागायची त्यांची. ते एक साधं, मध्यमवर्गातलं कुटुंब होतं. काकांची ही जमीनदारी वृत्ती प्रद्योत, अपालाला आवडत नसे. प्रद्योत मधून मधून टोमणेही मारायचा. त्यांच्या आईला बरंच सोसावं लागत होतं; पण विरोध करण्याची कल्पनाही त्यांच्या मनाला शिवत नसे. प्रद्योत स्वभावानं आनंदी होता. तापटपणा त्याच्यात अजिबात नव्हता. अपाला तर शांत आणि थोडी भित्रीच होती. काकांना सामोरं जाण्यासारखं तिचं व्यक्तिमत्त्वच नव्हतं. काका जेवत तेव्हाच संसाराबद्दलचं थोडंफार बोलणं होत असे. बोलणं म्हणजे काय तर काका बोलणार आणि सुजाताबाई ऐकून घेणार. फार झालं तर, अगदी खालच्या आवाजात एखादं वाक्य बोलणार. काका म्हणायचे, 'वहिनी, ह्या महिन्यात वाणसामानाचा खर्च बराच झालाय. बजेटच्या वर.'

मग सुजाताबाई स्पष्टीकरण द्यायच्या, 'दादा, धान्याचे भाव आकाशाला भिडलेत. शिवाय गावाकडून वनबिहारी आला होता ना दोन-एक दिवस.' गावाकडे त्यांची जी शेतीवाडी होती त्याची देखभाल हा वनबिहारी करायचा. म्हणजे बरंचसं स्वतःच खायचा आणि मध्येच केव्हातरी आंबे, थोडीशी अंडी, बटाटे, सरसूचं तेल, तांदूळ असं काहीबाही एवढंतेवढं घेऊन यायचा. आला की काही दिवस मुक्काम ठोकायचा. आला की प्रत्येक वेळी हॉग मार्केट, कालिघाटावरचं मंदिर, दक्षिणेश्वर, म्युझिअम, झू–हे सगळं तो पाहणारच. त्याशिवाय त्याचा मुक्काम हलायचा नाही.

काका पुढे म्हणत, 'वनबिहारी फक्त दोन की तीन दिवस होता.'

वनबिहारीचं एकट्याचं जेवण त्या चौघांइतकं आहे हे सुजाताबाई त्यांना सांगू शकत नसत. मग काकाच विचारत, 'मग काय दूध कमी करायचं?'

सुजाताबाई समजून होत्या की दुधाचा रतीब कमी करणं म्हणजे त्यांच्या मुलांच्या तोंडचं दूध काढून घेणं. कारण काका दुधाशिवाय राहणं शक्यच नव्हतं. त्यांना थोडं आटवलेलं दूध लागायचं. मिशांना लागलेलं दूध ते मोठ्या समाधानानं पुसत. हा रोजचा कार्यक्रम होता. सुजाताबाईंना गप्प बसण्याशिवाय मार्ग नसायचा. त्या सहज हातपाय गाळणाऱ्यातल्या नव्हत्या. पण हल्ली त्यांच्या डोळ्यांत टचकन पाणी यायचं. अपूचे बाबा अचानक गेले. त्यांनी मागे काही ठेवलं नव्हतं. राहत्या घरातला भाग आणि गावाकडच्या इस्टेटीतला काही हिस्सा एवढीच त्यांची मालमत्ता. बाकी सगळं होतं ते मोठ्या दिराचं. मग काका अचानक उदार होऊन म्हणत, 'नाही. नाही. चुकलंच माझं. पोराचा डॉक्टरकीचा अभ्यास म्हणजे काही साधंसुधं काम नाही. किती मेहनत करावी लागते! त्या पोरीलाही कॉलेज, गाणं सांभाळून घरकाम करावं लागतं. तिलाही दिवसभर दगदग होते. पण वहिनी,

तुम्हाला ठाऊक आहेच की जे राहील ते तुमच्याच मुलांना मिळणारय. मी काहीच बरोबर घेऊन जाणार नाही.'

सुजाताबाईंना ही गोष्ट चांगली माहीत होती. काकांना कोणीच नव्हतं. ते दोनच भाऊ. त्यांना बहीणबिहीण नव्हती. काका आपल्या भावाच्या मुलांचं सर्व करत, पण ते त्यांच्या मनाप्रमाणे. प्रद्योतला इंजिनीयरिंगकडे जायचं होतं. तो कोर्स लवकर पुरा होणारा होता. कोर्स पुरा होताच नोकरी धरता आली असती. मग संसारालाही हातभार लागला असता. प्रद्योतच्या दृष्टीनंही ते सोयीचं होतं. तो लवकर स्वतंत्र झाला असता. पण काका हट्टालाच पेटले. त्यांच्या मते मेडिकलला चान्स मिळालाय तर तो सोडता कामा नये. त्यांनी कोणाचं काहीही ऐकलं नाही. घरात एक डॉक्टर हवाच. त्यांचे आजोबा एक प्रथितयश डॉक्टर होते ना!

अपालाच्या बाबतीत मात्र जरा वेगळं घडलं. पण त्यामुळे मधल्यामध्ये सुजाताबाईंची पंचाईत झाली. अपालाला सायन्सला घालायची असं काकांनी पक्कं ठरवून टाकलं होतं. पण अपालानं तर गणिताचा धसकाच घेतला होता. काकांच्या कानावर ही गोष्ट जाताच ते म्हणाले की ती गाते. नुसतीच गाणी म्हणत नाही तर अभिजात संगीत गाते. त्यात तालाचा किती बारीक हिशेब ठेवावा लागतो. तो तिला चांगला जमतो तर मग मनात आणलं तर तिला गणितही जमेल. काकांच्या इच्छेविरुद्ध अपाला गुपचूप आर्टस्‌ला ॲडमिशन घेऊन मोकळी झाली. काका खूपच नाराज झाले होते. त्यातून अपाला अभ्यासात यथातथाच होती. तेव्हा सुजाताबाईंना तिला सतत पाठीशी घालावं लागायचं.

हल्ली अपालाला सतत एकच विचार सतावायचा. हे कोंदट, अंधारं घर, काकांची नाराजी, कधी कधी स्वार्थी वाटावी अशी तिच्या दादाची बेफिकिरी, स्वत:चं एकही वाद्य नाही, आईचा आधार घ्यावा तर ती अगतिक–अशा परिस्थितीत ती खरंच लखनौला जाऊ शकेल का? नाजनीन बेगमच्या खासमहालात–दंतकथेतील वाटावा अशा त्या संगीतमहालात–ती कधीतरी तानपुरा घेऊन बसू शकेल का? हे घडू शकेल? खरंच? घरातलं वातावरणच असं होतं की तिला समाधान होईपर्यंत गाणं कठीण होतं. पावसाळ्यात गच्चीत पाऊल टाकणंही मुश्कील. उन्हाळ्यात फार फार तर सकाळी सहा वाजेपर्यंत बसता यायचं. मग तिथं बसवतच नसे. ती जेव्हा पहाटे रियाजाला बसायची तेव्हा दादा त्याच्या खोलीत झोपलेला असायचा. डोक्यापाशी जाडी जाडी पुस्तकं पालथी पडलेली असायची. तो रात्री बराच वेळ जागून अभ्यास करायचा. त्यामुळे मग त्याची झोप मोडू नये म्हणून ती अगदी खालच्या आवाजात सूर धरायची. तरीही मध्येच दादा जागरण व झोप ह्या दोन्हीमुळे लाल झालेले डोळे चोळत उठायचाच. 'झाली का तुझी क्याऽऽऽऊंऽऽऽम्याऽऽऽऊंऽऽऽला सुरवात?' तो विचारायचा.

'हो. झाली.' अपाला ठामपणे उत्तर द्यायची.

आणखी एखादी डुलकी काढल्यावर दादा म्हणायचा, 'तुझा आवाज खरंच छान आहे ग, अपू! झोप तर मोडली नाहीच पण एवढ्या सकाळीही एक अफलातून स्वप्न पडलं. कोणता राग होता?'

'ललत'

'फारच छान आहे, अपू. पण ते तुझं नोन तोम तेरे नेरे म्हणजे काय?'

'अरे, फार पूर्वीचं मार्गी संगीत ईश्वराची आळवणी करण्यासाठी गायलं जायचं. म्हणून रागाच्या आलापीतले शब्द होते. 'अनंत हरिनारायण'. पुढे मोगलांच्या कारकिर्दीत अशिक्षित म्हणा किंवा संस्कृत येत नसलेले म्हणा-गायला लागले. त्यांनी गाताना त्यांचं 'नोम तोम' केलं.'

'बाप रे! गाण्यात पण अभ्यासाची भानगड आहे वाटतं!'

'मग तुला काय वाटलं? गाणं म्हणजे रिकामढंग!'

'ठीक आहे. ठीक आहे. गा तू. पण फ्रँकली स्पीकिंग, मला आपलं वाटलं, 'तू माझी अन् तुझा मी' असं काहीतरी असेल हे.'

असं झालं की अपालाला हसू आवरत नसे. ललत. निखालस संधिप्रकाशी राग. तो आता विरून जायचा. अपाला हसू दाबत म्हणायची, 'तू म्हणतोयस ना तशातलं गाते. ऐक. म्हणजे शास्त्रीय संगीतातील भावछटांची मोहकता आणि वेगळेपणा कळेल तुला. ऐकतोयस ना?'

अपूकडे तोंड फिरवून प्रद्योत डोळे मिटून म्हणायचा, 'ठीक आहे. गा. पहाटेचं स्वप्न पुन्हा पडलं तर तुला प्राइझ देईन.'

मग अपाला जोगिया आळवायला सुरुवात करायची. सुरेल मींडकाम, मधुर आलाप खोलीत गुंजत राह्यचे. प्रद्योत दोन-चार वेळा मान डोलावून 'वा-वा' करायचा आणि मग गाणं ऐकता ऐकता झोपून जायचा.

नाजनीन बेगमच्या खासमहालाच्या खिडक्यांतून सुरुची झाडं दिसतात म्हणे! कोणत्या प्रकारचे सुरु असतील बरं ते? खूप प्रकार असतात सुरुचे. अपालाला सगळेच सुरु आवडायचे. यमन आवडतो की पूरिया, हे जसं सांगणं कठीण तसंच सुरुंचं. तिथं कारंज्यावर इंद्रधनूंच्या रंगाची बरसात करत सूर्य उगवत असेल आणि त्या प्रशस्त, निवांत महालात गुरु-शिष्येच्या जुगलबंदीत 'बाजूबंध खुलु खुलु जाय...'

गेले काही दिवस अपाला अगदी खुषीत होती. 'सूरलोक'नं नेमलेल्या परीक्षकांनी तिला योग्य न्याय दिला नव्हता. ती पहिली आली असती तर तिला स्कॉलरशिप मिळाली असती, तिचा पैशांचा फार मोठा प्रश्न सुटला असता, हे तिच्या डोक्यातच नव्हतं. एके दिवशी इंग्रजीच्या तासाला रमलादी म्हणाल्या, 'अपाला, अपाला मिट्रा, वुइ आर प्राउड ऑफ यू. दि स्टेट्समन्स म्युझिक क्रिटिक हॅज प्रेझ्ड युअर

परफॉर्मन्स सो एलोक्वन्टली!'

कॉलेजमधल्या एकूण एक फन्क्शनध्ये अपालाचं गाणं ठरलेलंच असे. ती अभ्यासात अगदी सर्वसाधारण असूनही कॉलेजमधील सर्वच तिला ओळखत. पण इंग्रजीच्या प्रोफेसर रमलादी ऊर्फ आर. जी. फारच हाइब्राऊ म्हणून ओळखल्या जात. वर्गात सर्वांसमोर त्यांनी तिची अशी स्तुती करावी! तिनं तर कधी ह्याची अपेक्षाच केली नव्हती. स्तुती ऐकताच अपालाचा चेहरा लाल झाला होता. तिनं मान खाली घातली होती. नंतर तिच्या खट्याळ मैत्रिणींनी तिला चिडवलं होतं, 'अपाला, तू कितीही चांगलं गायली असतीस पण 'स्टेट्समन'नं तुला असं डोक्यावर घेतलं नसतं तर आर. जीं.नाही तुझा एवढा अभिमान वाटला नसता बरं का!' कारण 'अॅज द स्टेट्समन सेज' हे शब्द म्हणजे आर. जीं.चा मापदंड. स्टेट्समनमध्ये पुढे म्हटलं होतं, 'दि अॅवॉर्ड मे गो टू अॅसाम्स सादिक हुसेन, बट दि अॅक्लेम गोज डिसाइडेडली टू बेंगॉल्स अपाला मिट्रा. शी इज दी रियल टॅलेन्ट दॅट द 'सूरलोक' वॉज लुकिंग फॉर.'

पोलिटिकल सायन्सच्या प्रोफेसर चंदनादी म्हणाल्या, 'आमचे एक क्लोज्ड रिलेटिव्ह गेले होते 'सूरलोक'च्या कार्यक्रमाला. त्यांनीच मला सांगितलं की अपाला मित्र फारच सुरेख गायली. अपाला, तुझं खरं व्होकेशन गाणंच. परीक्षेतल्या मार्क्सबद्दल वाईट वाटून घेऊ नकोस. चांगले मार्क्स मिळवायचा प्रयत्न जरूर कर. पण दोन्ही एकदम जमत नसेल तर मग काय करणार?' ह्या चंदनादींना त्यांच्या रागीट स्वभावामुळे सगळे 'चंडी' म्हणायचे.

मनीषा अपालाची कॉलेजमधली अगदी जिवलग मैत्रीण. ती स्वत:ही गायची. तीही कार्यक्रमाला गेली होती. ती म्हणाली, 'अपू, एके दिवशी तू हिराबाईंसारखी गायिका होणार. तुझी एक खास गोष्ट तुला ठाऊक आहे का? बहुतेक सगळ्या गायिका गाताना पुरुषांसारखा घोगरा आवाज काढतात. उस्तादांकडून शिकत असल्यामुळे असं होत असावं. पण तुझा आवाज अगदी मुलायम, नितळ आहे आणि तू मुद्दामहून असा आवाजबिवाज काढत नाहीस. त्यामुळेच क्लासिकल न कळणाऱ्यांनाही तुझं गाणं आवडेल'. मनीषा रवीन्द्र संगीत गायची. तिचा आवाज जोमदार होता. कॉलेजमधल्या सोशलमध्ये ज्या नृत्यनाटिका होत त्यात पुरुषपात्रांची गाणी तीच म्हणायची आणि नायिकेची अपाला. अपाला अभिजात संगीत गात असल्यामुळे पुष्कळ वेळा तिच्या गाण्यात अभिजात संगीताची अदाकारी यायची, स्वरलिपीत बांधून घेऊन गाणं तिला अवघड जायचं. अशा वेळी मनीषाच तिला मदत करायची. मनीषा म्हणाली, 'अपू, आपण फार शिकू असं वाटत नाही. तू आणि मी मिळून गायनशाळा काढू या. तू शास्त्रीय संगीत शिकव. मी रवीन्द्र संगीत शिकवेन आणि तुझी ती मैत्रीण दीपाली ग...... ती नजरुलची गाणी छान म्हणते

ना? ती ती गाणी शिकवेल. कशी आहे कल्पना?'

मनीषाची कल्पना ऐकताच अपालानं तिला आपल्या लखनौच्या स्कॉलरशिपबद्दल सांगितलं. वरती म्हणाली की ही गोष्ट कोणाला सांगितलीस तर माझी शपथ आहे. मनीषा आनंदानं उडालीच, 'अग, सांगतेस काय! तू तर एकदम आकाशात भरारी मारायला निघालीस की! आता तू एकदम स्टार होणार. हो ना? तुझ्या उंचीला कोण पोहोचणार ग!'

कॉलेजच्या मागे एक रेन-ट्री होती. तिथं बसून त्या गप्पा मारत. अपाला झाडाच्या शेंड्याकडे पाहत म्हणाली, 'मनीषा, मी नेहमी 'मी'च राहणार हं! ताराबिरा काही होणार नाही. गाताना मला खूप आनंद होतो. तुला म्हणून सांगते, अग, गाण्यावर मी आपल्या आवडत्या माणसासारखं प्रेम करते. गाण्याएवढं मला काहीही प्रिय नाही.'

मनीषा म्हणाली, 'अहा रे, वेडाबाई! अग, गाणं तर एक ॲब्स्ट्रॅक्ट गोष्ट आहे. त्याच्यावर कोणी माणसासारखं प्रेम करतं का? तुझ्या आईवर, दादावर तुझं प्रेम नाही? किंवा तुझं लग्न झाल्यावर तू आपल्या मुलाबाळांवर प्रेम करणार नाहीस?'

'ते तर करतेच आणि करणारच. आईबद्दल तर मला फार वाटतं ग! आईला थोडा आराम, थोडं स्वातंत्र्य कधी देता येईल तेच बघते मी. पण गाणं जे काही मला देतं ना, ते दुसरं कोणीही देऊ शकत नाही ग! खरंच सांगते.'

'का? तुझा सोहमपण नाही?'

मनीषाचा हा प्रश्न ऐकून अपाला चपापलीच. 'काय म्हणालीस?'

'सोहम आणि तुझ्यात तसं काहीच नाही? माझा नाही विश्वास बसत, अपू! अग, त्या दिवशी मी तुम्हा दोघांना मेडिकल कॉलेजच्या समोरून निळ्या ॲम्बॅसडरमधून जाताना पाह्यलं ना! तू त्याच्याशी गप्पा मारण्यात इतकी रंगून गेली होतीस की माझ्याकडे तुझं लक्षच गेलं नाही.'

अपाला हसून म्हणाली, 'मला पाह्यलंस. सोहमलाही पाह्यलंस. पण तानपुऱ्याची दांडी गाडीच्या खिडकीबाहेर आली होती, ती नाही पाह्यलीस. ह्या कॉम्पिटिशनच्या प्रॅक्टिससाठी गुरुजींनी त्यांचा तानपुरा दिला होता. तो सोहमनं त्याच्या गाडीतून माझ्या घरी पोहोचवला इतकंच. मनीषा, तू असं काही विचित्र बोलशील असं कधी वाटलं नव्हतं मला. आमच्या कोणाच्याच मनात असं काही नाही. अग, आम्ही एकाच गुरूंचा गंडा बांधलाय. बरीच वर्षं आम्ही एकत्र शिकतोय. एकमेकांना खूप मदतही करतो. खूप छान मैत्री आहे आमची. त्याहून वेगळं काही नाही. आणि असं कसं असेल ग?'

मनीषा म्हणाली, 'मीही गाते. गाण्यासारखी रोमँटिक गोष्ट दुसरी नाहीच. गुरुजी वयानं मोठे असले ना, तरी मुली गाणं शिकता शिकता आपण होऊन

त्यांच्या प्रेमात पडतात. मग एकाच गुरूकडे शिकणाऱ्यांमध्ये ओढ नाही निर्माण होणार? एकमेकांच्या गुणांमुळे आकर्षण नाही वाटणार? सारखं सहवासात राहिल्यावर प्रेम नाही उपजणार? अगदीच अशक्य आहे हे?'

अपाला गंभीर स्वभावाची होती. तिला चटकन थट्टामस्करी करणं जमायचं नाही. तरीही गवताची काडी चुरगळत मिश्किलपणे हसत ती म्हणाली, 'तुला असा काही अनुभव आलेला दिसतोय!'

मनीषा फिसकन हसली आणि म्हणाली, 'अजून तसं काही नाही; पण होणारच नाही असंही नाही. अपू तू काहीही म्हण, पण जीव जडावा असाच आहे हं सोहम! देखणा. अभ्यासात तुझ्यापेक्षा नक्कीच वरचढ. घरची बॅकग्राउंडही चांगलीच आहे. शिवाय केवढा टॅलन्टिड!'

'तू वधू-वरांच्या जाहिरातीत जाहिरात दिल्यासारखं बोलतेयस हं!'

अपाला शांत होती. अबोल होती आणि हाडाची गरीब होती. ती मनातलं पटकन बोलायची नाही. फार वाईट वाटलं तर तिचे डोळे डबडबायचे आणि आनंद झाला तर चेहरा फुलून यायचा. बस. इतकंच. त्यामुळेच ती सध्या हवेत तरंगतेय हे वरून लक्षात येणं शक्यच नव्हतं.

चार पंचेचाळीसपर्यंत लेक्चर्स होती. त्यामुळे घरी यायला अपालाला सहा वाजले. ती कडी वाजवणार तोच तिच्या लक्षात आलं की दार उघडंच आहे. अपालाला आलेली पाहताच तिची आई म्हणाली, 'अपू, आज एवढा उशीर?'

'अग, आज शेवटपर्यंत तास होते.'

'बरं! बरं! जा. पटकन बाथरूममध्ये जा आणि चटकन आंघोळ करून ये. मी वेणी घालून देते तुझी. तुझे कपडेही काढून ठेवलेत.' आज आईही परीटघडीची साडी नेसलीय, हे अपालाच्या लक्षात आलं. साडीला इस्त्रीचा वास येत होता. कुठंतरी बाहेर जायची तयारी असावी. आईनं नीटनेटकी वेणीफणीही केली होती.

'कुठं जायचंय वाटतं?'

'तू आटप बघू.'

जिना चढता चढता अपालानं विचारलं, 'आई, काय भानगड आहे? काकांना नाटक बघायची लहर आली का?' तिच्या काकांना मधूनच अशी लहर यायची. मग ते घरातल्या सगळ्यांना घेऊन नाटक-सिनेमाला जायचे किंवा बेलूर मठ, दक्षिणेश्वर, बॅन्डेल चर्च वगैरे ठिकाणी फिरायला जायचे.

आई म्हणाली, 'अग, तुला पाह्यला आलेत. काकांच्या बैठकीत बसलेत सगळे.'

'मला पाह्यला? म्हणजे?'

'अग, स्थळ आलंय तुझ्यासाठी'

अपाला आईच्या बिछान्यावर मटकन बसली. आईनं घाबरून तिच्याकडे पाह्यलं. तिचा चेहरा पांढराफटक पडला होता. इतक्यात काकांच्या पावलांचा आवाज आला.

'काय झालं?'

खोलीच्या दारावरचा पडदा सरकवलेला होता म्हणून ते दारातूनच परत गेले. सुजाताबाई फिसफिसल्या, 'जा, अपू! आटप लवकर' अपाला तशीच बसून राहिली. मग दाटून आलेल्या आवाजात म्हणाली, 'आई, मला लग्नच करायचं नाही.'

'बाई, मुलीच्या जातीला असं म्हणून कसं चालेल! आज ना उद्या लग्न तर करावंच लागणार.'

'पुढचं पुढं बघू.'

'माझ्याकडे बघ, अपू! ते लोक आपणहून आलेत. मुलगा राजबिंडा आहे. तुझं गाणं ऐकून चौकशी करत आलेत. जा. तयार हो. जा म्हणते ना! जायलाच हवं तुला. मी बाथरूममध्ये साडी ठेवलीय.'

अपाला उठली. अंगात त्राण नसल्यासारखी पाय ओढत चालत ती बाथरूममध्ये शिरली. सुजाताबाई लेकीची वाट पाहत बाहेर थांबल्या होत्या. वीस मिनिटं झाली. शेवटी सुजाताबाईंनी दाराला हळूच धक्का दिला. दार उघडून अपू बाहेर आली. जी पांढरी धनियाखाली साडी नेसून ती कॉलेजला गेली होती तीच तिच्या अंगावर होती. डोळे लाल झाले होते. डोळ्यातलं पाणी गालावर ओघळल्यानं गाल चकाकत होते. तिनं केसांवरून साधा कंगवासुद्धा फिरवला नव्हता. केस थोडे विसकटले होते. चेहरा उतरला होता.

'हे ग काय! आंघोळ नाही केलीस? केस असेच? गढवाल ठेवली होती ना? नाही नेसलीस?'

अपालानं तोंडातून चकार शब्द काढला नाही.

'साबण लावून तोंड तरी धुवायचंस! डोळे किती लाल झालेत! अशी कशी जाणार ग त्यांच्या समोर?'

अपाला तरीही चूप. सुजाताबाईंच्या हातात दुधाचा ग्लास. त्यात आज खास काकांसाठी असलेला बोर्नव्हिटा. 'घे. पिऊन टाक चटकन.'

'भूक नाही मला.'

नाइलाजानं ग्लास टेबलावर ठेवून सुजाताबाई म्हणाल्या, 'चल'

काकांच्या बैठकीच्या खोलीत एक आरामखुर्ची, जुन्या पद्धतीचं संगमरवरी गोल टेबल, वेताच्या खुर्च्या. अपाला व सुजाताबाई आत येताच आलेले पुरुष उठून उभे राहिले. त्यांच्याबरोबर आलेल्या बाई कुतूहलानं अपालाला निरखू लागल्या.

काका उत्साहानं म्हणाले, 'ही आमची पुतणी. टेक्निकली पुतणी. पण खरं तर ती मला मुलीसारखीच आहे. आताच आलीय कॉलेजमधून. पाह्यलंत ना, किती साधी आहे! नटणं-मुरडणं ठाऊकच नाही. आईला घरकामात सगळी मदत करते. शिवाय कॉलेज. बी. ए. ऑनर्स करतेय. गाणं तर आहेच. सगळं अगदी व्यवस्थित सांभाळते. कुठंही चुकारपणा नाही.'

अपाला दाराकडे पाठ करून उभी होती. पुरुषांपैकी एकजण घाईघाईनं म्हणाले, 'बसा ना. बसा.'

त्या आवाजातील सभ्यपणामुळे म्हणा की आपलेपणामुळे अपालाला एकदम गरगरल्यासारखं झालं. उलटीची भावना झाली. घशात काहीतरी अडकल्यासारखं वाटलं. ती अगदी अलगद टेकली. कोण बोलतंय हेही तिनं पाह्यलं नाही. आलेल्या बाई प्रौढ आणि घरंदाज होत्या. त्या म्हणाल्या, 'तुझ्यापेक्षा मी वयानं बरीच मोठी आहे म्हणून तुला 'तू'च म्हणते हं! त्या दिवशी 'सूरलोक'च्या कार्यक्रमात तुझं गाणं ऐकून आम्ही–म्हणजे माझे यजमान, माझा भाऊ आणि मी–अगदी भारावून गेलो.'

काका म्हणाले, 'पोरी, एखादं गाणं म्हण ना! ते म्हण, 'महा सिंधूर ओपार हते' किंवा 'प्रभू आमार प्रिय आमार.' नुसतीच गा. काही साथसंगत लागत नाही तिला. इकडचा सूर तिकडे होणार नाही कधी.'

एक पुरुषी आवाज आला, 'राहू द्या. आता नका गायला सांगू. फार थकलेल्या दिसतायत. गाणं ऐकलंय. म्हणून तर आलो ना!

त्या बाई म्हणाल्या, 'मावशी घेऊन जा तिला. पुन्हा कधीतरी बोलू तिच्याशी.'

दाराबाहेर पडता पडता त्या बाईंचे शब्द अपालाच्या कानावर आले, 'फारच लाजरी आहे नाही?'

काका म्हणाले, 'लाजरी, नम्र, शांत आणि गरीबही. पण स्टेजवर मात्र एकदम धीट. पाच-सहा वर्षांची असल्यापासून शेकडो लोकांसमोर गात आलीय. आज आपण येणार आहात हे मी तिला बोललो नव्हतो.'

'ते का?'

'अहो, हल्लीच्या ह्या मुली. पाहण्याबिहण्याचा कार्यक्रम आवडत नाही त्यांना. उगाचच दुखावल्या जायच्या.'

'तेही खरंच. पण आपण आधी बोलला असतात तर बाहेर कुठंतरी केला असता हा कार्यक्रम. म्हणजे एखाद्या हॉटेलमध्ये किंवा व्हिक्टोरिया मिमॉरिअल.......' त्या बाई म्हणाल्या.

'प्रवालबाबू, मी जुन्या पिढीतला. मला हे असलं काही पसंत नाही आणि आज आपण आलात. ठीक आहे. पण उद्या आपले सासू-सासरे आले तिला पाह्यला तर

त्या वडीलमंडळींना काय 'हॉटेलमध्ये चला' असं म्हणायचं?'

काकांच्या ह्या बोलण्यावर थोडीशी खसखस पिकली. त्या बाई म्हणाल्या, 'आपलं बरोबर आहे. आम्ही जेवढे मोकळेपणानं वागू तेवढे आमचे आई-बाबा नक्कीच वागणार नाहीत. ते तर मुलीचे केस सोडून बघतील, मुलीला चालून दाखवायला सांगतील, ह्या पदार्थाला कसली फोडणी घालतात आणि त्या पदार्थात काय घालतात, हे असं विचारतील. तेव्हा मात्र, काकाबाबू, त्यांचं वागणं मनावर घेऊ नका हं!'

'अहो, मी कसा मनावर घेईन? मी त्यांच्याच मताचा आहे ना! मुलगी तुमच्या घरी जाणार तेव्हा पारखून घ्यायलाच पाहिजे.'

काकांच्या बैठकीतून आईच्या खोलीत येईपर्यंत आवाज हळूहळू अस्पष्ट होत गेले.

अपालानं खोलीत शिरताच बिछान्यावर अंग टाकलं. त्यांच्या मागोमाग प्रद्योत खोलीत शिरला. सुजाताबाई त्याला म्हणाल्या, 'पोरा, ही पोर सकाळी एवढंसं काहीतरी खाऊन बाहेर पडलीय. हिला जरा एवढं दूध दे. मला तिकडे बरंच काम पडलंय. पाहुण्यांना चहाशिवाय अजून काही दिलं नाही.'

प्रद्योत दुधाचा ग्लास घेऊन बहिणीशेजारी बसत म्हणाला, 'तू काय कुक्कुलं बाळ आहेस दूध पाजायला?'

अपाला मेल्यासारखी निपचित पडली होती. तिनं काहीच उत्तर दिलं नाही. प्रद्योतनंच पुन्हा बोलायला सुरुवात केली, 'अपाई, मी काय म्हणतो ते नीट ऐक. तू तुला पाह्यला आलेल्या मुलाला पाह्यलंच नाहीस. सी. ए. झालाय. ए. जी. बेंगॉलमध्ये सर्व्हिस. गोरापान. तब्येत उत्तम. देखण्यात मोडणारा. गाणं खूप आवडतं. गाणं म्हणजे तुझं ते 'नुम तुम दिरे नाना' ग! परवा तुझी जी कॉम्पिटिशन झाली त्यात त्यांनी तुझं गाणं ऐकलं. म्हणजे काय, तर स्वत: गुणांची पारख करून तुला पसंत केलंय. पसंत म्हणजे एकदम क्लीन बोल्ड. आता तूच बघ. गाण्याचं वेड असणारे आपणहून मागणी घालायला आलेत. इथं तुझी गैरसोयच होते. गाण्याला पाहिजे तसं वातावरणच नाही आपल्या घरात. काकांची सारखी कटकट. अपू, तुझं इथं जमलं ना तर सुटलीस म्हणून समज. शहाणी ना तू? मग पी बघू दूध. पण थांब जरा. बऱ्याच वेळात पोटात काहीच नाही. आधी बिस्किट खा.'

'तुझी डॉक्टरी पुरे, दादा! सॉलिड माझ्या घशाखाली उतरणार नाही. दे ते दूध'

'मग? रिझनेबल होणार ना? अग, काकांच्या तावडीतून कधी सुटतो, असं झालंय मला. दिवस मोजतोय मी. तू मुलगी आहेस हे एका परीनं बरंच नाही का?'

अपालानं कसंबसं दूध प्यायलं आणि प्रद्योतकडे पाठ करून ती पुन्हा आडवी झाली. तासाभरानंतर काका खोलीत आले. त्यांच्या सपातांचा आवाज बऱ्याच दूरवरून

ऐकू यायचा. प्रद्योत तर म्हणायचा की ह्या मांजराच्या गळ्यात घंटा बांधलेलीच आहे.

'अपाई, का झोपलीयस? रडायला काय झालं? ऐक. स्थळ उत्तम आहे. भवानीपूरला स्वत:चं घर. दोनच भाऊ. हा मोठा. बहिणीचं लग्न झालंय. माणसं फारच चांगली आहेत. मुलाचा तर प्रश्नच नाही. चेहेऱ्यावरूनच समजतं ना! उत्तम डिग्री. नोकरीही चांगली. तुझ्या ख्याल ठुमरीतही त्याला हवा तसा इन्ट्रस्ट आहे. मला कळतच नाही की तुझा विरोध का? अपू, ही देवाची कृपाच समज. एवढं चांगलं स्थळ शोधूनसुद्धा सापडलं नसतं आणि 'बाईजी' होऊन दारोदारी मुजरा करत फिरण्यापेक्षा संसारात पडून मग गाणंबिणं शिकलेलं केव्हाही चांगलं. हे फक्त माझंच मत नाही. कोणाही घरंदाज, सभ्य माणसाला असंच वाटेल.'

अपाला उठली नाही. पण तिचे कान काकांच्या बोलण्याकडे होते. काय हे काकांचं बोलणं! बाईजीबिईजी काय! त्यांना इतकं वाईट बोलताना तिनं पूर्वी कधीच ऐकलं नव्हतं.

'लखनौला जायचंय ना तुला? नाजनीन बेगमकडे गाणं शिकायला? तिथून तू परत आल्यावर आपल्या सभ्य लोकांत तुला वावरता येईल, असं वाटतं तुला? वहिनींनी सगळं सांगितलंय मला. काल मी रामबाबूंकडे जाऊन आलो. मला सांग, तुझे गार्डिअन कोण? ते का मी? आज जर माझं काही बरं-वाईट झालं तर ते तुला सांभाळणार आहेत का? आयुष्यभर सगळं बघतील का? नाही ना? डू यू नो हू इज दॅट नाजनीन बेगम? तवाइफ आहे ती. वाईट चालीची बाई. तिच्यावर सोपवू मी तुला? माझ्या पितरांना आणि माझ्या स्वर्गातल्या भावाला काय उत्तर देऊ मी? भारतातील प्रसिद्ध तवाइफ होऊन, डोळ्यांत सुर्मा आणि अंगात पेशवाज घालून, कानावर हात ठेवून गाणं म्हणत भटकल्यास पैसा मिळेल. पण......माझ्या मते तुझ्या आईसारखी चांगल्या घरातील सून होऊन, लाल काठाची साडी नेसून, नवऱ्याबरोबर मुलाबाळांसह संसार करणं केव्हाही उत्तम. अजून तू लहान आहेस. वरवरचा भपका, ग्लॅमर ह्याकडे मन ओढ घेणारच. अगदी स्वाभाविक आहे हे. त्याबद्दल मी तुला दोष देत नाही; पण पुढे तुला माझं म्हणणं आठवेल. तेव्हा म्हणशील की काकांचंच बरोबर होतं. वाईट मार्गानं मिळवलेल्या नावापेक्षा, पैशापेक्षा चांगल्या मार्गानं मिळवलेली भात-भाजी बरी. बरी कसली चांगलीच.' काका सपातांचा फटफट आवाज करत निघून गेले.

रात्र बरीच झाली होती. अपाला दादाच्या खोलीत बसली होती. तिनं हळूच दादाला विचारलं, 'दादा, तवाइफ म्हणजे काय रे?'

'बाप रे! अपू, फार इम्बॅरॅसिंग प्रश्न विचारलास.'

'सांग ना!'

'अग, 'बाईजी' म्हणतो ना आपण तसंच काही असेल. दुसरं काय!'

'पण नाजनीन बेगम तर बेगम आहेत. म्हणजे राणी. त्यांनी एका हिंदू राजकुमाराशी लग्न केलंय. नियमित स्कॉलरशिप देतात. पूर्वीच्या गुरुकुल पद्धतीनं गाणं शिकवतात. त्यांच्याबद्दल काकांनी असं का बोलावं रे?'

'हे बघ अपू, मला तुझ्या गाण्यातल्या जगातलं काहीतरी माहीत आहे का? तू तुझ्या गुरुजींनाच विचार. कोण जाणे! लग्नाआधी ती तशी असेलही आणि काकांचं तुला ठाऊक आहेच. लखनौ, बेगम वगैरे वगैरे एकदम ऐकल्यावर त्यांचं डोकं फिरलं.'

'दादा, तुला काय वाटतं रे?'

'कशाबद्दल?'

'म्हणजे मी काय चूझ करावं?'

'हे बघ अपाई, तुझ्या ह्या लखनौच्या स्कॉलरशिपच्या टर्म्स ॲण्ड कन्डिशन्स पूर्ण माहीत असल्याशिवाय मला काहीच सांगता यायचं नाही. मला एफ. आर. सी. एस. व्हायचंय. इंग्लंडला जायचंय. त्यामुळे मला मोठी संधी मिळेल. माझं लाइफ वायडर होईल. ह्या स्कॉलरशिपमुळे तुझंही तसं होऊ शकेल. पण माझ्या फील्डला जसं सोशल सँक्शन आहे तसं तुझ्या फील्डला नाही. तिथं सगळंच अन्सर्टन आहे. आपल्याकडे गडगंज पैसा असता, आपण कोणीतरी बडे असतो, कमीतकमी बाबा असते तर तुला त्यांच्या जिवावर हा चान्स कदाचित घेता आला असता. कारण ही वॉज ए डेअरिंग ॲण्ड सेन्सिबल मॅन. बट अंडर दीज सर्कमस्टन्सेस, मला काही सांगता येत नाही. खरंच सांगतो. तुझं तूच ठरव. एवढं मात्र नक्की की मुलगा, त्याचे मेहुणे आणि दीदी–हे सगळेच मला आवडलेत. पण हे तिघं चांगले असले म्हणजे झालं असं नाही. मुलाचे आई-वडील आहेत. सासू-सासरे असले म्हणजे थोडं....इकडे तिकडे....ॲडजस्टमेंट आलीच. लाइफ कॉम्प्लिकेटेड होणारच. पण सिक्युअर नक्कीच असेल. शिवाय त्या लोकांना गाण्याची आवड आहे. म्हणजे तू गाणं कन्टिन्यू करू शकशील. हा फार मोठा प्लस पॉइंट आहे.'

'पण समजा मी लग्नाला तयार झाले नाही आणि लखनौला गेले....तर तिथं गेल्यावर मी गाणं शिकेनच आणि तुझ्या म्हणण्याप्रमाणे खूप मोठी होईन हे नक्कीच. त्याबद्दल मलाही शंका नाही. पण काकांच्या म्हणण्याप्रमाणे लोकांनी मला ॲक्सेप्ट केलं नाही तर तू माझ्या पाठीशी उभा राहशील? तू मला सिक्युरिटी देशील?'

'मी? मला स्वतःलाच सिक्युरिटी कुठं आहे? डॉक्टर होऊन इस्टॅब्लिश व्हायला किती वर्षं लागतील माहीत आहे?'

अपालानं एक मोठा उसासा सोडला. ती म्हणाली, 'आज मला खाली जावंसं

वाटत नाहीय. मी इथंच झोपू का, दादा? प्लीज.'

'झोप ना! त्यात काय! वेडी कुठची! पण काकांचं बघायला पाहिजे.'

'दादा तू एम. आर. सी. पी., एफ. आर. सी. एस. करायला लंडनला जाशील तेव्हा मला विसरणार नाहीस ना? जर मला काही गरज पडली, मदत लागली तर करशील ना?'

'श्युअर! श्युअर! अपाई, अग वेडाबाई, आपण पाठोपाठची भावंडं. एकमेकांना मदत करणारच आणि कुणी सांगावं, कदाचित तूच मला मदत करशील.'

बऱ्याच वेळानं सुजाताबाई वर आल्या. पाहतात तो दोघंजण गाढ झोपलेली. अपालाला पाय दुमडून झोपायची सवय होती. तिचा हात अलगदपणे भावाच्या अंगावर पडला होता. प्रद्योत बहुधा पुस्तक वाचता वाचता झोपला असावा. पुस्तक तसंच पालथं त्याच्या छातीवर पडलं होतं. त्यानं दोन्ही हात डोक्याखाली घेतले होते.

काकांना ही गोष्ट आवडणार नाही हे सुजाताबाई जाणून होत्या. कित्येक वर्षांनंतर त्या आपल्या मुलांना असं पोरक्यासारखं झोपलेलं पाहत होत्या. त्यांचे डोळे भरून आले. आज अपूला खाली नेता येणार नाही, हे त्यांना कळून चुकलं. तिची बंडखोरी इतकीच. किंवा याला बंडखोरीही म्हणता यायचं नाही. राग. त्यांनी वर पाह्यलं. सप्तर्षी स्पष्ट दिसत होते. आकाशाला मर्यादा आहे का? पृथ्वी तरी केवढी आहे! मग त्यांच्याच पोरांच्या नशिबाला ही वीतभर खोली का? त्या हळूहळू जिना उतरून खाली आल्या आणि त्यांनी दार लावलं.

६

समोर एक बेकलाइटचं हॅन्डल असलेलं कॉफी-पॉट. दोन कपांत कॉफी आणि दूध ओतता ओतता दीपाली बोलत होती, 'खरंच तुला हे ठाऊक नव्हतं, सोहम? की ठाऊक असून ठाऊक नसल्याचं सोंग करतोयस?'

'व्हॉट डू यू मीन? सोंग करतोय म्हणजे?'

'सॉरी. पण मला वाटतं की तमाम लोकांना हे माहीत आहे.'

'अपालाला कुठं माहीत आहे?'

'अपालाचं सोडून दे. ती कधीच कोणाच्या पर्सनल गोष्टीत पडत नाही. खरं तर ती धड माणसात नाहीच. एका प्रकारे नॉन-ह्यूमन मुलगी आहे ती.'

'आय ऑब्जेक्ट, दीपाली.'

'मला तसं म्हणायचं नव्हतं. मला एवढंच म्हणायचं होतं की ती तिच्या गाण्यातच मश्गूल असते. बाकी कुठं तिचं लक्षच नसतं. अगदी वन-ट्रॅक माइंड.

ते असू दे. टेक इट फ्रॉम मी. गुरुजींची बायको म्हणजे मितूलची आई गुरुजींच्या एका शिष्याबरोबर पळून गेलीय. ती पळून गेली तेव्हा मितूल फक्त पाच वर्षांची होती. ह्याहून इन्ट्रन्स्टिंग गोष्ट सांगू? मितूलची आई पहिल्यांदा पळाली ती आपल्या गुरुजींबरोबर. हे तिचं दुसऱ्यांदा पळून जाणं आहे. ती खरी तर गुरुजींच्या मास्तरांची बायको. मितूल त्यांचीच मुलगी. गुरुजींचा फॉर्म जायला लागल्यावर ती एका नावारूपाला येत असलेल्या बजवय्याबरोबर पळून गेली. फार हुशार बाई!'

'काय सांगतेस!' सोहम कॉफीचा घोट घेता घेता स्वत:शीच बोलल्यासारखा बोलला, 'मितूलला हे माहीत आहे?'

दीपाली खांदे उडवत म्हणाली, 'कसं माहीत असेल?'

'आता ती सोळा वर्षांची झालीय. आडून आडून कुठूनतरी ऐकलं असेलच ना!'

'मितूलच्या आईचा फोटो पाह्यलास कधी?'

'नाही. कधीच नाही.'

'तुला हे जरा विचित्र नाही वाटत?'

'नाही. अजिबात नाही. काहींना फोटो पाह्यला की वाईट वाटतं. माझ्या वडिलांच्या खोलीत माझ्या आईचा फोटो नाही. तो आहे माझ्या खोलीत. तू पाह्यलास ना? गुरुजींबद्दल वाईट वाटतं. किती दु:ख त्यांना!'

'असं काही नाही. मी सांगितलेल्या गोष्टीचा पहिला अर्धा भाग खरा असेल तर गुरुजी स्वत: स्वत:च्या जाळ्यात फसले. कोंबडं झाकलं म्हणून तांबडं फुटायचं राहत नाही. लोक तर म्हणतात की त्याच्या राइव्हलनंच त्यांना शेंदूर खायला घातला. म्हणूनच त्यांचा आवाज गेला.'

'शेंदूर?'

'हो. हो. शेंदूर. शेंदूर विष आहे. खाल्ला तर वाईटच. स्पेशली आवाजाचे बारा वाजतात.'

'तुला हे सगळं कसं माहीत?'

'आमचं गाणाऱ्यांचं घराणं ना! मी पंधराव्या वर्षापासून गाणं शिकवतेय. माझी दीदी नाचते. गाण्याबजावणाऱ्यांच्या मत्सराचे किस्से, त्यामुळे निघालेले धिंडवडे सगळं मला माहीत आहे. गुरुजी वरून दिसतात अगदी सरळ, सज्जन. कळकळीनं शिकवतात. पण आतून पाहा. कसं फूस लावून पळवून आणलंय ते! काहीजणींवर डोळा ठेवून असतात. काही मिळालं, मिळालं; नाही मिळालं; तर गुरुजीही आपली विद्या देणार नाहीत.'

सोहम विलक्षण चपापला, 'काहीतरीच काय बोलतेस? तुला म्हणायचंय तरी काय?'

'तुला काय समजणार! पण मला समजतं ना! इन फॅक्ट, मला ते काहीच

शिकवत नाहीत. बॅकिंगही देत नाहीत. त्यांचा माझ्यावर राग आहे. समजलं मी काय म्हणते ते?'

'ते काय तुला......' सोहम चाचरत म्हणाला.

त्याला मध्येच तोडत दीपाली म्हणाली, 'अरे, असं कोणी स्पष्टपणे बोलत नाही. पण एकूण रोखावरून ओळखायचं असतं. प्लीज, मला आता आणखी छेडू नकोस. मी अगदी फेड-अप झालेय.'

सोहम घुटमळत म्हणाला, 'अपाला त्यांना काहीतरी करून खूष करते असं म्हणायचंय का तुला?'

'मला काहीच म्हणायचं नाही. केवळ माझ्या अनुभवावरून जे काही समजलंय ते सांगितलं आणि माझी माहिती नक्कीच कानाआड करण्यासारखी नाही. अपाला माझ्यापेक्षा खूपच टॅलन्टिड आहे हे मी शंभर वेळा कबूल करेन. त्याबद्दल दुमत होण्याचं कारणच नाही. पण शी इज.....प्लेन लुकिंग, हेही खरं ना? माझा आणि तिचा अनुभव सारखा असूच शकत नाही. हो ना?'

सोहमनं आंबट तोंड करून कॉफीचा कप खाली ठेवला. अपाला दिसायला कशी आहे, हा प्रश्न त्याला कधीच पडला नव्हता. रामेश्वर ठाकुरांजवळ ती दोघं आठ-दहा वर्षांपासून गाणं शिकत होती. शिकता शिकताच ते लहानाचे मोठे झाले होते. एवढ्या लहान वयापासून ओळख असल्यावर तिच्या रूपाबद्दल मत बनवणं फारच अवघड होतं. सोहमला ती नेहमीच चांगली दिसली होती. त्यानं तिचा चेहरा प्रयत्नपूर्वक डोळ्यांसमोर आणायचा प्रयत्न केला. लहानसं कपाळ. एका बाजूला भांग पाडून एक वेणी घातलेली. अपालाचे केस लांब होते. घरी ती केस मोकळे सोडत असे, तेव्हा तिच्या केसांनी तिची पाठ झाकली जात असे. तिच्या केसात किंचित बदामी झाक होती. तिचा चेहरा लांबट म्हणावा असाच होता. किती सेंटिमिटर असेल ते अंदाजानं सांगणं कठीणच! ती काळी होती का? हो. सोहम, सोहमच्या घरचे सगळे, दीपाली, मितूल ह्यांच्या मानानं ती बरीच काळी असेलही. पण असं असूनसुद्धा अपाला कधीच दिसायला वाईट आहे, असं वाटलं नव्हतं. सोहम अपालाच्या शरीराची मापं नकळत घेत होता. हे लक्षात येताच तो मनातल्या मनातच ओशाळला. त्यानं जोरात डोकं हलवलं. जणू असं करून तो स्वत:ला भानावर आणू पाहत होता. मग जरा कडकपणेच म्हणाला, 'पुरे हा विषय. सोडून दे.'

'सोडून तर देणारच आहे. पण मला सर्वांत खटकणारी गोष्ट म्हणजे मितूल त्या आईचीच मुलगी. ही बाई दोनदा पळाली आणि दुसऱ्या वेळेला तर पाच वर्षांच्या पोरीला टाकून. मितूलही कशी चंट आहे, पाह्यलंस ना? गुरुजींकडे येणाऱ्या मुलांशी किती सलगी करते. ह्याचे केस ओढ, त्याला मिठी मार, कोणाला वेडावून दाखव.....'

सोहमनं हे पाह्यलं होतं. चुणचुणीतपणा हे मितूलचं वैशिष्ट्य होतं. ती खूप चटपटीत आणि बोलकी होती.

दीपाली पुढे म्हणाली, 'मितूल आईसारखी पळून जाऊ नये म्हणजे मिळवली! घरात वडिलांशिवाय कोणीच नाही आणि एकटे वडील मुलीला काय वळण लावणार! एवढी मुलं येतात त्यांच्याकडे. दिलीप सिन्हाला पाह्यलंस ना? कॉन्टेसातून येतो? त्याच्या घरचा एक्सपोर्टचा धंदा आहे. कित्येक बड्यांना कित्येक वेळा विकत घेऊ शकतील एवढा गडगंज पैसा आहे त्यांच्याकडे. हा दिलीप उत्तम सरोदिया आहे. शिवाय मिकॅनिकल इंजिनीयर. फर्स्टक्लास. दिसायला तर देखणा आहेच. लहानपणापासून सिल्व्हर-टॉनिक घेणाऱ्यांचा चेहरा वेगळाच असतो. त्याची सरोद ऐकलीयस? ग्वाल्हेर घराणं त्याचं. सुंदरच वाजवतो. तरी गुरुजींकडे येतो. आणखी नवीन व्हरायटी शिकायला. वेगवेगळ्या गत शिकण्यासाठी. ऐकलंयस त्याला?'

'हो. ऐकलंय ना! फार छान वाजवतो.'

'मितूल हल्ली त्याच्याकडून शिकतेय, असं ऐकलंय. गुरुजींच्या मते तिला व्होकल जमणार नाही. म्हणून इन्स्ट्रुमेन्टस्. सरोद किंवा सतार शिकतेय. तुला नाही बोलली? कदाचित त्याच्याबरोबरच.....'

सोहमनं तिच्या प्रश्नाकडे दुर्लक्ष केलं. तो खूप अस्वस्थ झालाय हे त्याच्या कपाशी खेळण्यावरून कळत होतं. दीपाली म्हणाली, 'सोहम, आपण बराच वेळ टेबल अडवलंय. बेरा सारखा येरझाऱ्या घालतोय. चल. आपण मैदानात जाऊन बसू या.'

अचानक काहीतरी ठरवल्याप्रमाणे सोहम म्हणाला, 'मैदानबिदान नको. चल. निघू या.'

'माझ्या घरी जाऊ या? दीपालीनं विचारलं, 'नाहीतर तुझ्या घरी?'

'घरी? नको' सोहमनं इतक्या जोरात मान झटकली की दीपालीही चमकून पाह्यला लागली.

सोहम ढांगा टाकतच काउंटरपाशी गेला. त्यानं पैसे चुकते केले. दीपाली त्याच्यापाशी येताच तिच्याकडे पाह्यलं न पाह्यलंस करून तो म्हणाला, 'अच्छा दीपाली! मी निघतो. नंतर भेटू. आता मला जरा एक काम आहे' तो तरातरा निघून गेला. तो इतका भराभर गेला की दीपाली त्याला गाठू शकली नाही.

दिवस मावळला होता. अंधारायला लागलं होतं. निरनिराळ्या जाहिरातींचे दिवे लुकलुकायला लागले होते. ह्या वेळेला चौरंगीचं सौंदर्य खुलायला लागतं. अशा वेळी एखाद्या मित्राबरोबर चौरंगीच्या पेव्हमेंटवरून चालणं म्हणजे मजा, आनंद. दीपाली आजच्याइतकी कधीच अगतिक झाली नव्हती. तिचे वडील ती बरीच लहान असताना गेले होते. त्या पाच बहिणींनी आणि आईनं मिळून विस्कटलेला

संसार सावरला होता. मोठ्या धीरानं त्यांनी सगळं सांभाळलं होतं. तिचे वडील एसराज उत्तम वाजवायचे. मर्चंट ऑफिसमध्ये असूनही संगीतक्षेत्रात त्यांची खूप उठबस होती. घरात अशातशा लोकांची ये-जा असे. वडील गेल्यावर हेच लोक फायदा उठवायला पाहत होते. तेव्हा ह्या मुली आईच्या पाठीशी उभ्या राहिल्या आणि आता मुली मोठ्या झाल्यावर आई मुलींना सांभाळत होती. पण एकमेकींना जपण्यात नैतिक दृष्टीपेक्षा व्यावहारिक दृष्टी जास्त होती.

दीपाली हिरमुसली होती. तिनं खिन्नपणे मॉन्युमन्टकडे पाह्यलं. शहीद मिनार. चौरंगीच्या कुठल्याही कोपऱ्यावरून ह्या मिनाराचं टोक दिसायचं. गर्दीत असून एकटा. एवढा आवाज, गलबलाट. पण हा मात्र शांत. एवढ्या कोलाहलात हा मात्र अगदी स्तब्ध.

सोहम कुठल्या बाजूनं गेला? जर दक्षिणेकडे जाणाऱ्या बसनं गेला असेल तर अनायासे तिलाही बरोबर जाता आलं असतं. दुसरीकडे कुठं गेला का? मग तिला सांगून नाही का जायचं? त्या दोघांची चांगली दोस्ती होती. असं एकदम काय काम निघालं? का तिला चुकवून पळाला? त्याला तिची सोबत नकोशी वाटली? पण इतक्या दिवसांत त्याला असं कधी वाटलं नव्हतं. दीपालीचा सहवास मिळाला तर अनेकजण स्वत:ला धन्य समजत. तिचा आवाज गोड होता. ती बोलायचीही छान. रूप डोळ्यांत भरण्यासारखं. राह्यचीही अगदी व्यवस्थित. शिवाय इकडची तिकडची माहितीही तिला खूप होती. हल्ली ती बेंबीच्या किंचित खाली साडी नेसायला लागली होती. वरून तसं काही दिसत नसे. पण पदर वाऱ्यानं उडाल्यास निरभ्र आकाशातील त्रयोदशीच्या चंद्राप्रमाणे तिची स्वच्छ बेंबी दिसत असे. ती नॉयलॉनची किंवा डेक्रॉनची साडी नेसली तर विरळ ढगाआडून डोकावणाऱ्या चंद्राप्रमाणे तिच्या नाभीचं दर्शन व्हायचं. घरी कपाटाच्या मोठ्या आरशासमोर उभं राहून ती पुन्हा पुन्हा हे सौंदर्य पाहत राह्यची. अगदी मुरडून मुरडून बघायची. खरं तर, अशा वेळी ती स्वत:च स्वत:वर खूष असायची. दीपाली नेहमी चंदनाचं अत्तर वापरायची. थोडसं कापसावर घेऊन मनगटावर चोळायची. मग तो बोळा ब्लाऊजमध्ये सरकवून ठेवायची. अत्तराचा वास दोन-तीन दिवस सहज टिकून राह्यचा. चंदनाचा मंद सुगंध तिच्याभोवती सतत दरवळत असायचा.

दीपालीला आतून कढ येत होते. अपमानामुळे रडू येत होतं. निराशेचे हुंदके आवरत नव्हते. ह्या सगळ्यापेक्षाही काहीतरी गूढ, अगम्य रडण्याच्या रूपानं तिच्या छातीतून उसळी मारून वर येऊ पाहत होतं. आज तिला चंदनाचा वास अगदी नकोसा झाला. तिनं अत्तराचा बोळा ब्लाऊजमधून हळूच बाहेर काढून म्युझियमसमोरच्या पेव्हमेंटच्या कोपऱ्यात फेकून दिला. आता कुठं जावं, काय करावं, असा प्रश्न तिला पडला. ती शुक्रवारी पूर्ण सुट्टी घ्यायची. त्या दिवशी ती तिच्या मर्जीप्रमाणे

पाहिजे ते करायला मोकळी असायची. आजची संध्याकाळ सोहमबरोबर घालवायची असा बेत करूनच तिनं सोहमला फोन केला होता. आज तिनं गुलाबी मॅचिंग केलं होतं. आयुष्यात हव्या असलेल्या अनेक गोष्टी न मिळाल्यामुळे आणि अनेक गोष्टी स्वत:च्या हिमतीवर मिळवल्यामुळे तिचा आत्मविश्वास, जिद्द, आकांक्षा व अहंकार अगदी टोकाला पोहोचला होता. आता ह्या क्षणी सोहम दिसला नाही तर छाती फुटून आपण मरून जाऊ असं तिला वाटलं. ह्या अशा परिस्थितीत ती धडपणे विचारसुद्धा करू शकत नव्हती.

सोहमच्या हनुवटीला लहानशी खळी पडायची. आई ग! किती छान! देव अशी खळी का निर्माण करतो? तो हाफ शर्टच्या बाह्याही थोड्या दुमडायचा. त्यामुळे त्याचे बाइसेप्स की ट्राइसेप्स व्यवस्थित दिसायचे. संध्याकाळी चौरंगीच्या चमकणाऱ्या जाहिराती, बॅनर्स, लोकांची गर्दी – ह्यातलं काहीसुद्धा दीपालीला दिसत नव्हतं. तिला दिसत होते सोहमच्या दुमडलेल्या बाहीखालचे गोरेपान मसल्स. शर्टाचं सर्वांत वरचं बटण तो लावत नसे. त्यामुळे त्याच्या छातीवरचे केस सरोदच्या जमजमासारखे भासत. एक आंधळी असोशी तिच्या हृदयातून बाहेर पडून आपल्या खळाळाबरोबर तिलाही कुठंतरी खेचून नेत होती.

तर मग काय अपाला? सोहम अपालाकडे गेला? दीपालीनं रस्ता ओलांडला. नॉर्थकडे जाणाऱ्या बसना तुफान गर्दी होती. बऱ्याच वेळ वाट पाहिल्यानंतर तिनं डेपोपासून गॅलिफ स्ट्रीटकडे जाणारी एक ट्रॅम पकडली. ट्रॅम जरा लांबच्या मार्गानं जाणार होती. पण अखेर पाहिजे तिथं जाणार तर होती. आज काही झालं तरी तिला सोहमला पाह्यचंच होतं. कितीही उशीर झाला तरी पाह्यचं होतं. मग पुढे अनेक रात्री, ती बहिणींबरोबर एकाच बिछान्यावर झोपल्यावरसुद्धा सोहम चक्रवर्तीबरोबर पिलू-बरवा होऊन गेली असती. सोहम त्याच्या दमदार, मर्दानी आवाजात गायला लागला की ती मंत्रमुग्ध हरिणीसारखी त्याच्यापुढे निश्चल बसून राह्यची. तो विलंबिताचा विस्तार करून अचानक जोमदार ताना घ्यायला लागला की तिच्या नसानसातून निळ्या रक्ताचा उद्रेक व्हायचा आणि ते हृदयाकडे धावायला लागायचं सोहमकडे जाण्यासाठी. तो ठुमरी किंवा गझल गायला लागला की ती तिथून उठूनच जायची. कारण भावनावेग अनावर होऊन तिला भरून यायचं, डोळ्यांतल्या पाण्यानं गाल भिजून जायचे. 'तोरे देखनेको जिया ललचाये सजनवा.' एवढ्या लोकांसमोर सोहमच्या छातीवर डोकं टेकणं शक्य नसल्यानं तिला इतर लोकांचाच राग यायचा. ओल्या स्पंजच्या तुकड्यानं पाटीवरची अक्षरं पुसल्यासारखं ह्या लोकांनाही पुसून टाकावंसं वाटायचं तिला. सगळे फालतू. रंगाचा बेरंग करणारे. ह्यांना काय समजतंय! कशाला बसलेत हे इथं! नुसते दगड. त्यांच्यामुळेच ती सोहमपर्यंत पोहोचू शकत नव्हती. म्हणून हा तडफडाट.

ट्रॅमच्या कोपऱ्यातल्या लेडिज सीटवर ती बसली होती. उजवीकडे नजर वळवली की सेकंड क्लासमधले प्रवासी दिसत होते. आता ऊन नव्हतं, तरी तिनं बॅग उघडून गो गो सनग्लासेस डोळ्यांवर चढवल्या. त्यांच्याखाली रुमाल दाबून धरला. तो छोटासा टर्किश टॉवेलचा तुकडा तिच्या डोळ्यांतलं गरम पाणी शोषून घ्यायला लागला. तार सप्तकाच्या धैवतात पोहोचलेली तिची मन:स्थिती हळूहळू निषादाकडे वळली. तीव्र निषाद. अतितीव्र निषाद. तिथंच तर होता तिचा सोहम. हा भावावेग एवढा तीव्र, एवढा तापलेला, एवढा वादळी होता की ट्रॅमच्या सीटच्या पुढच्या दांडीवर डोकं आपटून घ्यावंसं वाटत होतं तिच्या शरीराला आणि मनालाही. त्या दोघांना आवरता आवरता तिचा जीव कासावीस झाला. ती जेव्हा कीर्ती मित्र लेनमधल्या अपालाच्या घरी पोहोचली तेव्हा तिचा अवतार भर दुपारच्या उन्हात करपलेल्या पानासारखा झाला होता. पिळून काढलेल्या टॉवेलसारखं दिसत होतं तिचं तोंड. ती पार कोमेजून गेली होती. तिच्या अंगातली शक्ती कुणीतरी खेचून काढून घेतली होती. ती खूप थकली होती.

दीपालीला असं अवेळी आलेलं पाहून सुजाताबाई चकितच झाल्या. 'अगबाई! दीपाली तू आणि एवढ्या रात्री? बरं झालं बाई, तू आलीस ते! अपू गच्चीत आहे आणि आता आलीच आहेस तर जेवूनच जा बरं का!'

अपूच्या आईचं अगत्य असंच असायचं. रात्र झालीय. त्यातून जेवायच्या वेळेला आलेल्यानं जेवून जायला नको? जेवणाचा बेत अगदी साधा असला तरी त्यांच्या हातालाच चव होती आणि आपुलकीला तोड नव्हती. दीपालीनं विचारलं, 'आणखी कोणी आलंय का?'

'कोण येणार आणखी? कोणी नाही, बाई!'

दीपालीच्या तोंडावरची उरलीसुरली कळाही गेली. ती हळूहळू जिना चढायला लागली. पण आता तिच्यात अजिबात उत्साह उरला नव्हता. माघारी वळणंही शक्य नव्हतं.

गच्चीतल्या कोपऱ्यातील फुलझाडाच्या कुंडीवर हात ठेवून अपाला चूपचाप उभी होती. तिचे किंचित कुरळे मोकळे केस तिच्या पाठीवर रुळत होते. पुढे आणि मागे काळोख असल्यानं चांदण्यात तिच्या चेहऱ्याचा आकारच फक्त दिसत होता.

दीपाली तिच्याजवळ जाऊन उभी राहिली. तिनं अपूकडे ओझरती नजर टाकली आणि विचारलं, 'हे ग काय अपू? रडतेस?'

'नाही ग!' अपालानं तोंड फिरवलं. चांदण्यात तिचे गाल आणि नाकाचा शेंडा चमकला. अपूच्या उत्तरावर दीपालीचा विश्वास बसला नाही. रडू का एकाच प्रकारचं असतं! मल्हाराचे किती प्रकार असतात? आणि सारंग? मग रडू एकाच प्रकारचं असेलच कसं! दीपालीही आता रडतच होती की! डोळ्यांतल्या गरम,

खारट पाण्यानं तिचे गाल चिकट झाले होते. अपूला हे कळलं असेल? सोहमला कळेल?

दीपालीनं विचारलं, 'अपू, काय खबरबात? कधी जाणार? ठरवलंस का?'

'कुठं?'

'लखनौला. आणखी कुठं! तू सांगितलं नाहीस तरी माझ्या कानावर आलंय सगळं.'

अपाला क्षणभर गप्पच बसली. मग हळूच म्हणाली, 'मी जाणार आहे. पण लखनौला नाही तर हरीश मुखर्जी रोडवर वेणीनंदन लेन की काय आहे ना तिकडे. तुला हा रस्ता नक्की माहीत असेल.'

'का? तिथं का? कोणी मोठे उस्ताद राहतात का तिथं? हो! एक प्रसिद्ध सतारवादक राहतात त्या बाजूला. तू त्यांच्याकडे जाणारयस शिकायला? नाजनीन बेगमची स्कॉलरशिप नाही घेणार?'

'दीपूदी, मी कुठलीच स्कॉलरशिप घेणार नाहीय. त्या गल्लीतल्या एका घरात माझं लग्न ठरलंय.'

'लग्न?' दीपाली सर्दच झाली. 'तुझं लग्न? मग सांगितलं नाहीस ते?'

'मला ठाऊक असेल तर तुला सांगणार ना! काकांनी ठरवून टाकलं. अचानकच झालं सगळं. मुलाला माझं गाणं फार आवडलं म्हणे! काका ॲडमन्ट.......'

'अपू, ही तर एकदम खूषखबर आहे.'

'तुलाही असंच वाटतंय, दीपूदी?'

दीपाली हळुवारपणे म्हणाली, 'माझं असं ठरलं असतं ना तर मला खरंच खूप बरं वाटलं असतं ग!'

अपाला काहीच बोलली नाही. मग दीपालीच पुढे म्हणाली, 'गाणं आवडलं म्हणून पसंत केलंय ना? म्हणजे तुझ्या गाण्याची अजिबात काळजी नाही. सगळी सोय व्यवस्थित होईल. हं! आता लखनौची ऑफर तुला ॲक्सेप्ट करता यायची नाही. पण तू अजिबात वाईट वाटून घेऊ नकोस. तुझ्या वयात लग्न होणं म्हणजे मुलीच्या दृष्टीनं नशीब फळफळणंच–मग ती स्कॉलर असो की संगीतप्रभाकर.'

अपालानं दीपालीचं बोलणं ऐकून न ऐकलंसं केलं. ती अगदी हळू आवाजात म्हणाली, 'एकच आशा आहे. मुलाच्या आईवडिलांच्या मते मी खूप बारीक आणि काळी आहे.'

'ह्याला आशा म्हणतेस होय?' दीपालीनं हसत विचारलं.

अपाला शून्यात पाहत म्हणाली, 'मला वाटतं की नाजनीन बेगमकडे शिकायला जाणं मला जमणार नाही. जरी हे लग्न झालं नाही तरी.'

'अपू, नाजनीन बेगमकडे शिकायला मिळालं नाही तरी तू ठुमरी छानच म्हणतेस. 'सूरलोक'नं ठुमरीचा आइटम ठेवला असता तर तुझा पहिला नंबर अगदी

नक्की होता. कोणी कितीही राजकारण केलं असतं तरी तुला हरवणं कोणालाही जमलं नसतं. एवढं कशाला मनाला लावून घेतेस?'

अपाला म्हणाली, 'नाजनीन बेगमकडे शिकण्याचाच फक्त प्रश्न नाही, दीपूदी! रात्रंदिवस संगीताच्या वातावरणात राहणं फार महत्त्वाचं आहे. मला काय म्हणायचंय आलं ना लक्षात? तिथं नुसतं गाणं ऐकायला मिळालं असतं असं नाही तर गाणं कसं फुलतं, बहरतं तेही कळलं असतं. बेगमच्या साधनेत मीही समरस झाले असते. तिथं कितीतरी दर्दी येत असणारच. येतातच असं ऐकलंय. अशांचं गाणं तिकिट काढूनही ऐकायला मिळत नाही. शिवाय बेगमचे शिष्यही असेतसे थोडेच असणार! त्यांच्यातही मोठे प्रतिभावंत असू शकतात. त्यांच्याकडूनसुद्धा काही घेता आलं असतं तर आयुष्याचं सार्थक झालं असतं. अच्छा, दीपूदी, तवाइफ म्हणजे काय ग?'

दीपाली म्हणाली, 'अपू, तू फारच भोळीभाबडी आहेस. माझ्या जागी दुसरं कोणी असतं तर हा प्रश्न ऐकल्यावर तुला मूर्खातच काढलं असतं. तवाइफ म्हणजे गाणंबजावणं हाच जिचा धंदा आहे ती. मोठमोठ्या राजेरजवाड्यांकडे किंवा बड्या जमीनदारांकडे त्यांना मुजऱ्याला बोलावत. सॉर्ट ऑफ बाईजीच ग! पण साध्या बाईजीपेक्षा ही जरा वेगळी असते. दोघींच्यात फरक हाच की तवाइफ वरच्या दर्जाचं नाचगाणं करते, बड्या बड्या उस्तादांच्या बरोबरीनं गाऊ शकते. तू गोहरजानचं नाव ऐकलंस ना? गोहरजान, मलकाजान. तवाइफही इतर साध्या बाईजीसारखं फ्लर्ट करते. पण पैशाच्या बदल्यात वाटेल त्याला शरीर देत नाही.'

अपालाच्या अंगावर सर्रकन काटा आला. तिनं विचारलं, 'नाजनीन बेगमही अशा होत्या?'

'बहुतेक. त्यांनी जेव्हा बैठकीला सुरुवात केली तेव्हा त्यांच्या रूपावर आणि गाण्यावर तमाम हिंदुस्तान फिदा झाला होता, अक्षरश: पागल झाला होता, असं म्हणतात. पुढे कधीतरी एका घरगुती बैठकीत त्यांची मध्यप्रदेशातील एका राजकुमारांशी ओळख झाली. पाच-एक वर्ष ते त्यांच्या मागे होते. शेवटी त्यांनी लग्न केलं. म्हणून राजकुमारांच्या घरच्यांनी त्यांच्याशी संबंध तोडले म्हणे! त्यांचा किताब काढून घेतला आणि इस्टेटीवरचा हक्कही त्यांना सोडावा लागला. पण ते स्वत: आहेत बिझनेस मॅग्नेट. पैशाच्या राशींवरच लोळतात. नाजनीनची प्रत्येक मागणी पुरवली आहे त्यांनी. यस अपू! तुझ्या-माझ्यासारख्यांना असं कोणीतरी भेटायला पाहिजे. वर्षातले सहा महिने युरोप, अमेरिका, हाँगकाँग, सिंगापूर आणि सहा महिने स्वत:च्या खास महालात बड्या बड्या दर्दी उस्तादांबरोबर गाणं-बजावणं. पण तुझा होणारा नवरा तुझ्या गाण्यावरच भाळलाय ना? तर मग तूही एक छोटी नाजनीनच होणार.'

अपाला हसली, 'वेणीनंदनची नाजनीन. बरोबर बोललीस.'

'अग, पण तुझ्या आयुष्यात काहीतरी घडतंय. नाहीतर माझं. नाजनीनसारखी मी सुंदर नसले तरी लोकांच्या मते मला ग्लॅमर आहे. कितीतरी मुलं माझ्याभोवती गोंडा घोळत असतात. बट नोबडी इज राजकुमार. नोबडी इज सिन्सिअर. सकाळपासून रात्रीपर्यंत बॅचमागून बॅच. त्यांना शिकवणं म्हणजे पालथ्या घड्यावर पाणी. राख फासली म्हणून कोणी संन्यासी होतं का? माझ्या आयुष्यातली महत्त्वाची, चांगली वर्षं ही अशी वाया गेली! ही आयुष्यातली पोकळी..........जाऊ दे. तुला नाही कळायचं.'

'पण, दीपूदी, आपले गुरुजीही सकाळपासून संध्याकाळपर्यंत शिकवत असतात. ते तुझ्यासारखे निराश झालेले दिसत नाहीत. असं का?'

'अग, त्यांच्याकडे अपाला मित्र, दीपाली मिश्र, सोहम चक्रवर्ती, दिलीप सिन्हा, सोमकांती विश्वास असे विद्यार्थी शिकतात. माझ्यासारखा बोळ्यानं दूध पिणारा माल नसतो त्यांच्याकडं.'

सोहमचं नाव उच्चारताच दीपालीचा एवढा वेळ दाबून ठेवलेला बांध फुटला. तिला आतून उचंबळून यायला लागलं. आता चंद्र चांगलाच वर आला होता. एका घरामागून वर आलेला चपट्या फुटबॉलसारखा दिसणारा गोल गोल चंद्र. त्या प्रकाशात आता अपाला आणि दीपाली एकमेकींना अधिक स्पष्टपणे पाहू शकत होत्या.

अपाला म्हणाली, 'त्या दिवशी माझं गाणं होताच मी निघून आले. तू काय गायलीस ग? आणि सोहम?'

'माझं जाऊ दे. गायले खमाज. चार्मिंग राग आहे ना? म्हणून. मधून मधून तिलंग येत होता. विस्तार करताना धैवत निसटतोय हे मला समजत होतं. मध्यमात अडकत होते. मध्येच 'अंजली लह मोर' इन्ट्रूड करत होते. कोणी काहीच विचारलं नाही. गाणं संपल्यावर सगळ्यांनी नेहमीप्रमाणे टाळ्या वाजवल्या.'

'दीपूदी, हल्लीची गाणी आणि नजरुलगीतं गाऊन गाऊन आणि शिकवूनही तुझं असं होतंय. तू अजिबात रियाज करत नाहीस. करतेस?'

'अपू, बाकीच्यांचं सोडून दे, पण तुला तरी ठाऊक आहे ना की शिकवण्या सोडून मला चालायंच नाही. मग कशाला हा विषय? त्याचा काही उपयोग आहे का? बरं, ते जाऊ दे. गायला खरा सोहम. फारच सुंदर. तू ऐकलं असतंस ना तर चकरावलीस असतीस. त्यानं शंकरा म्हटला. फैयाज खाँसाहेबांना थोडं मुलायम केलं की सोहम. इतकं मॅस्क्युलीन. सादिक कलरलेस 'देस' गाऊन कसा काय फर्स्ट आला हे कोडं तिथल्या सगळ्यांनाच पडलं होतं. 'देस' राग म्हणून छानच आहे. पण सादिक नुसता नोटेशन फॉलो करत होता विस्तारापर्यंत. तान मात्र तुझीच चांगली आहे. विस्ताराच्या बाबतीत तो फारच काटेकोर दिसला. स्वरलिपी समोर

असल्यासारखा गात होता. कोण जाणे बाबा, कदाचित तोच सगळ्यांत करेक्ट गायला असेल! काय सांगावं! पॉलिटिक्स दुसरं काय! सगळ्यांच्या मते तू पहिली आणि सोहम दुसरा यायला हवा होता. तू पहिली आली असतीस तर तुला पाच वर्षं दर महिना दीडशे रुपये मिळाले असते. तुला किती बरं झालं असतं ना! पण मला विचारशील तर माझ्या मते सोहम पहिला आणि तू दुसरी. त्याचा बुलंद आवाज मला फार आवडतो. तुला राग आला का?'

'चल! मला कशाला येईल राग? मला गाणं आवडतं म्हणून मी गाते. मी कोणाच्याही गाण्याशी माझ्या गाण्याची तुलना कधीच करत नाही. मला तशी तुलना नाही येत करता. हं! कदाचित पुढे केव्हातरी टेपवर ऐकलं तर येईलही काही सांगता. पण ते नंतर. तिथल्या तिथं मला काहीच सांगता येणं शक्य नाही आणि सोहम तर जीन्यस आहे. तो पहिला आला तर नवल नाही.'

'तुला कसा वाटतो ग तो? तू बऱ्याच वर्षांपासून ओळखतेस ना त्याला?'

'फारच चांगला आहे ग! अगदी सरळ आणि मोठ्या मनाचा. त्याच्यात दोष काढू म्हटलं तरी काढता येणार नाही. त्याच्याबरोबर जुगलबंदी गायला मला खूप आवडतं. त्याचं आणि माझं छान जमतं.'

'त्याच्याबरोबर आयुष्याची जुगलबंदी जमली असती तर बरं झालं असतं ना? त्याच्याबरोबर तुला लग्न करायचंय. हो ना? म्हणून तर ह्या लग्नाला तू तयार नाहीस.'

दीपालीचं बोलणं ऐकून अपाला थक्कच झाली. 'कोणी सांगितलं हे तुला? तो मला दादासारखा. आमची चांगली मैत्री आहे. शिवाय तो मितूलशी लग्न करणार आहे. त्यानं केव्हाच ठरवलंय तसं.'

दीपालीनं जमिनीवरच बसकण मारली. तिच्या मनात वणवा भडकला होता. मितूलला सोहम आवडत असलेही. पण मितूल? ती तर एक सोळा वर्षांची फ्रॉक घालून शाळेत जाणारी मुलगी. स्वभाव अतिशय उच्छृंखल. खरं तर एक फालतू, गाढव मुलगी. आणि सोहम? एक तेवीस-चोवीस वर्षांचा गुणी गायक. सुशिक्षित तरुण. अतिशय सामान्य दिसणाऱ्या अपालाला त्याच्या आयुष्यात स्थान आहे. ती त्याची गाण्यातली साथीदार. मितूल अतिशय चंचल, लहरी, उद्धट. पण तिच्यावर त्याचं प्रेम. फक्त दीपालीच त्याची कोणी नाही. दीपालीला त्याच्या आयुष्यात एवढीसुद्धा जागा नाही. खरं तर सोहम दीपालीबरोबरच जास्त गप्पा मारायचा. पण त्याला काही अर्थ नाही आणि नव्हताही. सगळं अगदी निरर्थक. सगळं. सगळंच.

अपालानं विचारलं, 'दीपूदी, अशी खाली का बसलीस? काय झालं? बरं नाही वाटत?'

दीपालीला भरून आल्यानं बोलवत नव्हतं. ती कसंबसं एवढंच म्हणाली, 'अपू, अपू आता माझं कसं होईल ग? मी......मी......माझं.......प्रेम आहे

ग.......सोहमवर........आय लव्ह हिम मॅडली.'

अपालाचे डोळे भरून आले. ती दीपालीला धीर द्यायचा प्रयत्न करत म्हणाली, 'दीपूदी, ऐक माझं. ऊठ. चल. आपण आत जाऊ या. असे हातपाय गाळून कसं चालेल?'

दीपालीची गुलाबी साडी जमिनीवर लोळत होती. वाऱ्याच्या झुळकीबरोबर फुलांचा वास येत होता. त्यात चंदनाचा वास मिसळत होता. अस्वस्थ करणारा वास. जिवाची घुसमट करणारा वास. प्राण कासावीस करणारा वास. दीपाली घुसमटत्या आवाजात म्हणाली, 'अपू, काहीतरी कर ना! प्लीज अपू, काहीतरी कर ग! नाहीतर मला वेड लागेल. मितूल! हू इज मितूल? एक बाहुली. क्षुल्लक. फडतूस. बाहुलीच नाही तर काय ग? सोहम कसा तिच्यावर.....ॲट ऑल...... अपू, मला विष दे विष.'

नेमका ह्याच वेळी प्रद्योत वर येत होता. तो जिन्यातूनच ओरडला, 'अपू, आई जेवायला बोलावतेय.'

अपाला घाईघाईनं म्हणाली, 'दादा, दीपूदीच्या छातीत अचानक दुखायला लागलंय. जरा बघ तर!'

प्रद्योतनं काळजीच्या स्वरात विचारलं, 'काय झालं? आधी कधी असं काही झालं होतं?'

दीपाली काहीच बोलू शकली नाही.

प्रद्योत म्हणाला, 'अपू, पाय धरशील. आधी खोलीत न्यायला हवं.'

प्रद्योतनं दीपालीला तपासलं. ब्लडप्रेशर पाह्यलं. नंतर तो म्हणाला, 'प्रेशर जरा वाढलंय. हार्टबिटही वाढलेत. एक्साइट झाल्यावर होतं असं.' त्यानं चौकस नजरेनं अपालाकडे पाह्यलं. अपालानं हळूच मान हलवली. प्रद्योत म्हणाला, 'तुम्ही खूप रडला आहात असं दिसतंय. नक्कीच काहीतरी त्रास झाला असणार मनाला. खरं ना? आता हसा बरं! थोडं हसा. मी औषध देतो. जेवायचं आणि एकदम गुपचूप झोपून जायचं. अपू, आणखी दहा मिनिटांनी आपण जेवू या. नंतर आपण दोघं ह्यांना त्यांच्या घरी पोहोचवू या. काळजी करण्याचं काही कारण नाही. अहो, आयुष्यात दुःख, त्रास, डिस्अपॉइन्टमेन्टस् असणारच. त्यानं असं खचून जाऊन कसं चालेल?'

६

ऑफिसेस सुटायची वेळ. सगळेच घराकडे निघालेले. बसस्टॉपवर झुंबड. ह्या वेळेला गर्दी साइक्लॉनचं रूप घेते. लोक एकमेकांशी जणू चकवाचकवी खेळत असतात.

फेरीवाल्यांचा उत्साह आणि आवाजही शिगेला पोहोचलेला असतो. ग्रँड हॉटेलसमोरच्या फुटपाथवर कागदी कासवं चालायला लागतात. डोक्याला पिसं लावलेले कचकड्याचे पहिलवान आपापसांत कुस्ती खेळायला लागतात. प्लॅस्टिकच्या बॅग्ज, फोमच्या पिशव्या, टी-शर्टस्, शोभेची पेन्स, घड्याळं, छत्र्या ह्यांसारख्या वस्तूंचा बाजार भरतो. खरेदी-विक्रीला जोर चढतो. थिएटरसमोर इव्हिनिंग शोची गर्दी वाढायला लागते.

ह्या सुमारास दिशा हरवलेल्या गर्दीतून वाट काढत एस्प्लनेडच्या एका कॅफेत एक सभ्य, देखणा तरुण घाईघाईनं शिरला. पडदे लावलेल्या एका केबिनमधलं टेबल पकडून त्यानं बेराला काही सूचना दिल्या. पडद्याच्या फटीतून कॅफेचं दार दिसत होतं.

तो तरुण कोणाची तरी वाट पाहत होता. वरून तो शांत दिसत होता पण सारखं तोंड व मान पुसणं, बसण्याची पोज बदलणं, दाराकडे बघणं ह्यावरून तो आतून अस्वस्थ आहे हे कळत होतं. थोडा अधीरही झाला असावा.

तो तरुण गोरापान होता. चेहरा गुळगुळीत. केस व्यवस्थित वळवलेले. डावीकडे भांग. वय असेल तिशीच्या आतच पण गंभीर आणि विचारात बुडाल्यासारख्या चेहऱ्यामुळे तो आहे त्यापेक्षा मोठा दिसत होता. बंकिमचंद्रांच्या व्रजेश्वर, नवकुमार किंवा गोविंदलाल ह्या नायकांच्या भूमिकेत तो शोभला असता. बोलताना त्याचे दात न दिसण्याइतके बारीक आणि एका ओळीत होते. डोक्यावरचे केस कपाळाच्या दोन्ही बाजूला जरा मागे सरकलेले होते. पुढे टक्कल पडण्याचं ते एक खात्रीचं लक्षण होतं. अतिशय देखणा असूनही तो लवकर प्रौढ दिसायला लागण्याची चिन्हं होती.

अचानक त्या तरुणाची गडबड उडाली. एक तरुण आणि एक तरुणी कॅफेत शिरत होते. ते दोघंही सडपातळ होते. मात्र तरुण व्यायाम करत असावा हे त्याच्या तब्येतीवरून कळत होतं. त्यानं टी-शर्ट आणि ट्राऊजर्स घातली होती. केस कुरळे होते. बरोबरची मुलगी शांत पण लाजरी वाटत होती. तिच्या हातांच्या मानानं चेहरा उजळ होता. गालावर किंचित लाली. बहुधा तिच्या फिक्या डाळिंबी रंगाच्या साडीची छटा तिच्या गालावर पसरली असावी. तिच्या पापण्या लांब व दाट होत्या. डोळे लांब आणि मोठे. नाक बसकं. जिवणी छोटी. केस दाट, लांब. तिनं दोन वेण्या घातल्या होत्या. एखाद्या लाजऱ्या बुजऱ्या किशोरीत जे सौंदर्य असतं तसंच आणि तेवढंच सौंदर्य त्या मुलीत होतं.

कॅफेमध्ये वाट पाहत असलेला तरुण घाईघाईनं पुढे आला आणि त्यानं हात हालवून त्या दोघांना खूण केली. तिघंही त्या छोट्याशा केबिनमध्ये शिरले. नुकताच आलेला तरुण आधी येऊन थांबलेल्या तरुणाला म्हणाला, 'शिवनाथबाबू, माझ्या बहिणीला तुमच्याशी काही बोलायचंय. तशी ती अबोलच आहे. पटकन् तक्रारबिक्रार करणार नाही. स्वभावही अगदी शांत आहे. लाजरी आहे. थोडीशी. आता अशा

मुलीनंच स्वत:हून भावी हजबंडबरोबर बोलायचं म्हटलं तेव्हा मला वाटतं, धिस मस्ट बी व्हेरी व्हेरी इम्पॉर्टन्ट ॲण्ड यू मस्ट टेक हर सिरियसली. तुम्हालाही असंच वाटतंय ना?'

'नक्कीच. नक्कीच. तुम्ही बसा ना. खरं तर माझ्याही मनात असंच होतं'........शिवनाथ म्हणाला.

'मग प्रश्नच नाही.' प्रद्योत म्हणाला, 'पण आपल्या दोन्ही घरांत ह्याबद्दल अजिबात कळता कामा नये. मी बसत नाही. तुम्ही दोघं काय बोलयचंय ते बोला. मी तासाभरात परत येतो आणि हिला घेऊन जातो. ओ. के.? सी. यू.'

शिवनाथ काही बोलायच्या आधीच प्रद्योत तिथून निघून गेला. शिवनाथनं अपालाकडे पाह्यलं. ती खाली मान घालून बसली होती. तिचा चेहरा घामानं डंवरला होता. रवीन्द्र-सदनच्या गच्च भरलेल्या हॉलमध्ये एवढ्या श्रोत्यांसमोर पंडित चंद्रकांतजींसारख्या भारतातील प्रसिद्ध संगीतज्ञाशी आणि उस्ताद गायकाशी चर्चा करणारी मुलगी हीच का? ती चंद्रकांतजींशी बोलत असताना तिच्या बोलण्यात उद्धटपणा, अहंकार मात्र अजिबात नव्हता.

बेराला शिवनाथनं आधीच सांगून ठेवलं असल्यानं, त्यानं दोन लस्सी आणून त्या दोघांसमोर ठेवल्या. शिवनाथ म्हणाला, 'थंड चालेल ना? की दुसरं काही सांगू?'

अपालानं मानेनंच 'चालेल' असं सांगितलं. तिनं मानेला हलका झोका देताच तिच्या कानातले लोलक आंदोळले. कपाळावर चुकून रेंगाळलेल्या बटांनीही अलगद हेलकावा घेतला. 'शहाना' रागिणीचं शास्त्रीय रूप शिवनाथला माहीत नव्हतं. पण ते कसंही असलं तरी ह्या मुलीला 'शहाना' नाव शोभेल असं त्याला वाटलं. मुलायम कांती, उजळ सावळा रंग, त्यावर लालसर आभा. कृशांगी. विरहिणी म्हणूनच क्षीण. प्रसाधन न केलेला चेहरा. नम्र. शांत. चेहरा थोडा उदास. शिवनाथ म्हणाला, 'थंड जर खरंच चालत असेल तर घ्या ना. हे बघा, मी सुरुवात केली.'

थोडा वेळ न बोलता दोघांनी लस्सी घेतली. मग पुन्हा शिवनाथनंच सुरुवात केली, 'तुम्हाला माझ्याशी काही बोलायचं होतं ना?'

अपाला मान तशीच खाली घालून म्हणाली, 'मला लग्न करायचं नाही. पण काका आणि आई बळजबरीनं.......'मुलगी पसंत नाही' असं तुम्ही कळवाल का? प्लीज?'

शिवनाथ दबक्या आवाजात म्हणाला, 'खरं तर मीच तुम्हाला पसंत नाही. पण हे तुम्ही स्वत: सांगू शकत नाही. हो ना?'

आता अपालाचा चेहरा अधिकच लाल झाला. ती म्हणाली, 'पसंतीचा खरंच प्रश्न नाही. मला लग्नच पसंत नाही. मला अजून गाणं शिकायचंय. गायचंय.'

'तुमचं गाणं ऐकूनच तर तुम्हाला मी लग्नाचं विचारलं ना! आणि मला गाणं ऐकायचं असेल तर तुम्हाला गाणं शिकायला हवंच. नाही का?'

'पण मग माझ्याकडून इतर काही होणार नाही. गाणंच माझा खूप वेळ घेईल.'

'आता सध्या तुम्ही घरी काय काय करता ते तरी कळू द्या.'

'काय करणार! अभ्यास करते. कॉलेजला जाते. घरात थोडीफार साफसफाई करते. आईला स्वयंपाकात किरकोळ मदत करते. रविवारी थोडंफार धुणं.....'

'पुरे. पुरे. ह्यापेक्षा जास्त काहीही तुम्हाला करावं लागणार नाही. आमच्या घरी आई आहे. आत्या आहे. आत्या तुम्हाला स्वयंपाकघरात शिरूच देणार नाही. तिचं सोवळंओवळं फार. बाबांचं सगळं तीच बघते. सगळं तिच्या देखरेखीखाली चालतं. माझ्या गरजा तर खूपच कमी आहेत. माझा धाकटा भाऊ........नुकतीच इंजिनीयरिंगला ॲडमिशन घेतलीय. तो दिवसभर घरात नसतोच. दीदीचं लग्न झालंय हे तर तुम्हाला माहीत आहेच. माझ्या मेव्हण्यांना गाण्याचं फारच वेड आहे. तुम्हाला मोठं पाठबळ त्यांचंच मिळेल. ऑन दि अदर हॅण्ड, विचार करून पाहा. तुमचे काका जुन्या वळणाचे दिसतात. ते तुमचं लवकरात लवकर लग्न करणारच. दुसऱ्या ठिकाणी तुम्हाला पाहिजे तसं वातवरण मिळेलंच असं नाही.'

हे ऐकताच मात्र अपालानं नजर वर करून शिवनाथकडे पाह्यलं. तिच्या गालावर अजूनही लाली होतीच. आईचं म्हणणं काही खोटं नव्हतं! शिवनाथ खरंच खूप देखणा होता. अपालाला अचानक धीर आला. मनीषापाशी ती जे बोलली होती तेच तिनं तिच्यासमोर बसलेल्या तरुणाला सांगितलं, 'खरं सांगायचं तर गाण्याशिवाय माझं कशावरच प्रेम नाही.'

शिवनाथच्या चेहेऱ्यावर एक चोरटं हसू खेळून गेलं. तो अगदी हलक्या आवाजात म्हणाला, 'घाबरायचं कारण नाही. माझ्यावर थोडं कमी प्रेम केलंत तरी मी रागावणार नाही.'

'तुमच्याशिवाय घरात इतर.......'

'तुमच्याकडे पाहून तुम्ही फार कडक असाल असं वाटत नाही.'

आता हसण्याची पाळी अपालाची होती. शिवनाथ पुढे म्हणाला, 'मला तुमची अडचण समजतेय. पण होईल तेवढं मी तुम्हाला सांभाळून घेईन.'

ही सडपातळ, सावळी, लांब केस असलेली मुलगी तिचे मोठे डोळे अर्धवट मिटून, तानपुरा घेऊन गायला बसताच तिच्या कंठातून स्वरांचा प्रवाह जणू खळाळत असे. तिचं असं हे रूप शिवनाथच्या मनात खळबळ माजवत असे. त्यानं फक्त 'सूरलोक'च्या कार्यक्रमात तिचं गाणं ऐकलं होतं असं नव्हे. इतर ठिकाणीही त्यानं तिचं गाणं आवर्जून ऐकलं होतं. 'सूरलोक'च्या कार्यक्रमाला त्यानंच तर आपल्या दीदीला आणि मेव्हण्यांना ओढून नेलं होतं.

बेरानं बरेच पदार्थ आणून ठेवले. गोड आणि तिखटही. ते पाहून अपाला म्हणाली, 'मी काही खाणार नाही. प्लीज, मला आग्रह करू नका.'

'मी आधीच ऑर्डर दिली होती. तुम्हाला थोडं तरी खायला हवं. नाहीतर मला बकासुर व्हावं लागेल.'

'दादा आला तर बरं होईल.'

'का हो! माझ्याबरोबर बसणं-बोलणं एवढं नकोसं वाटतंय?'

'नाही. नाही. तसं नाही.', अपाला घाईघाईनं म्हणाली, 'मी खाण्यासाठी म्हणून म्हणाले.'

'तुम्हाला आणखी एक सांगणं भाग आहे........आमच्या घरी गाणं खरं आवडणारी माणसं दोनच. एक मी आणि दुसरे माझे मेहुणे. तुमच्याकडे आले होते ना? तेच. त्यांना गाणं चांगलं समजतं. त्यांच्यामुळे आता दीदीलाही समजायला लागलंय. आई, बाबा आणि आत्या ह्यांच्या मते गाणं म्हणजे, कीर्तन, रवीन्द्रसंगीत, भक्तिगीतं........द्विजेन्द्रलाल, रजनीकांत हे. लोकसंगीतही ते फारसे ॲक्सेप्ट करत नाहीत. रजनीकांत, डी. एल. राय ह्यांना ओळखणंही त्यांना जमतं असं नाही. पण गाणं ऐकायला आवडतं. तुम्ही सर्वच प्रकारची गाणी गाता, हे कळलंय मला. त्यांना त्यांच्या त्यांच्या आवडीचं थोडंसं ऐकवलंत की तुम्ही तुमची संगीत-साधना करायला मोकळ्या. माझ्या धाकट्या भावाला हिंदी फिल्मी संगीतापासून पाश्चात्त्य संगीतापर्यंत सगळंच आवडतं. त्यामुळे तुमच्या गाण्याच्या करिअरला काही अडचण येणार नाही. अर्थात मध्यमवर्गाच्या घरातल्या चालीरीती पाळाव्या लागतील. पण त्या तर तुम्ही आताही पाळता आहातच की! होय ना?'

अपालानं होकारार्थी मान हलवली.

'शिक्षण पुढे चालू ठेवणार ना?'

'जमलं तर नक्कीच. ग्रॅज्युएट झाले नाही तर काकांचं हार्ट-फेलच होईल.'

'आणि तुमचं स्वतःचं?'

थोडा विचार करून अपाला म्हणाली, 'मला फारसं काही वाटणार नाही.'

'माझ्याबद्दल तुम्हाला काहीच विचारायचं नाही?'

अपाला लाजली. मग हळूच हसून म्हणाली, 'तुम्ही तर सगळंच सांगितलंत की!'

'कुठं? काय सांगितलं मी?'

अपाला टेबलाकडे पाहत म्हणाली, 'नुसतं गाणं ऐकून मुलगी पसंत करणं जरा विचित्र आणि व्यवहाराला सोडून वाटतं. गाण्याचा तसा काहीच उपयोग नाही आयुष्यात.'

शिवनाथला काय बोलावं ते सुचेना. 'गाणं तुम्हाला सुंदर बनवतं. फारच सुंदर. त्याच सौंदर्यावर मी भाळलोय. जागेपणी, झोपेत, स्वप्नात मला दिसते तानपुरा

छेडणारी गोड गळ्याची एक पुतळी.' असं त्याला म्हणायचं होतं. पण तो हे बोलू शकला नाही. त्याऐवजी तो म्हणाला, 'जीवनात सगळ्याचा फक्त उपयोगच बघायचा नसतो. जीवन वेगळं असतं.'

'मग तुमच्या दृष्टीनं जीवन म्हणजे काय?' अपालासारखी लाजरी अबोल मुलगी अचानक असा प्रश्न विचारेल असं त्याला चुकूनही वाटलं नव्हतं. त्यामुळे प्रश्न ऐकून तो गडबडला. म्हणाला, 'अडचणीत टाकलंत. एवढ्या अवघड प्रश्नाचं उत्तर लगेच कसं देता येईल. जीवन म्हणजे काय ह्याचा विचार अजून मी केलेला नाही. ठीक आहे. मी हाच प्रश्न आता तुम्हाला विचारतो. सांगा.'

अपाला शिवनाथच्या डोळ्यांकडे पाहत म्हणाली, 'माझ्या दृष्टीनं जीवनाचा अर्थ अगदी सोपा आहे. भैरवपासून ललत, ललतपासून रामकली, रामकलीपासून परज. परजपासून अल्लैया बिलावल............' बोलता बोलताच ती हसायला लागली. शिवनाथलाही हसू आलं. नेमका त्याच क्षणी प्रद्योत आला. त्या दोघांना हसताना पाहून तो म्हणाला, 'वा! मियाँ बीबी राजी झालेले दिसतायत. म्हणजे एक्सपिडिशन सक्सेसफुल. काँग्रेट्स् शिवनाथदा! काँग्रेट्स् अपाई!'

७

काकांनी सबंध दिवसासाठी एक गाडी ठरवली होती. लग्न महिन्यावर येऊन ठेपलं होतं. तेव्हा मुलीला एकटं कुठंही पाठवायला ते तयार नव्हते. लग्न थंडीत म्हणजे डिसेंबरमध्ये होतं. ह्या दिवसांत वस्तूंचे भावही परवडण्यासारखे असतात आणि कुठलीही वस्तू चटकन मिळू शकते. घरातल्या एकुलत्या एका मुलीच्या लग्नाला हाच मोसम योग्य. सगळ्यांत समाधानाची गोष्ट म्हणजे पोर बी. ए. ऑनर्स झाली होती. त्यांचं घराणं, शिक्षण आणि पैसा ह्याबाबतीत फार बडं, नावाजलेलं होतं असं नाही, पण तरीही त्यांना थोडीफार प्रतिष्ठा होतीच, मान होताच. तो राखायचा काकांचा प्रयत्न होता. आणखी त्यांच्या आयुष्यात होतंच काय! स्वत:चा संसार नव्हता, बायको-मुलं नव्हती. ते स्वत: निवृत्त झाले होते. तेव्हा भावाच्या मागे त्याच्या बायकोला आणि मुलांना व्यवस्थित सांभाळायचं आणि घराण्याच्या काही चालीरीती असतील त्या पाळायच्या–घरातल्या माणसांकडून ह्या व्यतिरिक्त त्यांच्या फारशा अपेक्षा नव्हत्याच.

त्यांच्या स्वत:च्या गरजा तरी काय होत्या! सकाळी एक केळं आणि बेलफळ. रोज आरामखुर्चीत पायावर पाय टाकून आरामात बसून गीतेचा एक अध्याय वाचणं, थोडं दूध, जेवण साधंच, शाकाहारी–भाज्या, आमटी, वरण, भात असे चार-पाच पदार्थ, जेवताना वहिनीशी संसाराबद्दल थोडं बोलणं, विचारपूस. रात्री

पोळीबरोबर एखादा तळलेला पदार्थ, एखादा गोड पदार्थ, थोडं आटवलेलं दूध आणि निश्चिंत झोप. भावाच्या मुलानं डॉक्टर होऊन एखाद्या सरकारी हॉस्पिटलात नोकरी करावी आणि मुलीला चांगलं स्थळ मिळावं, एवढीच त्यांची इच्छा होती. त्यांना आणखी काही नको होतं.

गुरुजींकडे अपाला एकटीच गेली. काका गाडीतून उतरत होते. पण अपालानं त्यांना ठामपणे विरोध केला. हे तिच्या स्वभावाविरुद्ध होतं. पण ती तरी काय करणार? ह्या गल्लीबद्दल काकांच्या मनात भीती आणि तिरस्कार होता, हे ती जाणून होती. शिवाय आज तिला एकटीलाच गुरुजींना भेटायचं होतं. ती काही फक्त लग्नाचं आमंत्रण द्यायला आली नव्हती. आजची तिची आणि गुरुजींची भेट ही एका अर्थानं शकुंतलेची पाठवणी होती. बाप-लेकीच्या सुप्त विरहदुःखात काकांचं असणं तिला पटणारं नव्हतं.

आज गुरुजींच्या घराच्या तळमजल्यावर नेहमीसारखा सारंगीचा किंवा हार्मोनियमचा आवाज येत नव्हता. अपालानं आत जाऊन हाक मारली, 'गुरुजीऽ'. पण कुठंच काही हालचाल दिसेना. मग तिनं मितूलला हाका मारल्या. मग मात्र गुरुजी दुसऱ्या मजल्यावरच्या व्हरांड्यात आले आणि त्यांनी विचारलं, 'कोण?' त्यांचा आवाज आज ओळखता येत नव्हता.

'मी अपू. गुरुजी.'

'अपू! अपू!! अग खाली का थांबलीस?' असं म्हणत सपातांचा चटक् चटक् आवाज करत रामेश्वर ठाकूर जिना उतरायला लागले.

'नाही गुरुजी. आता वर येत नाही.' असं म्हणून अपालानं जड हातानं पिवळी पत्रिका गुरुजींच्या हातात ठेवली.

एक मोठा उसासा टाकून रामेश्वर ठाकूर म्हणाले, 'एका परीनं चांगलंच झालं, पोरी. मुलगा गाण्याचा शौकीन आहे, असं ऐकलंय. समजूतदार आणि शांतही आहे. शांत पुरुष प्रेमळही असतो. कदाचित तुला आहे त्यापेक्षा चांगलं वातावरण मिळेल. तुझी मला एकच भीती वाटते, पोरी!'

गुरुजींना नमस्कार करून अपाला त्यांच्याकडे प्रश्नार्थक नजरेनं पाहत होती. रामेश्वर ठाकूर पुढे म्हणाले, 'तू हळवी आहेस. भावनाप्रधान आहेस. हल्लीच्या या स्वार्थी जगात कोण कोणाच्या भावनांची पर्वा करतं! तुझ्यात अपार ऐश्वर्य आहे. किरकोळ कारणानं दुखावून तू सगळं ऐश्वर्य घालवलं.............'

अपाला काहीच बोलली नाही. नंतर तिनं हळूच विचारलं, 'मितूल कुठं आहे? तिनं तर सकाळपासूनच यायला हवं हं! रात्री तर तिला राहावं लागणारच. गाणंबिणं होईल ना!'

'ती येईलच. तिला एक छोटा ॲक्सिडेन्ट झालाय. सध्या ती तिच्या एका

मैत्रिणीकडेच आहे.'

'काय? ॲक्सिडेन्ट? कसा झाला? काय झालं?'

'तसं काही विशेष नाही. लवकरच बरी होईल ती. अजून लग्नाला अवकाश आहे. अपूदीच्या लग्नाला मितूल जाणार नाही, आनंदानं नाचणार नाही, गाणी म्हणणार नाही, असं कसं होईल?..........बरं, आता कुठं जाणार तू?'

'इथून थेट सोहमकडे. नंतर............'

'अपू, आताच सोहमकडे जाऊ नकोस. तो खूप आजारी आहे.' गुरुजी घाईघाईनं म्हणाले.

'अगबाई! तर मग मला जायलाच हवं. पाहिजे तर बाकीची आमंत्रणं काका एकटेच करतील. तसं सांगीन मी त्यांना. म्हणजे मला सोहमजवळ थोडं थांबता येईल.'

'नाही. अपाला, नाही. त्याचं दुखणं साधंसुधं नाही. त्याच्या डोक्यावर परिणाम झालाय. व्हाईअलन्ट झालाय. परवा आमच्याकडे आला. कुठून तरी सुरी मिळवली आणि सरळ मितूलवरच धावून गेला. घाणेरड्या शिव्या दिल्या. आजूबाजूच्या लोकांनी त्याला धरलं, बांधून ठेवलं म्हणून बरं! नाहीतर मितूलचा खूनच झाला असता. कसाबसा डोळा वाचला तिचा. त्या लोकांनीच त्याला घरी पोहोचवून दिलं. तुला सांगतो पोरी, काही दिवसांपासून तो अस्वस्थ होताच. तिरसटासारखा वागत होता. चिडचिडाही झाला होता. त्या सुरीला धार नव्हती म्हणून........'

अपालाच्या डोळ्यांत भीती स्पष्ट दिसत होती. ती एकटक गुरुजींकडे पाहत होती. तिचे मोठे डोळे आणखीनच विस्फारले होते. 'असं कसं झालं, गुरुजी?'

'काही कळत नाही, पोरी. मितूलवर तर तो जरा जास्तच........'

'गुरुजी, सोहम तर मला भावासारखा आहे. तो इतका आजारी असताना मी शांतपणे घरी कशी जाऊ? गुरुजी, मला त्याच्याकडे जायचंय. जाऊ ना?' तिचा आवाज कापत होता.

'चल तर मग. मीही येतो.' घाईघाईनं बाहेरच्या दरवाजाला कुलूप घालून रामेश्वर ठाकूर अपालाबरोबर निघाले.

रामेश्वरबाबूंना पाहताच अपालाचे काका गाडीतून घाईघाईनं उतरले. त्यांनी रामेश्वरबाबूंना नमस्कार केला. ते रीतभात पाळणारे होते. ते म्हणाले, 'माफ करा, रामबाबू! मी आत येणार होतो. पण ही आमची पोरगी......म्हाताऱ्या काकाच्या गुडघेदुखीची फार काळजी...........'

'असू द्या, रसमयबाबू! काही बिघडलं नाही. एवढा औपचारिकपणा कशाला? मला समजतंय सगळं.'

'आपण अपूच्या मित्राकडे निघालाहात का?'

'हो. पण आपली हरकत नसेल तर. सोहमकडे माझं जरा महत्त्वाचं काम आहे.

आपण जाताच आहात. गाडीही आहे. तेव्हा......'

'हो. हो. त्यात काय! हरकत कसली! छे! छे! काहीतरीच! या. बसा ना.' काकांनी गाडीचं पुढचं दार उघडलं.

अपालानं सोहमकडेही काकांना येऊ दिलं नाही. अगदी ठामपणे त्यांना 'गाडीतून उतरण्याची गरज नाही.' असं सांगितलं. खरं तर, काकांनी येण्याचं काही कारणच नव्हतं. पण प्रद्योत येऊ शकला नाही त्यामुळे काकांना यावं लागलं. ड्रायव्हरबरोबर ते अपालाला पाठवायला तयार नव्हते. सोहमच्या घराजवळ गाडी थांबताच काका म्हणाले, 'फार वेळ लावू नकोस हं, अपू!'

अपूनं गुरुजींकडे पाह्यलं आणि ती हळूच म्हणाली, 'काका, थोडा वेळ लागेल. गुरुजींचं काहीतरी जरुरीचं काम आहे ना! आपण त्यांना घरी पोहोचवून देऊ या आणि मगच पुढे जाऊ या.'

फाटकातून सोहमच्या खोलीचा दक्षिणेकडचा व्हरांडा दिसत असे. त्याच्या खोलीच्या सगळ्या खिडक्या बंद होत्या. गुरुजी आणि अपाला आत शिरताच वनमाळी घाईघाईनं बाहेर आला. त्याच्या मागोमाग सोहमचे बाबा. त्यांचा चेहरा खूपच गंभीर दिसत होता. काळजीनं काळवंडलाही होता. ते पुढे होऊन म्हणाले, 'आपण?'

अपालाकडे बोट दाखवत गुरुजी म्हणाले, 'अपूचं लग्न आहे. ती सोहमला आमंत्रण द्यायला आलीय.'

'रामेश्वरबाबू, आपल्याला माहीत आहे ना की सोहम सध्या कोणाला भेटण्याच्या स्थितीत नाही.'

'प्रतापबाबू, मी नकोच म्हणत होतो. पण अपूला सगळं समजल्यावर ती म्हणाली की ती सोहमला भेटणारच.'

'ही इज अंडर सिडेशन. पण थोड्या वेळापूर्वीच त्याची गुंगी उतरलीय. तो अपालाच्या अंगावर धावून गेला तर? आधीच मी आपला अपराधी आहेच. त्यातून आणखी.......'

'काकाबाबू, तो मला काही करणार नाही. मला एकदा तरी त्याला भेटू द्याच.' अपाला म्हणाली.

'पण तो बाईला पाह्यलं की चिडतो. डू यू नो, रामेश्वरबाबू, ही थ्रु ए पेपरवेट ॲट हिज मदर्स पोर्टेट, कॉलिंग हर नेम्स.'

'काकाबाबू, मला फक्त एकदा तरी.........फक्त एकदा त्याला भेटू द्या.' अपाला आग्रहानं म्हणाली.

जरा का-कू करतच प्रतापबाबू म्हणाले, 'ठीक आहे. ये. पण पत्रिका त्याच्या

हातात देऊ नकोस. माझ्याकडे दे. आणि रामबाबू, आपण प्लीज जाऊ नका.'

प्रतापबाबूंनी वनमाळीला आणि पलीकडेच उभ्या असलेल्या आणखी एका नोकराला अपालाबरोबर पाठवलं. स्वत:ही सोहमच्या खोलीबाहेर उभे राह्यले.

सोहमच्या खोलीच्या खिडक्या बंद होत्या. किती वाजले ते कळत नव्हतं. खोलीत छान वास दरवळत होता–साबणाचा, पावडरचा किंवा सेंटचा असावा. अपालाला ओळखता आला नाही. सोहम बिछान्यावर बसला होता. तो उघडाच होता. त्याच्या अंगावर फक्त पायजमा होता. त्याला असं उघडं आणि इतकं अस्ताव्यस्त अपालानं कधीच पाह्यलं नव्हतं. तो अजूनही गुंगीतच होता. डोळे लाल झाले होते.

वनमाळी म्हणाला, 'खोकाबाबू, कोण आलंय पाह्यलंत का?'

सोहमनं डोळ्यांची उघडझाप केली. मग कसंबसं म्हणाला, 'अपू, तू असं करणार नाहीस, हे मला पक्कं माहीत आहे. पण कोणीतरी मला नक्की शेंदूर खायला घातलाय. माझी खात्री आहे. रक्षाकाली पूजेचा प्रसाद म्हणून काहीतरी आणून दिलं. त्यात शेंदूर होता.' त्याचा आवाज जड झाला होता.

'शेंदूर?' अपाला थोडं पुढं सरकली. 'शेंदूर खाल्ला तर काय होतं?'

'डोन्ट यू रिअलाइज? शेंदुरात मर्क्युरी असतो. आणखी काय असतं ते केमिकल ॲनॅलिसिस करून पाह्यला हवं. इट इज बॅड, ॲज बॅड ॲज कॅन बी. अपू, तू कधीही शेंदूराला शिवूसुद्धा नकोस हं! आवाजाच्या बाबतीत इट इज डेडलि. त्यांना माझा आवाज घालवायचा होता. आता मी गाऊ शकणार नाही. नाही गाऊ शकणार.' सोहमच्या डोळ्यांना धारा लागल्या.

अपाला म्हणाली, 'शी! कुणी तुला ह्या फालतू गोष्टी सांगितल्या रे? कुठं गेला होतास कालीपूजेचा प्रसाद खायला? अं?'

'दॅट दिलीप सिन्हा. सरोदिया ग!................रामेश्वर ठाकूर. सौम्य. सगळे. दीपाली. दॅट सादिक हुसेन. तो तिथं आलाच कसा? एवढे सगळे जमले होते तिथं. फक्त तूच दिसली नाहीस. सगळ्यांनी मला बळजबरीनं खायला घातलं. विष. बघ ना आवाज कसा होअर्स झालाय!'

'मला काय वाटतं माहीत आहे? तू खूप ओरडला असावास. म्हणून आवाज असा झालाय. गप्प राहा. बोलू नकोस. औषध घे. नीट जेव. आराम कर. मग बघ. तुझा आवाज पुन्हा पूर्वीसारखा होईल.'

त्याला जेवढं शक्य होतं तेवढ्या जोरात डोकं हलवून तो म्हणाला, 'मी हल्ली काहीच खात-पीत नाही. अग, माय फादर, ब्रदर्स, सिस्टर्स-इन-लॉ एवढंच नाही तर दीज हेल्पिंग हॅन्डस्.........ह्या कोणालाच मी गावं असं वाटत नाही. माझ्या खाण्यात थोडा थोडा शेंदूर मिसळून ठेवतात ते.'

वनमाळी मध्येच म्हणाला, 'परवापासून त्यांनी काहीही खाल्लं नाहीय, दीदीमणी. मी.........मी म्हणे छोट्या बाबूंना विष देतो........असंच वाटतंय त्यांना.' तो धोतराच्या सोग्यानं डोळे पुसायला लागला.

सोहम म्हणाला, 'अपू, तू प्लीज जाऊ नकोस. सेव्ह मी. सेव्ह मी फ्रॉम दीज पीपल. फॉर गॉड सेक, अपू!'

अपाला म्हणाली, 'ठीक आहे. थांबते मी. पण तू खाल्लं पाहिजेस. मी दिलं तर खाशील ना?'

सोहमनं होकार दिला, 'प्लीज, डू मी दॅट फेवर. आय ॲम स्टार्व्हिंग.'

अपू बाहेर येताच सोहमचे बाबा म्हणाले, 'डॉक्टरांनी लिक्विड द्यायला सांगितलंय पोरी. जरा दूध पाजता आलं तर.......'

व्हॅनिला घातलेला थंड दुधाचा ग्लास अपालानं सोहमच्या तोंडाशी धरला. सोहमनं तो ग्लास हातात घेऊन हळूहळू फिरवून नीट निरखला. मग त्यानं विचारलं,'कुठून आणलंस?'

'माझ्या घरून. आमच्या घराशेजारीच गोठा आहे. पाह्यलास ना तू? पाहिजे तेव्हा दूध काढून देतात.'

'मग हे एवढं गार कसं? तुम्ही अलीकडे फ्रिज घेतलाय वाटतं?'

'हो.' अपालानं जराही न बिचकता होकार दिला.

मग मात्र सोहमनं हळूहळू दूध प्यायलं.

त्याचे बाबा म्हणाले, 'अपाला, त्याला औषधही देता आलं तर बघ.'

अपालाच्या हातातून गोळ्या घेत सोहमनं विचारलं, 'हे कसलं औषध? तशीही मला खूप झोप येतेय. आय डोन्ट वॉन्ट एनि ऑफ दीज ब्लडि पिल्स.'

'अरे, तू काही खात नाहीस ना! बघ, कसा झालायस तू! ह्या औषधानं तुला बरं वाटेल. नक्की. घे. मी पण अधून मधून ह्या गोळ्या घेते.'

सोहमनं गोळी तोंडात टाकली, 'अपू, मला भूक लागते. मी काय खाऊ? कोण देईल मला खायला?'

'मी देईन. आणखी कोण देणार! थांब हं! मी तुझ्या खाण्यापिण्याची सगळी सोय करते.'

बाहेर प्रतापबाबू उभेच होते. अपालानं त्यांना विचारलं, 'आणखी काय काय द्यायला सांगितलंय डॉक्टरांनी?'

'फक्त लिक्विड. पाहिजे तेवढ्या वेळा. हे बघ, मोसंब्याचा रस काढून ठेवलाय. क्लिअर चिकन सूप पण आहे.'

अपालानं दोन हातात दोन ग्लास घेतले आणि ती पुन्हा सोहमच्या खोलीत आली. बेडच्या साइड-टेबलावर ग्लास ठेवत म्हणाली, 'हा मोसंबीचा रस आणि

हे चिकन सूप मी स्वत: केलंय. तुला भूक लागली की पी. कोणीही तुझ्या खोलीत येणार नाही. मी सगळ्यांना बजावून ठेवलंय. आज दुपारी मी दादाबरोबर खायला पाठवते. खाशील ना?'

'शुअर.' सोहमचा आवाज जड झाला होता. त्याचे डोळे मिटायला लागले होते.

अपाला बाहेर आली. प्रतापबाबू उभेच होते. त्यांचा रुबाब, दरारा काही काही उरलं नव्हतं. अपालाचा हात धरून ते एखाद्या लहान मुलासारखे रडायला लागले, 'पोरी, दोन दिवसांनंतर त्याच्या पोटात गेलं बघ! तुला जमलं तर पुन्हा ये. मी गाडी पाठवेन. पोहोचवूनही देईन. त्याची आई गेल्यावर घरावर कोसळलेलं हेच मोठं संकट.'

अपाला म्हणाली, 'काकाबाबू, दुपारी माझ्या दादाला पाठवते. दादा मेडिकलच्या फायनल इयरला आहे. आपण मोठमोठ्या डॉक्टरांना दाखवलं असेल. तरीही तो दादावर जास्त विश्वास ठेवेल.'

अपाला घाईघाईनं जिना उतरून गुरुजींपाशी आली. ते इतक्या वेळ बाहेरच उभे होते. त्यांना बसायला खुर्ची देण्याचंही कोणाला सुचलं नव्हतं.

प्रतापबाबू म्हणाले, 'रामेश्वरबाबू, रागावू नका. आपण देवमाणूस आहात. पण गाणंबजावण्याची ही लाइन एकंदरीत वाईटच. त्यात वाईट वृत्तीचीच माणसं जास्त. मुलात गुण होता म्हणून घराण्याची प्रथा मोडून त्याला गाणं शिकू दिलं. आय हॅड माय मिसगिव्हिंग्ज. आता वाटतं, आय वॉज राईट. माझंच चुकलं.

रामेश्वर ठाकूर काही बोलणार होते. पण बोलले नाहीत. प्रतापबाबूच पुढे म्हणाले, 'आपल्या मुलीची तब्येत कशी आहे? तिच्या औषधपाण्याचा सर्व खर्च माझा बरं का! प्लॅस्टिक सर्जरी करावी लागली तरी करू या. अजिबात काळजी करू नका.'

रामेश्वर ठाकूर नम्रतेनं पण भरल्या गळ्यानं म्हणाले, 'प्रतापबाबू, खर्चाचं राहू द्या. तिला तसं काही फार लागलेलं नाही. अहो, अपू, हा सोहम मला माझ्या मुलांसारखी आहेत. तो बरा झाला की मिळवलं.'

प्रद्योतला सोहमकडून परत यायला रात्रीचे नऊ वाजले. त्यानं अपालाला सांगितलेली हकिकत फारच भयंकर होती. तीन-एक दिवसांपूर्वी सोहम कुठून तरी आला आणि एकदम बोलेनासाच झाला. जेवणखाणही करेना. त्याच्या दादांनी त्याला दोन-तीन वेळा विचारायचा प्रयत्न केला. पण तो धड उत्तरच देईना. पहाटे एकदम मोठा आवाज झाला म्हणून सगळे धावले. पाहतात तो सोहमनं त्याच्या आईच्या फोटोवर पेपरवेट फेकून मारला होता. फोटोचा चक्काचूर झाला होता. तो त्याच्या आईला घाणेरड्या शिव्या देत होता. मोठा भाऊ चिडून त्याला अडवायला

गेला तर त्यानं त्याच्या भावावर फ्लॉवरपॉट भिरकवला. खोलीतला टी. व्ही., ट्रॅन्झिस्टर, रेडिओ, वॉल डेकोरेशन–सगळं सगळं त्यानं फोडून तोडून टाकलं. तो वेड्यासारखं करत होता. कोणाला ओळखतही नसावा. जवळच्या डॉक्टरांनी झोपेच्या इंजेक्शनचा मोठा डोस दिला. पण रात्र होता होताच त्याची गुंगी उतरली. घरातल्यांचा डोळा चुकवून तो रामेश्वर ठाकूरांच्या घरी गेला. कुठून तरी एक सुरी मिळवली आणि मितूलवर चक्क हल्लाच केला. रामेश्वर ठाकूर आणि आजूबाजूचे लोक मध्ये पडले. त्यांनी त्याला कसंतरी करून धरलं, बांधलं आणि घरी पोहोचवलं. तेव्हापासून डॉक्टर त्याला झोपेचं औषध देत होते. मितूलच्या कपाळावर, गालावर आणि छातीवर बरंच लागलं होतं. नशीब बलवत्तर होतं म्हणूनच डोळा वाचला. प्रद्योत गंभीर झाला होता, तरी तो अपूला म्हणाला, 'घाबरू नको, अपू! मी विद्युतदांना घेऊन गेलो होतो. ते म्हणाले की वरवर पॅरनॉइट वाटत असला तरी हा टेम्परری नर्व्हस ब्रेक डाउन असावा. कारण मात्र ताबडतोब शोधायला हवं. त्याला एका संशयानं पछाडलंय. काय ग अपू, त्यालाही तुझ्याचसारखं गाण्याचं वेड आहे. हो ना? आपल्या घरी जेव्हा जेव्हा आलाय तेव्हा तेव्हा जिन्याच्या दोन दोन पायऱ्या सोडून उड्या मारत चढता-उतरताना पाह्यलंय मी त्याला. आईनं काही खायला दिलं की म्हणायचा, 'मावशी, काय केलंय? फर्स्ट क्लास.' हा स्वभावानं कसा आहे ग?'

'माझ्या माहितीप्रमाणे घरातल्या सगळ्यांच्याच लाडका आहे. हुशार तर आहेच. पण अगदी सरळ आहे. द्वेष, मत्सर त्याला ठाऊकच नाही. पटकन सगळ्यावर विश्वास ठेवतो.'

मितूलबद्दलच्या सोहमच्या भावना इतक्यातच दादाला सांगव्यात की नाही हे अपालाला कळेना. आपल्याला एखाद्याची आतली गोष्ट ठाऊक असली तरी ती सर्वांना पटकन सांगून टाकणं बरं नव्हे. ती गोष्ट मनातच ठेवणं एक पवित्र कर्तव्य आहे, असं अपालाचं मत होतं. पण दादानं तसं काही खोदून खोदून विचारलंच असतं तर तिनं नक्कीच सांगितलं असतं. सोहम पूर्ण बरा व्हायला हवा. त्यासाठी गरज पडल्यास सगळं सांगायला हवंच.

पण तिचं वाक्य पुरं होतं ना होतं तोच प्रद्योत म्हणाला, 'देअर यू आर. हा मुलगा सरळ आणि गलिबल आहे. फार महत्त्वाचा क्लू आहे हा. रक्षाकालीच्या पूजेच्या प्रसादातून त्याला कोणीतरी काहीतरी खायला घातलंय, असं जे तो म्हणतोय, ते साफ खोटं आहे. त्याच्या मनात तो किंतू पक्का बसलाय. तुझ्या गुरुजींशी बोललो मी. दिलीप सिंघी त्यांचा एक शिष्य आहे. त्याच्या घरी रक्षाकालीची पूजा होते. रात्रभर कालीकीर्तन, श्यामासंगीत चालतं. रामबाबू, मितूल जातात आणि गातात पण. सोहम तिथला प्रसाद खाणं शक्य नाही. तो तर तिथं गेला

नव्हता. त्याला सिंघीकडे बोलावलंच नव्हतं.'

अपालाचे ओठ थरथर कापत होते. ती म्हणाली, 'दादा, मला फार भीती वाटते रे! एक तर मला लग्न करायची इच्छाच नाही. त्यातून सुरुवातीलाच हा अपशकुन.'

'तुझं काहीतरीच हं! मला चीड येते बघ! सोहमच्या दुखण्याशी तुझ्या लग्नाचा संबंधच काय? तुमच्या दोघांचं काही अफेअर वगैरे आहे का? तुझं लग्न ठरल्याचं ऐकून त्याला झटका आलाय का?'

प्रद्योतचं हे बोलणं ऐकून अपालाला हसूच आलं. ती म्हणाली, 'एक फटका देईन हं! जे झालं ते चांगलं नाही. हे खरं ना? अरे, गायक लोक फार स्यूपरस्टिशस असतात, हे ठाऊक आहे का तुला? त्याशिवाय सोहम इतका आजारी असताना मी लग्न करणं........मनाला पटत नाही.' तिच्या डोक्यात सोहमचे जड आवाजातले 'शेंदूर फार वाईट. तू कधी शेंदराला शिवूसुद्धा नकोस' हेच शब्द घोळत होते. पण हे दादाला सांगणं शक्य नव्हतं.

प्रद्योत म्हणाला, 'विद्युतदा म्हणतात की तो लवकरच बरा होईल. तू उगाच घाबरू नकोस.'

रात्र बरीच झाली होती. नऊ वाजले असतील. अशा अवेळी दीपाली अपालाच्या दारात येऊन उभी राह्यली. काकांचं जेवण नुकतंच उरकलं होतं. सुजाताबाई त्यांचं ताट घेऊन खाली उतरत होत्या. प्रद्योत बहुधा कोपऱ्यावरच्या दुकानात सिगरेट आणायला गेला होता. जाताना त्यानं दार उघडंच टाकलं होतं. दाराची एक फळी लोटून दीपाली त्या मागे उभी होती. तिला पाहून सुजाताबाई चपापल्याच. दीपालीला केव्हाही कुठंही जायचं स्वातंत्र्य होतं. तिच्यावर बंधनं अशी नव्हतीच. पण अपूच्याकडे रसमयबाबूंची शिस्त कडक होती. असं वेळी-अवेळी मैत्रिणीकडे जाणं त्यांना खपण्यासारखं नव्हतं.

'मावशी, मी आज तुमच्याकडेच राहीन. काही गैरसोय तर होणार नाही ना? आता अपू लवकरच सासरी जाणार आहे ना! तेव्हा.........' दीपालीचा आवाज नेहमीसारखा वाटत नव्हता. काहीतरी विचित्रच वाटत होता. पण आतापर्यंत सुजाताबाई सावरल्या होत्या. त्या म्हणाल्या, 'अग, राहा ना! राहा. घरी सांगून आलीयस ना? मग हरकत नाही. गैरसोय कसली? ये. मी मुलांना वाढतेच आहे. तूही बस त्यांच्याबरोबर.'

दीपाली म्हणाली, 'मी जेवूनच आलेय, मावशी. तुमचं चालू द्या. मी गच्चीतल्या खोलीत बसते.'

दीपालीचा आवाज ऐकताच अपाला जिन्यात येऊन उभी राहिली होती. दीपाली

तिला म्हणाली, 'अपू, जेवून वर ये.' तिचा आवाज कापत होता.

सुजाताबाई स्वयंपाकघराकडे वळल्या. दीपालीचं शेवटंच वाक्य प्रद्योतनं ऐकलंय हे अपालाच्या लक्षात आलं. दीपालीचा कापरा, विचित्र आवाज ऐकून तो चकित झाला होता. त्यानं अर्थपूर्ण नजरेनं अपालाकडे पाह्यलं. भावंडांनी डोळ्यांनीच एकमेकांना खुणावलं.

कसेबसे दोन घास पोटात ढकलून अपाला वर आली. दीपाली गुडघ्यात मान घालून बसली होती. ती थरथर कापत होती.

'काय झालं ग, दीपूदी?' अपालानं विचारलं.

'सोहमचं कळलं का?'

'हो. कळलं. मी गेले होते त्याच्याकडं.'

'तो मला मारायला आला तर? असाच रात्रीचा तो मितूलला मारायला गेला होता. तिच्या डोळ्याच्या वर, गालावर आणि छातीवर लागलंय. ती हॉस्पिटलमध्ये आहे सध्या. ठाऊक आहे? ती डिसफिगर्ड होते की काय कोण जाणे!'

'सोहम तुला ग कशाला मारायला येईल?'

'बाई, वेड्याचा काय भरवसा! खरं सांगू का? मितूलबद्दल मीच त्याला सांगितलं ग!'

'मितूलबद्दल? काय सांगितलंस?'

'हेच ग! मितूलची आई गुरुजींच्या एका शिष्याबरोबर पळून गेलीय. इन फॅक्ट, ती गुरुजींच्या गुरूंची बायको. गुरुजींनीही तिला पळूनच आणलं होतं. मितूल तिचीच मुलगी. हे सगळं......'

'दीपूदी, अग काय सांगतेस! कुठं ऐकलंस हे? सगळ्या कंड्या.'

'अग कंड्या नाहीत. खरं आहे. मला माहीत आहे ना! बऱ्याचजणांना माहीत आहे. फक्त कोणी बोलत नाही एवढंच.'

'मला कसं काही माहीत नाही?'

'तुझी गोष्टच वेगळी. तू फारच शिस्तीची. गाणं शिकतेस, घरी येतेस. पण मी लहानपणापासून ह्या क्षेत्रातल्या लोकांत वावरत आलेय. मला बऱ्याच गोष्टी माहीत आहेत. दिलीप सिन्हा..........तो सरोद वाजवतो तो ग..........त्याची आणि मितूलची भानगड आहे. हे मीच सोहमला सांगितलं.'

'भानगड? अग, मितूलची कितीजणांशी दोस्ती आहे. लहान आहे ती. शिवाय तिला आई नाही. हे सगळं कशाला सांगितलंस सोहमला? मी तुला त्या दिवशी बोलले होते ना.........तुला सगळं माहीत असताना.........'

'तुझ्याकडून कळायच्या आधीच मी बोलून गेले........सहज गप्पा मारता मारता. त्याचा मितूलवर एवढा जीव आहे ह्याचा मला पत्ता नव्हता. खरंच मला

काही माहीत नव्हतं. आणि तूच सांग अपू, सोहमकडचे किती बडे आहेत! त्यांना मितूलबरोबर सोहमनं लग्न केलं असतं तर आवडलं असतं?'

'लग्न ही फार पुढची गोष्ट झाली. दीपूदी, तुझं चुकलंच. एका तरुण मुलाबरोबर तू ह्या अशा गोष्टी बोललीसच कशी? मी तर कल्पनाच करू शकत नाही.'

'बरं! झालं ते झालं. चुकलं माझं. पण आता तू मला वाचव, अपू! सोहम माझा खून केल्याशिवाय राहणार नाही.'

'तुझं हे असं बोलणं ऐकूनच त्याची तब्येत बिघडली असावी. तुला त्याचं काहीच वाटत नाही? त्या दिवशी तर म्हणत होतीस की तुझं त्याच्यावर प्रेम आहे म्हणून!'

'अपू, अग, डोकं फिरलंय त्याचं. ठार वेडा झालाय तो. त्याच्या घरातच असावी ही टेण्डन्सि. नाहीतर असा एकाएकी झटका येईल का? असं कोणी कोणाला मारायला धावेल का? मला तो ठारच मारेल. मी तुझ्याकडेच राहते.'

'ठीक आहे. तू राहा इथं. पण सोहम तुला मारणं शक्य नाही. त्याला झोपेचा स्ट्राँग डोस दिलाय. तब्येत जास्त बिघडली तर त्याला नर्सिंग होममध्ये ठेवावं लागेल.........ये, दीपूदी! आपण दोघी मिळून शुद्ध कल्याण गाऊ या.'

'अशा वेळी तुला गाणं सुचतंय? मग तूच गा, बाई! भीतीनं माझी पाचावर धारण बसलीय.'

अपालाला एकदम आठवण झाली. तिनं विचारलं, 'तो 'शेंदूर शेंदूर' काय करत होता ग? शेंदूर खाल्ला तर आवाज जातो असं काहीतरी म्हणत होता. हेही तूच सांगितलंस वाटतं?'

दीपालीचा चेहरा पांढराफटक पडला. ती जोरजोरात मान हलवत घाईघाईनं म्हणाली, 'नाही. नाही. मुळीच नाही.'

आता अपालाचं मन खूपच शांत झालं होतं. गुरुजींनी दिलेला तानपुरा तिनं उचलला. रात्रीबरोबर तिचं गाणंही अधिक गहिरं होत गेलं. 'मंदरवा बाजो रे'. नुसत्या 'बाजो रे'नंच तिनं सुरांचा सागर निर्माण केला. जोरदार ताना नाहीत, लयकारीही फारशी नाही. नुसता भाव. भावातून अनुभव. 'आनंद रहो' असं म्हणत तिनं आवाज चढवत नेला आणि मग तुकड्या-तुकड्यांनी, अतिशय कौशल्यानं तो खाली आणला. शुद्ध कल्याणचे आरोह-अवरोह चाफ्याच्या वासाप्रमाणे सगळीकडे पसरले. सूर तिच्या रोमारोमात भिनले आणि मग ह्या जगातील सुख-दुःख, काळजी-चिंता सारंच कुठच्या कुठं नाहीसं झालं. तिला भास झाला की ती एका तेजस्वी, आदिम प्रियकरापाठोपाठ चाललीय. असं त्याला अनुसरण्यात केवढं धैर्य, केवढी माधुरी, केवढा महिमा होता! पण हा मार्ग साधा, सरळ नव्हता. कधी होती वेडीवाकडी वळणं, तर कधी पार करायला कठीण अशी अरुंद वाट, कधी प्रचंड नदी तर कधी विशाल राजमार्ग. त्याच्या दुतर्फा अपूर्व सौंदर्याची उधळण. ह्या

राजमार्गाच्या सुरेख बाकदार वळणावर विस्मयाचा उपहार घेऊन उभे होते अदृश्य गंधर्व. अखेर नदीच्या मुखाप्रमाणे केलेल्या सूरविस्तारानं तिनं तिच्या शुद्ध कल्याणचा विलंबित सूरसमुद्राच्या अपरूप स्रोतामध्ये एकवटून टाकला. ती मंत्रमुग्ध झाली होती. तिचं भान हरपल्यासारखं झालं होतं. घरच झालं होतं एक सूरमंडळ. ती गातच होती. गातच होती. जिथं तिला अभिसाराचा आभास झाला होता तीच गच्ची सुरांचा त्रिसप्तक, विशाल, आदी महासागर बनली होती. दीपाली गाढ झोपली होती–अगदी सैलावून, उताणी. तिची मान उशीच्या एका बाजूला कलंडली होती. चेहेऱ्यावर आता भीतीचा लवलेश नव्हता. उलट निष्पाप बालकासारखा तिचा चेहरा निर्व्याज दिसत होता, निश्चिंत दिसत होता.

अपालानं तानपुरा खुंटीला अडकवला आणि त्याच्या तुंब्याखाली एक छोटं स्टूल सरकवलं. ती दीपालीशेजारी आडवी झाली. दादाच्या उशीवर डोकं टेकताच सिगरेटच्या वासात मिसळलेला एक पुरुषी गंध तिच्या नाकात शिरला. त्यामुळे सुरुवातीला तिला झोप येईना. पण हळूहळू तिच्या पापण्या जड झाल्या. डोळे मिटायला लागले. ती सुखासमाधानात झोपली. मात्र तिला गाढ झोप लागली नाही. पहाटेपूर्वी तिला दोन विचित्र स्वप्नं पडली. पहिल्या स्वप्नात ती अतिशय आतुरतेनं एका प्रियकराच्या मागे धावत होती. तो तिला दिसत नव्हता. पण त्याचं रूप अपूर्व होतं. असं अलौकिक रूप मोठमोठे कलावंतच रेखाटू शकतात. तो अतिशय द्रुतिवंत होता. अनावर झालेलं तिचं शरीर आवरणंही तिला कठीण जात होतं. त्या पुरुषाबरोबर तिचं मीलन झालं नाही, तर तिचं निर्मळ, पवित्र, सूरमय स्त्रीत्व निरर्थक ठरणार होतं, निर्माल्यवत होणार होतं. म्हणूनच ती व्याकुळ झाली होती! ह्या गोष्टी जागेपणी तिला कधीही जाणवल्या नव्हत्या. दुसऱ्या स्वप्नात एक पुरुष तिचा पाठलाग करत होता. ह्या पुरुषाला चुकवण्यासाठी ती वेडीवाकडी पळत होती. गंधारातून सरळ पंचमात न जाता ती रिषभाकडे आली. नंतर एकदम गेली धैवतात. धैवतातून वाकडं वळण घेऊन पंचमाला स्पर्श करून मध्यसप्तकाच्या निषादात. सुरांच्या चढ-उतारावर आर्ततेनं ती रात्रभर धावतच होती. कोणाला चुकवायला तर कोणाला भेटायला. ते दोन पुरुष कोण होते काही कळत नव्हतं. ती जागी झाली तेव्हा तिच्या डोळ्यांत होतं अमोल पाणी. बागेश्री, बिहाग गाताना तिचे डोळे असेच भरून यायचे. केदारची पकड घेतानाही डोळे ओले व्हायचे.

ह्या दिवसांत ही खोली फार छान वाटायची. सुंदर वास यायचा. थंडही असायचं. नोव्हेंबरची सुरुवात. थंड वाटायचं. पण गारठा नसायचा. खिडकीतून येणाऱ्या वाऱ्यामुळे थंडी जाणवायची. अपूनं दीपालीच्या अंगावर पांघरूण घातलं. पण दीपालीनं झोपेतच ते पायानं ढकलून दिलं. बहुतेक तिला पांघरुणाची गरजच नसावी. वाऱ्यामुळे तानपुऱ्याच्या तारा झंकारल्या. दीपाली अगदी गाढ झोपली

होती. बरेच दिवसांत तिला अशी शांत झोप मिळाली नसावी. अपालानंही कूस बदलली आणि ती पुन्हा झोपून गेली. आताही तिला स्वप्न पडलं. हे स्वप्न आधीच्या स्वप्नापेक्षा बरंच स्पष्ट होतं. ती जणू कोणा जमीनदाराकडच्या जलशात गात होती. पण ती 'ती' नव्हती, ती होती नाजनीन बेगम. रेकॉर्डवर तिनं नाजनीन बेगमांचा फोटो पाह्यला होता. त्या फोटोतल्याप्रमाणेच वाक्या, हिऱ्याची चमकी, बनारसी भरजरी साडी तिच्या अंगावर होती. म्हणजे अपूच नाजनीन बेगम झाली होती. चहूकडे घुमट दिसत होते. श्रोता होता फक्त एक. कधी तो रामेश्वर ठाकुरांसारखा दिसत होता. पण तिला तो सोहमच वाटत होता. सोहम तिचं गाणं ऐकत होता. त्याची काहीच प्रतिक्रिया नव्हती. फक्त दोघांच्याही डोळ्यांना धारा लागल्या होत्या. त्यानंतर सोहम अचानक तिच्यासमोर उपडा पडला. जणू तो तिला साष्टांग नमस्कार घालत होता. हळूहळू त्याच्या शरीराची हालचाल थांबली. तो झोपला होता की मृत्यू पावला होता, काहीच कळत नव्हतं. तेवढ्यात कोणीतरी म्हणालं, 'सो जा बेटी सो जा!' अपालानं पाह्यलं तर तो सोहम नव्हता. ती दीपाली होती. पण झोपेत दीपाली आणि मितूल ह्यांच्यात पुन्हा घोटाळा झालाच.

सकाळची पहिली तिरीप अपालाच्या उजव्या डोळ्यावर पडली. रोज दादाच्या डोळ्यावरही ती अशीच पडत असेल. मग दादा कूस बदलत असेल. दीपालीच्या उठण्याची वाट बघत अपाला तशीच पडून राह्यली. पण दीपाली गाढ झोपली होती. किती दिवसांत एवढी निश्चिंतपणे ती झोपली नसावी. तिनं साधी कूससुद्धा बदलली नाही. दीपालीला प्रथम हुरहुरीनं, नंतर निराशेनं आणि मग भीतीमुळे झोपच आली नसावी.

अपाला उठून गच्चीत आली. हळूहळू तिनं आपले केस मोकळे सोडले. रोज ह्या वेळेला तोंड धुवून ती रियाजाला बसत असे. गच्चीत एक धाबळी आणि त्यावर आईच्या लग्नातला गालिचा अंथरून तिची बैठक तयार व्हायची. आज ह्या आधीच बसता आलं असतं. पण तिच्या मनात काहूर माजलं होतं. रात्रीची स्वप्नं तिला चांगली आठवत होती. अपालानं मनाशी एक गोष्ट पक्की ठरवली.

ती तरातरा खाली आली. आईच्या खोलीत आज तिच्याऐवजी दादा झोपला होता. आई उठून गेली होती. अपालानं प्रद्योतला हालवलं, 'दादाऽ, ए दादाऽऽ' प्रद्योतनं डोळे किलकिले करून तिच्याकडे पाह्यलं. लग्न ठरल्यापासून अपालात काहीतरी बदल झाल्याचं त्याला जाणवत होतं. तिच्याबद्दल त्याला जास्तच ममता वाटायला लागली होती. तो जागा झाल्याचं पाहून अपालानं विचारलं, 'जरा वर येतोस? अजिबात आवाज करू नकोस. अगदी गुपचूप.'

प्रद्योतनं त्याच्या स्वभावानुसार त्रासल्याचं सोंग केलं. मग सदरा घालून तो तिच्याबरोबर वर आला. गच्चीतल्या खोलीचं दार उघडंच होतं. दारातूनच दीपालीकडे

बोट दाखवून अपाला म्हणाली, 'दादा, पाहा. पाहा ना!'

'काय पाहू?'

दीपाली गाढ झोपली होती. रात्री तिनं कपडेही बदलले नव्हते. ती जे कपडे घालून आली होती त्याच कपड्यात झोपली होती. तिच्या ओठांवरची लिपस्टिक पुसली गेल्यामुळे ते गुलाबाच्या सुकलेल्या पाकळ्यांसारखे दिसत होते. रात्रीच्या शांत झोपेमुळे तिचा गोरा रंग सतेज दिसत होता. ती नेहमी काजळ घालायची. आता डोळे मिटले असल्यानं काजळरेखेनं फक्त डोळ्यांचा आकारच दिसत होता. तिची वेणी डाव्या खांद्यावरून पुढे येऊन तिच्या छातीवर पडली होती आणि तिच्या श्वासाबरोबर वरखाली होत होती.

दीपालीकडे नजर टाकून प्रद्योत म्हणाला, 'अग, असं काय करतेस! झोपलीय ती शांत. तिला असं झोपलेलं चोरून पाहण्यासाठी मला उठवून आणलंस! असा आचरटपणा पूर्वी कधी केला नव्हतास तू, अपू!'

दादाच्या बोलण्याकडे दुर्लक्ष करत अपालानं विचारलं, 'दादा, आधी सांग, ती सुंदर आहे ना?'

'दॅट डिपेन्ड्स.'

'उत्तर टाळण्यासाठी इंग्रजी बोललास तर खबरदार! माझ्यापेक्षा ती सुंदर आहे किनई? सांग. सांग ना रे!'

'मला नाही माहीत. तुझ्यापेक्षा गोरी आहे इतकंच. ह्याहून जास्त मला नाही सांगता येत. अपू, अग हे काय चाललंय तुझं? अं?'

'दादा, दीपूदीही गाते. एका अर्थानं माझ्यापेक्षा जास्तच. कारण तिला रागदारीबरोबरच नजरुलगीतं, नवी गाणीही येतात. रेडिओवर गाते. मैफलीत गाते.'

'बरं! मग?'

'शिवनाथबाबूंना हिला दाखवून हिच्याशी लग्न करण्याबद्दल विचारता येणार नाही का? माझ्याऐवजी त्यांनी हिच्याशी लग्न करावं. गाणं आवडतं ना त्यांना? मग गाणारी बायको तर मिळेलच, शिवाय सुंदरपण. प्लस घरकामात एकदम हुशार. तिनं त्यांचं घर कसं छान ठेवलंय ते तू पाह्यलाच हवं. त्या पाचीही बहिणी गुणी आहेत. पण त्यांच्यात दीपूदी वरचढ आहे. मावशी स्थळं बघताहेतच आणि दीपूदी लग्नाला एका पायावर तयार आहे.'

प्रद्योत डोळे वटारून म्हणाला, 'अपू, तुला वेडबीड लागलंय का? तुझं लग्न महिन्यावर आलंय आणि आता ह्या भानगडी करायच्या? आणि ती तरी तयार होईल का? शिवनाथबाबूंकडूनही होकार येईल असं कशावरून?'

'दीपूदीला होकार द्यायला लावण्याची जबाबदारी माझी. आणि त्यांच्या घरचेही नक्कीच तयार होतील. ती किती गोरी आहे ना!'

'अपू, तुझ्या पोरकटपणापुढे धन्य हं! कुठल्या युटोपियात राहतेस कोण जाणे! गाणं ही एक आर्ट आहे. रात्रंदिवस गाण्याचा अभ्यास करतेस. मग तुझ्या जाणिवा एवढ्या बोथट कशा ग? डोन्ट यू रिअलाइज दॅट शिवनाथदा इज इन लव्ह वुइथ यू? काळ्या गोऱ्याचा प्रश्नच कुठं येतो? इट इज नॉट ए सिम्पल केस ऑफ मॅट्रिमोनिअल सिलेक्शन.'

अपाला एकदम गप्प झाली. प्रद्योत बोलतच होता, 'लव्ह इज नॉट सो इझिलि अ‍ॅव्हलेबल, अपू. तुझ्याकडून काहीही रिस्पॉन्स नाही. मला कळतंय ते. पण येईल हळूहळू. यायलाच हवा. दॅट शिवनाथ दत्तगुप्त हॅज डेप्थ ऑफ कॅरेक्टर. शिवाय दीपाली तर मिश्र. ब्राह्मण. ते अशा जातीबाहेरच्या मुलीला सून म्हणून पसंत करतीलच कसे? ते लोक तर आपल्या काकांसारखेच जुन्या मताचे आहेत. तू काळी समजतेस स्वत:ला. म्हणून तुला भीती वाटते? की त्यांनी कोणी काळी म्हटलं म्हणून रागावलीयस?'

अपालानं काहीच उत्तर दिलं नाही. खरं तर, ही कल्पना डोक्यात येताच सुटका झाल्याच्या आनंदात ती हवेतच तरंगायला लागली होती. प्रद्योतच्या बोलण्यानं तिला वास्तवात आणलं. तिला जे अगदी सहज स्वाभाविक वाटतं ते इतरांना एवढं अशक्य, अवघड का वाटावं? तिला लग्न करायची मुळीच इच्छा नसताना हे सगळे तिला जबरदस्तीनं बोहल्यावर चढवायला निघालेत आणि दीपूदीला लग्न करायचंय–लगेच झालं तर लगेच–तर तिचं लग्न होत नाही. एवढी सुंदर, गुणी असूनही ती कोणालाच योग्य वाटत नाही.

अपालानं अचानक विचारलं, 'दादा, माझं एक काम करशील?'

'काय काम? तुझीच तर कामं करतोय.'

'काही दिवस मी रोज सोहमकडे जाईन म्हणते. गाणं ऐकून तो बरा होईल असं आपलं मला वाटतं— कमीतकमी माझं गाणं ऐकून. लग्नाच्या आदल्या दिवसापर्यंत जाईन मी.'

'बाप रे! तुझं प्रेमबीम आहे का त्याच्यावर?'

'हो. माझं खूप प्रेम आहे त्याच्यावर. आधी नव्हतं जाणवलं हे मला.'

'तर मग ही बाब खूपच कॉम्प्लिकेटिड झाली म्हणायची!'

'नाही, दादा. तुला जे वाटतंय ना तसं काही नाही. मी एक मित्र म्हणून त्याच्यावर प्रेम करते. एकाच वाटेनं जाणारे मुशाफिर जशी एकमेकांना मदत करतात तशी त्याला मदत करायचीय. जेवढं करता येईल तेवढं करायचंय.'

'अपू, तू हळूहळू बदलत चाललीयस. जिद्दी आहेसच. पण पूर्वी वरून काही दिसू द्यायची नाहीस. जे काय करायचीस ते गुपचूप. तशी तू फार बंडखोर वगैरे नव्हतीसच. पण आता पाहतोय तर एकदम उडी घ्यायलाच निघालीयस. कशी ग

एकदम बदललीस?'

अपाला खिन्नपणे हसून म्हणाली, 'तुम्हाला काय वाटलं की तुमची मतं आयुष्यभर माझ्यावर लादत राहणार? आणि आता एका परक्या पुरुषाची इच्छासुद्धा तुम्ही माझ्यावर लादताय. तरीही मी मोठं व्हायचं नाही?'

प्रद्योतनं तिच्याकडे पाह्यलं. मग म्हणाला, 'ठीक आहे. काय करता येतंय ते पाहतो.'

८

सकाळी नऊच्या सुमारास प्रतापबाबूंचा फोन खणखणला. हल्ली बरेच दिवस प्रतापबाबू घरीच होते.

'प्रताप चक्रवर्ती बोलतोय.'

'मी प्रद्योत. अपालाचा दादा.'

'ओ! हं! हं! बोल.'

'सोहमचं कसं आहे?'

'गुंगीतच आहे. गुंगी उतरली की घरातलं कोणीही त्याला खपत नाही. अगदी कोणीही. त्यामुळे त्याला खायला घालण्याचीही पंचाईत होते. मात्र आता व्हॉइअलन्ट होणं थोडं कमी झालंय.'

'काकाबाबू, घाबरण्याचं काहीच कारण नाही. मी माझ्या सरांना घेऊन आलो होतो ना? त्यांचं डाइअग्नोसिस फार चांगलं आहे. त्यांच्या मते हा एक प्रकारचा नर्व्हस ब्रेकडाऊन आहे. लवकरच बरं वाटेल त्याला. फक्त त्याला त्याच्या मनासारखं करू द्या. त्याला त्रास होता कामा नये. माझ्या सरांचं असं सजेशन आहे की त्यानं रोज गाणं ऐकलं तर त्याच्यात फरक पडेल. माझ्या बहिणीचीही तीच इच्छा आहे. ती रोज ठराविक वेळी आपल्या घरी येऊन त्याला गाणं ऐकवेल. त्याला काय आवडतं ते तिला चांगलं माहीत आहे.'

'काय म्हणतोस! अरे, महिनाभरात लग्न आहे ना तिचं!'

'हो. पण गरज पडली तर ती लग्नाच्या आदल्या दिवसापर्यंतसुद्धा येईल. आणि लग्नानंतर सात-आठ दिवसांनी वाटलं तर पुन्हा येईल. मात्र तिच्या येण्या-जाण्याची व्यवस्था आपल्याला करावी लागेल, काकाबाबू.'

'त्याचा काही प्रॉब्लेम नाही. वन ऑफ माय कार्स वुइल ऑलवेज बी ॲट युअर सर्व्हिस. पण.......ह्यातून खरंच काही फायदा होईल?'

'मला तरी तसं वाटतंय. लेट्स ट्राय ॲट लीस्ट. मी सकाळी कॉलेजला जाताना त्याला खायला घालून जात जाईन. अपू संध्याकाळी येत जाईल.'

'ऑल राईट, माय बॉय! आय डोन्ट नो हाऊ आय कॅन थँक यू.'

'काकाबाबू, विद्युतदांचं असं म्हणणं आहे की 'नर्व्हजवर संगीताचा परिणाम' ह्या विषयावर परदेशात बरंच संशोधन सुरू आहे. विशेष करून रशियात. म्युझिकच्या मदतीनं त्यांनी स्क्रिसोफ्रीन्यआसुद्धा ट्रीट केलाय. अपालाचं सजेशन काही वाईट नाही असं त्यांचं मत आहे. अपालाच्या धाडसाला त्यांनी दादच दिलीय. पहिले दोन-चार दिवस रिॲक्शन पाह्यला आम्ही दोघं तिच्याबरोबर थांबू.'

पहिल्या दिवशी प्रतापबाबूंची निळी ॲम्बॅसडर कीर्ती मित्र लेनमध्ये येऊन उभी राहिली आणि अपाला निळी साडी नेसून तिच्या दादाबरोबर गाडीत जाऊन बसली तेव्हा काका फारच नाराज झाले. त्यांना फक्त इतकंच कळलं होतं की सोहम खूप आजारी आहे. म्हणजे अगदी बेडरिड्न. त्याला काय झालंय ते समजलं नव्हतं. तरी अपाई रोज त्याच्याकडे जाणार होती आणि नुसती पाह्यला जाणार नव्हती तर तिथं बराच वेळ थांबणार होती. हा एवढा मोठा निर्णय त्यांना न विचारताच घेतला गेला. म्हणून ते रागावले तर होतेच; पण त्यांना आश्चर्याचा धक्काही बसला होता. त्यांना अपाईचं तिथं जाणं आवडलं नव्हतं. ह्याला काही कारणं होती. पहिलं म्हणजे सोहमला एखादा संसर्गजन्य रोग झाला असल्यास, लग्न अगदी तोंडावर आलं असताना अपालानं तिथं रोज जाणं बरं नव्हतं. दुसरं म्हणजे अपालाच्या सासरकडच्यांच्या कानावर ही गोष्ट गेली तर? आपली भावी सून तिच्या आजारी मित्रापाशी रोज जाऊन बसते ही गोष्ट त्यांना आवडेल? ह्या गोष्टीकडे ते कशा दृष्टीनं पाहतील कोण जाणे! तिसरं कारण अगदी व्यक्तिगत होतं. त्यांचा अहंकार दुखावला गेला होता. त्यांना न विचारता ह्या दोन मुलांनी स्वतःच निर्णय घेतलाच कसा? ह्या बाबतीत ते फक्त वहिनीशीच बोलू शकत होते. गाडी गेल्यावर त्यांनी सुजाताबाईंना हाक मारली, 'वहिनी, ती दोघं अजून तशी लहान आहेत. त्यांना सारासार विचार नाही. पण तुम्ही कशी परवानगी दिलीत? मुलांना मी इतक्या वर्षांत ओळखलं नाहीच. आता वाटतंय की तुम्हाला ओळखण्यातही माझी चूक झाली.'

मोठ्या दिराशी वाद घालण्याची सुजाताबाईंना सवय नव्हती. त्यांनी डोक्यावरचा पदर आणखी पुढे ओढला. 'भाऊजी, तुम्हाला ठाऊकच आहे की पोर तर लग्नालाच राजी नव्हती. कसंबसं समजावलंय तिला. आता माहेरचे असे किती दिवस राह्यलेत. तेव्हा एवढा हा हट्ट.........' बोलता बोलता त्यांना भरून आलं.

वहिनीच्या डोळ्यांत पाणी आलं की रसमयबाबूंना माघार घेण्याशिवाय मार्गच उरत नसे. ते एवढंच म्हणाले, 'जे बरं दिसेल ते करा एवढंच सांगणं आहे माझं. तुमच्या सगळ्यांच्या भल्याकरताच बोलतो ना मी! पण आता आमचं झालं वय, कोण विचारतंय आम्हाला!'

ह्यावर सुजाताबाई तरी काय बोलणार? रसमयबाबू ह्या घरातले कर्ते आहेत,

हे काय त्यांना समजत नव्हतं? पदर आणखी थोडा पुढे ओढून त्या अपराध्यासारख्या उभ्या होत्या. थोडा वेळ निमूट उभं राहून त्या हळूच दिरासमोरून आत निघून गेल्या. त्या वेळी निळी गाडी मात्र सुसाट वेगानं सोहमच्या घराकडे पळत होती.

सोहम मेल्यासारखा निपचित पडला होता. अपालाला पाहताच तो म्हणाला, 'आलीस, अपू! हे सगळे मला मारायला टपलेत. माय ओन पीपल. तूच बघ. मला फक्त झोपवून ठेवतात. फक्त झोपायचं. एक दिवस मला जागच येणार नाही. बघच तू.' त्याचा आवाज खोल गेला होता.

'तुला जगावंसं वाटतंय ना, सोहम?' प्रद्योतनं विचारलं.

'वाटतंय ना म्हणजे? वाटतंयच. माझं तर अजून काहीच झालं नाहीय. लाइफ हॅज जस्ट स्टार्टेड. हेगेलचा ॲबसोलूट आयडिअलिझम आणि हंसकिंकीणीचे स्वर ह्यांची खिचडी झालीय माझ्या डोक्यात. आय कान्ट थिंक क्लिअरली.'

प्रद्योत पुढे होऊन म्हणाला, 'सोहम, हे माझे प्रोफेसर डॉ. विद्युत सरकार. आमचा सगळ्यांचा ह्यांच्यावर पूर्ण विश्वास आहे. ते म्हणताहेत की तू सात-एक दिवसांत बरा होशील. घाबरायचं काहीही कारण नाही. तू पूर्वीसारखंच सर्व करू शकशील. हे माझे सर असले ना तरी माझ्या मित्रासारखेच आहेत. त्यांनी तुला झोपेचं औषध अजिबात द्यायचं नाही असंच सांगितलंय. नो मोअर इन्जेक्शन्स. आणि हो, अपूचं एक काम आहे, बाबा, तुझ्याकडे.'

अपालानं एक खुर्ची ओढून घेतली आणि सोहमच्या पलंगापाशी बसत ती म्हणाली, 'अरे, माझ्याकडे चांगला हार्मोनियम नाही आणि रेडिओवर माझी ऑडिशन आहे. तुझा हार्मोनियम घेऊन मी रियाज केला तर चालेल का?'

'घे. घे ना! कायमचा घेऊन जा. आता मी कधी गाणार आहे!'

त्याच्या शेवटच्या वाक्याकडे दुर्लक्ष करत अपाला म्हणाली, 'काहीतरीच काय! माझ्या घरी तुझा एवढा भारी हार्मोनियम नेऊन उंदरांना कुरतडायला देऊ? त्यापेक्षा मी इथंच येऊन रियाज करत जाईन. तुला काही त्रास नाही ना होणार? शेजारच्या खोलीत बसेन. चालेल?'

'शेजारच्या खोलीत कशाला? इथंच बसून कर ना रियाज! गा.'

'काय गाऊ रे?'

'तुला वाटेल ते. तुझी ऑडिशन आहे. तूच ठरव.'

'तू सांगितलंस तर बरं होईल.'

'दरबारी गा. दरबारी कानडा.'

'बरं.'

विद्युत सरकार आणि प्रद्योत सोहमच्या उशाला बसले. त्यामुळे सोहमला ते दिसणं शक्यच नव्हतं. सोहम अंगात अजिबात त्राण नसल्यासारखा पडला होता.

वनमाळीनं जमिनीवर गालिचा अंथरला आणि तानपुरा व हार्मोनियम आणून ठेवला.

अपालानं तानपुरा लावला आणि दरबारीची आलापी सुरू केली. साधारण तास झाला असेल. मध्य सप्तकाच्या कोमल धैवतात तिचा स्वर नाजुक जुईच्या गजऱ्याप्रमाणे आंदोळत होता. डॉक्टरांनी खूण करताच वनमाळी एक वाटी सूप घेऊन आला. सुपात भाज्या, चिकन, नुडल्स आणि सॉस घातलं होतं. प्रद्योतनं सोहमच्या गळ्याभोवती नॅपकिन बांधला आणि तो हळूहळू त्याला सूप भरवायला लागला. अपालानं आलापीतच गाणं संपवलं. नंतर बडे गुलाम अली खाँची दरबारीची कॅसेट लावली. सोहमचा टेपरेकॉर्डर, कॅसेट्स–सर्व फॉरिनचं होतं. इथं सहजासहजी अशा वस्तू मिळत नसत. एका कॉन्फरन्समध्ये सोहमनं हा तराणा चोरून रेकॉर्ड केला होता. खाँसाहेबांच्या आवाजातील ख्याल, तराणा आणि त्याबरोबरच जोमदार 'हरी ओम् तत् सत्'. कॅसेट अगदी बारीक आवाजात लावून ती खोलीबाहेर आली. सोहमला झोप लागली होती. गाणं संपताच रेकॉर्डर बंद करण्याची जबाबदारी आता वनमाळीची होती. खोलीबाहेर सोहमचे वडील, दादा आणि दोघी वहिनी उभ्या होत्या. प्रतापबाबूंनी विचारलं, 'आता सूप घेतल्याबरोबर तो झोपला. त्याला झोपेचं औषध द्यायचं राहून गेलं. जर मध्यरात्री उठून काही गोंधळ घातला तर?'

विद्युतदा म्हणाले, 'मी त्याच्या पाण्याच्या ग्लासमध्ये माइल्ड ट्रँक्विलाइझर घालून ठेवलंय. जागा झालाच तर पाणी प्यायला द्या. पुन्हा झोपेल. पाणी जरा कडू लागेल पण पिईल तो. अगदीच वाटलं तर स्ट्राँग सिडेटिव्ह द्या. तेही मी तिथंच ठेवलंय. पण प्रद्योत इथं राह्यला तर मला वाटतं स्ट्राँग काही द्यावंच लागणार नाही.'

'तेच बरं होईल, बाबा! प्रद्योत इथं.........तो प्रद्योतशिवाय दुसऱ्या कोणाच्याच हातून काही खात नाही.'

अपालानं प्रद्योतकडे पाह्यलं. प्रद्योत म्हणाला, 'ऑल राइट. मी उद्या सकाळी त्याला खायला घालूनच जाईन. दुपारनंतर अपू येईलच.'

सातव्या दिवशी विद्युतदा म्हणाले, 'गाण्याचा परिणाम एवढा चांगला होईल असं मला वाटलं नव्हतं.'

आता सोहमला ट्रँक्विलाइझरची फारशी गरज पडत नव्हती. प्रद्योत आणि अपाला ह्यांच्याशिवाय तो आता वनमाळीच्या हातूनही खात होता. आक्रस्ताळेपणा नावालाही उरला नव्हता. तरीही त्याच्या मनातली शंका पूर्णपणे फिटली नसावी. मनात गोंधळ होताच. पण एकंदरीत पाहता, त्याला आधीचं फारसं काही आठवत नसावं. अपाला रोज येऊन त्याच्यासमोर गायचीच. पण एरवीही रेकॉर्डस अगदी बारीक आवाजात सतत लावून ठेवलेल्या असत. एकदा प्रद्योतनं सरोदची रेकॉर्ड

लावली तेव्हा मात्र तो एकदम रागावल्यासारखा झाला. त्याला काय झालं कोणालाच कळलं नाही. रेकॉर्ड ऐकताच खवळून उठला. अपाला तिथं होती. तिनं चटकन रेकॉर्ड बंद केली म्हणून बरं, नाहीतर काय झालं असतं कोण जाणे!

अपालाचं लग्न आता तीन दिवसांवर येऊन ठेपलं होतं. आता अपाला एकटीच येत होती. विद्युतदांना आणि प्रद्योतला तिला सोबत करण्याची गरज उरली नव्हती. अपू आता गाऊन तर दाखवायचीच पण सोहमबरोबर गप्पाही मारायची. बराच वेळ ती त्याच्यासाठी देत होती. तिच्या लग्नाची बरीचशी खरेदी काकांनी आणि दीपालीनं उरकली होती. घरातल्या पाहुण्यांच्या सरबराईत सुजाताबाई गुंतून गेल्या होत्या.

सोहमनं अचानक विचारलं, 'अपू, तुला तिलंग ठुमरी येते? 'तोरे देखनेको जिया ललचाए.'

'हो. येते ना! ऐकायचीय?'

'हो. म्हण ना, प्लीज.'

खोलीत मंद प्रकाश पसरला होता. अपू दीदीमणी आलीय म्हणताच वनमाळी गप्पा मारण्यासाठी पसार झाला होता. सोहमची कोणतीच वहिनी सध्या त्याच्या खोलीचा उंबरठा ओलांडण्याच्या भानगडीत पडत नसे. सोहमचे वडील आता बरेच निश्चिंत झाले होते आणि आपल्या कामाला लागले होते.

अपालानं तिलंग ठुमरीला सुरवात केली. मींडकाम आणि छोट्या छोट्या मुरक्या घेत तिनं अस्ताई आळवली. अंतऱ्यात येताना सोहम अचानक उठून आल्याचं तिच्या लक्षात आलं. त्याच्या गळ्यात सूर होता. तोच तो पूर्वीचा आवाज. तोच स्वर. पण आता त्यात आर्जव, व्याकुळता आणि आळवणी होती. त्यानं हार्मोनियम ओढून घेतला आणि तो अपालाबरोबर गायला लागला. गाता गाताच त्यानं अपालाला घट्ट मिठी मारली. तानपुरा बाजूला सारून त्यानं तिला गालिचावर आडवं केलं. हार्मोनियमचा भाता तसाच उघडा राह्यला. त्यानंतर एखाद्या बाहुलीला उचलावं तसं त्यानं तिला उचलून आपल्या बिछान्यावर ठेवलं आणि खुळ्यासारखा तो तिची चुंबनं घ्यायला लागला. तोंडानं, 'मितूल, मितूल, माय मितूल, आय लव्ह यू. आय लव्ह यू. तू माझी कोण आहेस ते माहीत नाही तुला? तू तर माझ्या परजचा पंचम आहेस. तुझ्यावाचून मी जगू शकत नाही.' असं पुटपुटत होता.

सोहमच्या चुंबनांनी अपालाला धड बोलताही येत नव्हतं. तिच्या जिभेवर एक खारट चव पसरली होती. तिची छाती चोळवटली जात होती. अंग चुरडलं जात होतं. अपाला जिवाच्या आकांतानं सांगण्याचा प्रयत्न करत होती, 'सोहम, सोहम, अरे, मी अपू आहे, अपू. मितूल नाही. अपू आहे मी. प्लीज, मला सोड, सोड मला.'

सोहमनं तिला घट्ट आवळून धरलं होतं. पण त्याच्या मिठीत अपार प्रेम होतं.

ममता होती. अपाला म्हणजे जणू काही एक कळसूत्री बाहुली होती. ती शरीरानं आणि मनानंही जड झाली होती. अजून सोहमच्या अंगात पूर्वीसारखी शक्ती आली नव्हती म्हणूनच अपालाला त्याच्या मिठीतून स्वत:ची सुटका करून घेता आली. तिला एका गोष्टीचं खूप आश्चर्य वाटलं. हे सर्व घडलं पण ती अजिबात घाबरली नव्हती. सोहमची मान अजूनही खालीच होती. अपालाचा चेहरा लाल झाला होता. अचानक सोहमनं मान वर केली. 'अपू, तू मितूल नाहीस. पण तू मितूल असतीस तर.........अपू, माझ्यासाठी एक कर.........प्लीज........मितूलला जरा समजाव ना!' त्याचा आवाज अगदी नेहमीसारखा होता.

अपाला आतल्या आत अजून थरथरत होती. ती म्हणाली, 'सोहम, मी कशाला समजावायला पाहिजे! समजायचं असेल तर तिचं तिलाच समजेल.'

'पण ती तर त्या दिलीप सिन्हाच्या मागे आहे.'

'खोटं. अगदी खोटं. असल्या गप्पांवर विश्वास नको ठेवूस. आणखी एक लक्षात ठेव सोहम, जे प्रेम तुला असं छळतंय, कठोर बनवतंय, मर्यादा सोडायला भाग पाडतंय त्याला तुझ्या आयुष्यात फार महत्त्व देता कामा नये. प्रेमापेक्षाही खूप मोठी गोष्ट तुला मिळालीय. प्रेम एखाद्या दिवशी तुला सोडून जाईलही कदाचित, पण तुझं गाणं तुला सोडणार नाही. मितूल मिळाली नाही तर दुसरं कुणीतरी तुझ्या हाकेला ओ देईल. त्याच्यावर तुला तुझ्या प्रेमाची भूक भागवता येईल. गाणं कधीही सोडू नकोस. प्रेमाखातरसुद्धा.'

'पण गाण्यानंच मला फसवलं तर?' सोहमनं आता मान दुसरीकडे वळवली होती. अपालाकडे सरळ बघायचं तो टाळत होता.

'जर तू नको त्या विचारात गुंतला नाहीस, भलत्या गोष्टीत स्वत:ला अडकवून घेतलं नाहीस तर तुला गाणं कधीही फसवणार नाही. पण नको ते विचार करून तूच गाण्याला फसवशील.'

'मी फार वाईट, पापी आहे ना?'

'नाही. अजिबात नाही. माझ्या म्हणण्याचा अर्थ असा नाही. मला फक्त एवढंच म्हणायचंय की तू नको त्या विचारात सापडून आजारी पडलास. पण आता ते सगळं संपलंय. तू आता बरा झालायस.'

'थ्रू युअर म्युझिक ॲण्ड थ्रू युअर किसेस, अपू.'

अपालाचा चेहरा लालबुंद झाला.

सोहमनं विचारलं, 'रागावलीस?'

'नाही.' अपाला खोलीबाहेर पडणार इतक्यात सोहमनं पुढे होऊन तिला अत्यंत प्रेमानं पुन्हा मिठीत घेतलं, 'अपू, मला गायचंय. एखादी छोटी फिरत तरी......माझ्या रक्ताला आता गाण्याची तहान लागलीय. अपू, आपण लहानपणापासून

बरोबर गातोय. आपण तानपुऱ्याच्या जोडाची तार आहोत किंवा अर्धनारीनटेश्वर. प्लीज, किस मी बट वन्स.'

आता अपालानं करावं तरी काय? बावरलेल्या सोहमचे विस्कटलेले केस त्याच्या गोऱ्या कपाळावर पसरले होते. तिथंच तिनं आपले पातळ ओठ टेकवले आणि ती घाईघाईनं तिथून बाहेर पडली. पाठीमागून सोहमनं कळवळून विचारलं, 'अपू, तू आता पुन्हा येणार नाहीस?'

'येईन. नक्की येईन. फक्त आता ही वाद्यं तू हातात घे. तूच गायलं पाहिजेस. पुन्हा येईन तेव्हा मला तू गाताना दिसायला हवास.'

हा प्रसंग अपाला कोणालाच सांगू शकत नव्हती. तिच्या दादाला किंवा दीपालीलासुद्धा. कसं सांगणार ती? पण ही गोष्ट मनात ठेवल्यानं तिला भयंकर दडपण आलं होतं. तिच्या मनात अनेक प्रश्न घोळत होते. खूप कठीण प्रश्न. अनेक समस्या तिला भेडसावत होत्या. त्या सर्वांची उत्तरं मिळायला हवी होती. एकोणिसावं सरून विसावं लागलं तरी तिला लग्नाचा अर्थ पूर्णपणे समजला नव्हता. दीपालीनं तिला थोडं समजावून सांगण्याचा प्रयत्न केला पण अपाला मध्येच असं काहीतरी विचारायची की तिची दीपूदी म्हणायची, 'बाई, तुझ्यापुढे हात टेकले. बाकी सगळं तुला तुझा नवराच सांगेल, मला नाही जमायचं.'

दीपालीला वेळ तरी कुठं होता? तिच्या मागे कामंच कामं होती. स्वतःचा गाण्याचा क्लास सांभाळून तिनं अपालाच्या साड्या, ब्लाऊज, परकर, दागिने, चप्पल आणि इतर प्रसाधन साहित्य स्वतः निवडून खरेदी केलं होतं. एवढंच नाही तर नवऱ्यामुलाचे कपडे, बूट ह्यांतसुद्धा लक्ष घातलं होतं. ह्या वेळ खाणाऱ्या गोष्टी नव्हत्या का?

अपाला धडधडत्या छातीनं विचार करत होती की सोहम तिच्याशी असं वागल्यावर हे शरीर घेऊन त्या राजपुत्रासारख्या सुंदर, सभ्य, दर्दी माणसाजवळ कसं जायचं? त्यांना काही कळणार नव्हतं हे खरं, पण ही त्यांची फसवणूकच नाही का? तिनं त्यांना आधीच सांगून टाकलं होतं की ती गाण्याव्यतिरिक्त दुसऱ्या कशावरच वा कोणावरच प्रेम करू शकत नाही. त्यात आता हा एक प्रकार! पण सोहम तिचा प्रेमिक होता? नाही. नाही. त्यानं तिला मितूल समजून प्रेम व्यक्त केलं होतं. मितूलची समजूत घालायला त्यानंच तिला सांगितलं नव्हतं का? खरंच, सोहम किती विचित्र आहे! त्याला समजून घेणं महा कठीण! अपालाचं मात्र सगळं कसं अगदी सरळ-साधं. सगळ्यांत धक्कादायक गोष्ट म्हणजे सोहमनं तिला भ्रष्ट केलंय असं तिला अजिबात वाटत नव्हतं. उलट त्याच्या स्पर्शानं उठलेल्या रोमांचाचा स्वाद तिला तिच्या ओठावर, जिभेवर जाणवत होता. पापण्यांत तो भिनला होता. पूर्वी कधीही न चाखलेल्या ह्या स्वर्गीय अनुभूतीची गोडी आणखी

बरेच दिवस टिकून राहणार होती. विवाहाचं मर्म अशा स्वादात, अशा आनंदात असेल तर विवाह म्हणजे फारच सुंदर गोष्ट ठरते. मग गाण्यात आणि विवाहात फारसा फरक नाही. पण तिथं सोहम नाही. कसं वाटेल मग? त्यांनी जर असं........कसं वाटेल तेव्हा? ह्या आधी अपालाला कधीच एवढ्या गुंतागुंतीचा सामना करावा लागला नव्हता. आता जे घडणार होतं ते तिच्या हाताबाहेरचं होतं. तिच्या हातात काहीच उरलं नव्हतं.

देण्याघेण्याच्या वस्तूंची तयारी चालली होती. मानपानाच्या सदतीस साड्या, एयोडाला[२], 'नमस्कारी'[३], 'बरणडाला'[४] ह्यासाठी लागणाऱ्या वस्तू, लग्नाच्या वेळी लागणाऱ्या गोष्टी, 'नान्दीमुखा'[५]साठी लागणारे लहानसहान जिन्नस–एक ना दोन. अपालाची आई आणि मावशी यादी काढून पुन्हा पुन्हा काही राह्यलं नाही ना, ते पाहत होत्या. घरात पाहुण्या-रावळ्यांची वर्दळ होती. सकाळीच अपालाच्या सासरकडच्यांनी तिला भलीमोठी, लांबलचक सोन्याची साखळी देऊन आशीर्वाद[६] दिला होता. फुलांची ऑर्डर, इलेक्ट्रिशियन्स, डेकोरेटर्स, हलवाई. घरात यज्ञसोहळा सुरू झाला होता. आलेल्या पाहुण्यांना उतरण्यासाठी जवळचंच एक घर भाड्यानं घेतलं होतं. होतं समोरच. फडियापुकुरपाशी. पण दोन घरं झाल्यामुळे गोंधळ उडालाच होता. ह्या राजसूय यज्ञात भारावून गेलेली, बावरलेली अपाला एका जागी एखाद्या शिळेसारखी बसली होती.

काहीतरी कामाच्या निमित्तानं प्रद्योत तिच्या समोरून जात होता. त्याला तिनं हळूच हाक मारली. प्रथम प्रद्योतनं हाक ऐकलीच नाही. तिनं पुन्हा हाक मारली तेव्हा कुठं त्याचं लक्ष तिच्याकडे गेलं. त्यानं विचारलं, 'काय ग, तुझा चेहरा एवढा पेल का दिसतोय? लग्नाला एवढं भ्यायचं कारण नाही. टेक इट फ्रॉम मी.'

'नाही. तसं नाही. सोहमचं कसं आहे?'

'खूपच बरं आहे. जवळ जवळ नॉर्मल झालाय तो. औषधामुळे थोडा अशक्तपणा आहे इतकंच. अभ्यासालासुद्धा सुरुवात केलेली दिसतेय. काही दिवस येता येणार नाही म्हणून सांगितलंय मी त्याला. तुझा 'बउभात'[७] झाला की दुसऱ्या दिवशी जाईन त्याच्याकडे.'

'दादा, त्याला माझं लग्न आहे कळलं तर?'

'तर काय!'

'नाही म्हणजे.......जर एकदम काही रिॲक्शन झाली तर........आधीच एवढ्या कष्टानं सुधारलाय.'

'घाबरू नकोस. त्याला कळलंय.'

अपाला चपापली, 'कळलंय? केव्हा? कधी? कसं?'

'काल मी त्याला सांगितलं ना की तीन-एक दिवस येणार नाही म्हणून. तू तर

आता बरेच दिवस जाऊ शकणार नाहीस, तेही सांगितलं. त्यानं कारण विचारलं तेव्हा सांगून टाकलं.'

'एकदम सांगितलंस? मग आश्चर्य नाही वाटलं त्याला?'

'आश्चर्य वाटलंच. त्याला का बोलावलं नाही म्हणून विचारत होता. मी आमंत्रण दिल्याचंही सांगितलं. त्याला येववलं तर नक्की येईल बघ! आल्याशिवाय राहणार नाही.'

'कशाला सांगितलंस रे? तुला भीती नाही वाटली? पुन्हा काही झालं म्हणजे?'

'आता काही होणार नाही. काहीतरी कारणानं तात्पुरतं झालं तसं आणि त्याच्या संशयाशी तुझा काहीच संबंध नाही. खरं सांगितलेलं बरं! जर तो तुझ्यावरच विसंबून बसला तर? ते बरं का?'

अपाला निमूट बसून राहिली.

९

अपाला पांढऱ्यावर फिकी निळी, फिकी गुलाबी आणि सोनेरी नक्षी असलेली ढाकाइ बनारसी नेसली होती. ती काळी म्हणून लाल साडी नेसायला अजिबात तयार नव्हती. ही साडी दीपालीनं निवडली होती. तिची पसंती उत्तमच असायची. ती हळूच अपालाच्या कानात पुटपुटली, 'आता तुला कितीतरी कार्यक्रमांना जावं लागेल. संध्याकाळच्या किंवा रात्रीच्या कार्यक्रमाला ही साडी नेसून गेलीस आणि एखादा झकास राग.......धरून चाल तिलककामोद-आळवायला लागलीस तर काय कमाल होईल बघ!'

दीपालीनं अपालाला छान सजवलं होतं. अंबाडा, कपाळावर चंदनाची सुरेख नक्षी, फुलं, दागिने. अपाला मात्र काही न बोलता गुपचूप बसली होती. एवढा साजशृंगार केल्यावरही ती जोगीण, तपस्विनीच वाटत होती. तिचा चेहरा काहीसा खिन्न होता. ती कशाततरी हरवल्यासारखी वाटत होती. जणू एखाद्या अप्राप्य गोष्टीच्या ध्यासात ती गुंग झाली होती. नवरदेव यायला अजून वेळ होता. मुहूर्त संध्याकाळी बऱ्याच उशिराचा होता.

अचानक काय झालं कोणास ठाऊक! दीपाली तिच्या जवळ बसली होती ती घाईघाईनं उठली आणि आत पळाली. अपालाला आश्चर्य वाटलं. काय झालं ते पाहण्यासाठी तिनं मान वळवली तेव्हा तिला तिचे काका आणि प्रतापबाबू आत येताना दिसले. त्यांच्या मागे सोहमही होता आणि सोहमच्या मागे भली मोठी एक पेटी घेऊन वनमाळी. सोहमनं पांढराशुभ्र पायजमा आणि झब्बा घातला होता. झब्ब्यावर पांढऱ्याच रेशमानं भरतकाम केलं होतं. झब्ब्यावर त्यानं फिकट बिस्किट

कलरचं गरम जाकीट घातलं होतं. जाकिटाची बटणं लावली नव्हती. तो बराच बारीक झाला होता. त्याची नजर स्थिर होती. पण पूर्वीचा आनंदी, उत्साही, खो-खो हसणारा, मर्दानी सोहम हा नव्हता. हा सोहम म्हणजे जणू तपस्येच्या मधूनच उठून आलेला तरुण संन्यासी होता. त्यानं थोडी दाढी ठेवली होती. त्याच्या दाढीत, मिशात आणि केसातही थोडी सोनेरी झाक होती. गोरापान रंग आणि सोनेरी झाक असलेले केस ह्यामुळे तो युरोपियन वाटायचा. अगदी गोरा साहेब.

सोहमच्या बाबांच्या हातात एक पाकीट होतं. त्यातून त्यांनी एक पेटी काढली आणि उघडून अपालाच्या समोर धरली. तो मोत्याचा पूर्ण सेट होता. खरे अस्सल मोती. कानातले टॉप्स, नेकलेस, अंगठी आणि चार नाजुक बांगड्या. मोठ्या प्रेमानं ते अपालाला म्हणाले, 'पोरी, तुला हे खूप शोभून दिसतील. मी स्वत: निवडून पसंत केलेत. घाल बरं का! खरं तर तुझे गुणच तुझा खरा दागिना आहे ह्याची कल्पना आहे मला. पण गुण असे पटकन थोडेच दिसतात. हे मोत्याचे दागिने तुझ्यासारखीसाठी अगदी योग्य आहेत बघ!'

वनमाळीनं पेटी खाली ठेवली. तिच्याकडे बोट दाखवत प्रतापबाबू म्हणाले, 'आणि हा हार्मोनियम. ही सोहमची भेट बरं का! त्यानं स्वत: चितपूरहून पारखून आणलाय.'

अपालाच्या डोळ्यांना धारा लागल्या होत्या.

काका आणि प्रतापबाबू तिथून बाहेर गेल्यावर अपालाच्या भोवती बसलेल्या चारपाचजणी नट्टापट्टा करायला समोरच्या घरी निघून गेल्या. मग तिथं उरले दोन मित्र–सोहम आणि अपाला. सोहम अपालाच्या अगदी जवळ जाऊन बसला. तिच्याकडे पाहत तो म्हणाला, 'अपू, तू अगदी महाश्वेतेसारखी दिसतेस ग! मायनस हे दागिने. तू बाणभट्टाची कादंबरी वाचलीयस? मुळातून नाही पण अनुवाद. अपू, तू कशी आहेस, काय आहेस हे माझ्याइतकं दुसऱ्या कुणाला कळणार! बट आय डू माइन्ड!

अपालाला काहीच समजलं नाही. ती भरल्या डोळ्यांनी त्याच्याकडे पाहतच राह्यली. सोहमच पुढे म्हणाला, 'मला का नाही सांगितलंस?'

अपाला थांबत थांबत अगदी हळूच म्हणाली, 'अरे, तुलाच तर सांगायला आले होते. पण तू ऐकण्याच्या स्थितीत नव्हतास रे!'

'डू वुइ हॅव टू पार्ट? तुझ्यापेक्षा मोठा मित्र नाही मला.'

'नाही. आपण दोघं गाऊ या. मरेपर्यंत गात राहू.'

'प्रॉमिस.'

अपालानं रडता रडता किंचित हसल्यासारखं केलं. अशी प्रतिज्ञा करणं म्हणजे जणू हृदयातल्या उत्स्फूर्त, स्वाभाविक मनोकामनेचा अवमानच करणं.

१०

जीवनात बदल होतंच असतो. होणारच. पण बहुधा असा बदल नकळत होतो. ज्याच्या आयुष्यात असा बदल होतो, त्याला तो केव्हा झाला, कसा झाला, काही सांगता येत नाही. अगदी नकळत गतकाळ स्मृतीच्या सखोल गहनतेत जाऊन बसतो. हळूहळू बदल झाल्यानंतर भूतकाळाची वर्तमानाशी तुलना केल्यावर 'हाच का तो माणूस' असा प्रश्नही पडतो. एवढा बदल होऊ शकतो? विश्वासच बसत नाही. पण सोहमच्या आयुष्यात बदल झाला तो नकळत झाला, असं नाही म्हणता येणार! कालबैशाखी[८]तल्यासारखे कृष्णमेघ दाटून आले. त्यांनी चारी दिशा व्यापून टाकल्या. त्यानंतर गारांचा प्रचंड वर्षाव. अचानक चढलेला पारा विश्वास बसणार नाही इतका एकदम खाली आला. अजूनही नुकत्याच अंकुरलेल्या इक्षुबनात संततधार पाऊस पडत होताच. ढगांच्या अंतरमार्गातून अधिक अंधाराकडे दिवस निघून गेला. सुरुवातीला तरी असंच वाटलं. तिमिरातून आणखी घनघोर तिमिरात.

अपालाच्या लग्नाच्या दिवशी अपालानं सोहमला विचारलं, 'जेवून जाणार ना?'

'हो तर! पण आधी मेनू काय आहे ते सांग.' सोहम म्हणाला.

'मला ठाऊक नाही रे! हे सगळे काहीबाही, गोडधोड तोंडात घालताहेत. पण मला चवढव काहीसुद्धा कळत नाही बघ!'

'नवरामुलगा आला', 'नवरामुलगा आला' म्हणून धांदल उडताच बायकांच्या गर्दीतून सोहमनं एकदा डोकवायचा प्रयत्न केला. अपालाचा नवरा? अपूचा? त्याला जरा विचित्र वाटलं. अपूचं लग्न? विश्वासच बसत नाही. नवऱ्यामुलानं टोपर[९] काढून हातात घेताच सोहमला तो सिनेमातलाच नवरदेव वाटला. गोरापान. तब्येतीनं चांगला. भरपूर केस. सभ्य. मात्र त्याच्या आणि अपालाच्या वयात बरंच अंतर असावं.

नवरदेव येईपर्यंत सोहमचं जेवण झालं होतं. जेवणाचा बेत उत्तमच होता. प्रद्योतनं स्वत: उभं राहून आग्रहानं त्याला वाढलं. पण त्याचीही स्थिती अपूसारखीच झाली. त्याला कशालाही चव लागली नाही. त्याच्या जवळ बसलेल्या मुलानं तळलेल्या माशाच्या चौदा तुकड्या आणि एकोणिस लेडिकेनि[१०] खाल्ल्या. ते पाहून सोहमला ढवळून आलं. पंगत उठायच्या आधीच आजूबाजूच्या लोकांची माफी मागून तो उठला. त्याचे बाबा त्याची वाटच पाहत होते. नवऱ्यामुलाकडच्यांना उतरायला जी जागा दिली होती, तिथंच एका बाजूला ते बसले होते. ते कधीच बाहेर कुठं जेवत नसत.

तितक्यात एक मध्यम वयाचे गृहस्थ सोहमपाशी आले. त्यांनी त्याला विचारलं, 'आपण सोहम चक्रवर्ती ना?'

'हो.' सोहमनं त्यांना नमस्कार केला.

'मी शिवनाथचा म्हणजे नवऱ्यामुलाचा मेव्हणा. आपलं गाणं मी बऱ्याच वेळा ऐकलंय. बंगाली संगीताला आता आपल्याकडून फार आशा आहे. शिवनाथऽऽ' त्यांनी मोठ्यानं हाक मारली.

'त्यांना आताच बोलवण्याची गरज नाही. ह्या गोंधळात नीट बोलताही यायचं नाही. मी अपालाचा जवळचा मित्र आहे. शिवनाथदांची माझ्याशी ओळख होणारच. त्यांची आणि माझी मैत्री होणं अपरिहार्य आहे. कोणीही ती टाळू शकणार नाही.' मग मात्र सोहम तिथं क्षणभरही थांबला नाही.

ते घरी येताच बाबा सोहमला म्हणाले, 'खोकन, औषध घे बरं! मी वनमाळीच्या हाती पाठवून देतो. खरंच खोकन, अपू फार गुणी पोर आहे हं! तिला स्थळही चांगलं मिळालंय. मुलगा ए. जी. बेंगॉलमध्ये आहे, असं ऐकलंय. चार्टर्ड अकाउंटन्ट. फार चांगलं झालं तिचं.'

बाबांनी एवढा खर्च करून अपालाला मोत्याचा सेट का दिला ते सोहमला कळेना. ते अस्सल बसराई मोती आहेत, असं त्याच्या वहिनी म्हणत असल्याचं त्याच्या कानावर आलं होतं. त्याच्या बाबांजवळ भरपूर पैसा होता. त्याचे दादाही कर्तृत्ववान होते, त्यांची स्थितीही चांगलीच होती. तेव्हा बाबांच्या मनात आलं तर ते वाटेल ते देऊ शकत होते. पण त्यानं दिलेला हार्मोनियम अतिशय उत्तम होता. त्यानं अपूला हार्मोनियम द्यायचा म्हणताच त्याचे बाबा त्याला चितपूरच्या एका चांगल्या दुकानात घेऊन गेले होते आणि त्यानं पसंत केलेला हार्मोनियम बिलकुल का-कू न करता, मोठ्या खुषीनं त्यांनी विकत घेतला होता. तेवढं पुरेसं होतं. एवढा खर्च केल्यावर आणखी दागिने देण्याची आवश्यकता नव्हती. फार तर एखादी अंगठी किंवा कानातले टॉप्स देऊन तिला आशीर्वाद दिला असता तरी चाललं असतं. पण संपूर्ण सेट! त्याला ह्या गोष्टीचं फार नवल वाटत होतं.

अपू आणि प्रद्योत दिवस दिवस त्याच्याजवळ बसत होते, त्याची सेवाशुश्रूषाही केली होती त्यांनी. ह्या आधी अपूची खरी किंमत त्याला कळलीच नव्हती. प्रद्योतशीही त्याची चांगली दोस्ती जमली होती. डॉक्टर विद्युत सरकारही फार चांगले होते. पण हा काकतालीय न्याय नव्हता, हे अजूनही त्याच्या लक्षात आलं नव्हतं. अपाला त्याला बरं वाटावं, तो ह्या विचित्र आजारातून उठावा म्हणून गायली होती, ठरलेल्या प्लॅनप्रमाणे गायली होती, औषधांबरोबरचं पथ्य म्हणून तिनं त्याला सोबत केली होती. त्याच्या आजाराच्या वेळची त्याची मानसिक अवस्था तो जवळ जवळ विसरूनच गेला होता. मात्र फक्त एकदाच विजेच्या लोळाप्रमाणे त्याचा मूर्खपणा त्याच्या आठवणीत चमकून गेला.

तो जेव्हा अपालाच्या घरातून बाहेर पडत होता तेव्हा गुरुजी आत शिरत होते.

त्यांच्या मागोमाग मितूल. मितूलच्या उजव्या भुवईपाशी आणि डाव्या गालावर हनुवटीपाशी जखमेचा व्रण होता. का? कसा? कशानं मितूलच्या तोंडावर असे डाग पडले? त्याच वेळी दीपाली खूप थाटमाट करून इकडून तिकडे धावत गेली. मितूल थोडी मलूल दिसत होती. तिनं सोहमला पाह्यलं नाही पण गुरुजींनी पाह्यलं. त्यांनी मितूलला पाठीशी घातलं आणि ते आत निघून गेले. त्यांना पाहून सोहमचे बाबाही जरा गडबडल्याचे दिसले. त्यांनी सोहमला नवऱ्यामुलाच्या खोलीकडे नेलं. कोणाशीही सोहमची प्रत्यक्ष भेट झाली नाही. त्यामुळे कोणाशीही बोलण्याचीही वेळ आली नाही. त्याच्या बाबांनी शक्य तितक्या घाईनं त्याला गाडीत ढकललं. दीपाली, रामेश्वर ठाकूर, मितूल, जखमेचा व्रण.......त्याला पुसट पुसट काहीतरी आठवत होतं. भयंकर तिरस्कार...........राग...........कोणावर कोण जाणे!........त्याला....... अस्पष्ट.....अंधूक......तो मितूलच्या खोलीत शिरला........त्यानं तिला काहीतरी विचारलं. ती भयंकर संतापली. त्याला 'बाहेर हो' म्हणाली. ती तो उभा असतानाच दार लावायला लागली.......सोहमनं खांद्यानं दरवाजा ढकलला. टेबलावरची वस्तू उचलून तो तिच्या अंगावर धावला. छी! छी!! काळोख असूनसुद्धा सोहमनं दोन्ही हात तोंडावर धरले. आता त्याला आठवलं की तो अपूशीही काहीतरी असंतसं बोलला. तिला त्यानं मितूलशी बोलायला सांगितलं. त्याच्या वतीनं. खरंच ह्याची गरज होती? मितूल अतिशय देखणी आहे. पण भावनाशील नाही. उथळ आहे ती. त्यानं तिला काय विचारलं होतं? 'दिलीप सिन्हाशी तिची खरोखरीच जवळीक आहे का?' असंच काहीसं विचारलं असावं. त्यानं जरा आक्रस्ताळेपणाच केला. त्यातून मितूल पंधरा सोळा वर्षांची अल्लड मुलगी. तिनं 'हलकट, जनावर, बास्टर्ड' अशा घाणेरड्या शिव्या दिल्या. सोहमला हे सहन झालं नाही. खरं बास्टर्ड कोण आहे, हे सोहमला आता कळून चुकलं होतं.

अरे देवा! काय करून बसला सोहम! कोण ती मितूल? त्याची ती कोणीच नव्हती. एक लव्हली डॉल. उद्धट, वाह्यात. पण त्यानं मितूलला जखमी केलं होतं. त्याची नुकसानभरपाई म्हणून मितूलनं किंवा गुरुजींनी त्याला मितूलशी लग्न करायला सांगितलं तर? मग काय करायचं? मितूल चंचल स्वभावाची असली तरी तरतरीत आहे. चिरक्या, घोगऱ्या, बसक्या आवाजात दादरा, गझल, नजरुलगीतं मस्त गाते. पॉप साँगही म्हणते. पण तिच्या मनात काय आहे, कोण जाणे! अगदी बेपर्वा आहे ती. ह्या काही वर्षांत त्यानं तिला फुलं आणि सुंदर चैनीच्या लहानमोठ्या वस्तू भेटीदाखल दिल्या होत्या. तो तिच्याजवळ स्पष्ट काही बोलला नसला तरी त्याचं तिच्यावर प्रेम आहे, हे त्यानं दाखवून दिलं होतं. तरीही मितूल अशी वागली म्हणजे?

आज सोहमच्या खोलीत दुहेरी निशिगंधाची भरपूर फुलं ठेवली होती. खोली

त्यांच्या घमघमाटानं भरून गेली होती. रस्त्याच्या बाजूच्या खिडक्या सोहमनं उघडून टाकल्या. थंडीतही तो खिडक्या उघड्या टाकूनच झोपायचा. कपडे बदलून त्यानं दात घासले आणि तो तसाच बिछान्यावर बसून राह्यला. वनमाळीनं दोन लहान गोळ्या त्याच्या हातावर ठेवल्या. त्या पटकन गिळून तो म्हणाला, 'वनमाळी, तू झोप जा.' वनमाळी जाताच तोही बिछान्यावर आडवा झाला. त्यानं दोन्ही हात डोक्याखाली घेतले. उशीच्या पांढऱ्याशुभ्र अभ्र्याला छान वास येत होता. पायाशी ठेवलेलं पातळ लाल ब्लँकेट त्यानं अंगावर घेतलं. डोळे हळूहळू जडावले आणि खोलीत अचानक दरबारी कानडाचे सूर पसरायला लागले. –सूर पसरत होते त्याच्या मस्तकातून बाहेरच्या वातावरणात. का घरातल्या ह्या हवेतच ते भरून राहिलेले होते? आणि त्याच्या मेंदूनं पिन योग्य जागेवर ठेवताच ते ऐकू यायला लागले असावेत? सुरुवातीला त्याला बडे गुलाम अली खाँचा आवाज ऐकू यायला लागला. त्यांची प्रत्येक बारीकसारीक लकब पुन्हा पुन्हा ऐकून ती आपल्या गळ्यात उतरावयाचा प्रयत्न तो करत असे. मग एकदम ऐकू यायला लागला बायकी आवाजातील दरबारी कानडा. त्याची गोडी काही वेगळीच होती. अपूचा गळा म्हणजे सूरबहारच. त्या आवाजनं खोलीचा कानाकोपरा आणि सोहमच्या मस्तकातली पेशी न् पेशी व्यापून टाकली. त्याला आठवलं की अपूच्या तोंडाला लहान बाळाच्या तोंडासारखा वास येत होता. अपू जेव्हा गायची तेव्हा सोहमचं अंगप्रत्यंग सुराबरोबर, तालाबरोबर डोलायचं. त्याला नाचावंसं वाटायचं. अपूवर खूप खूप प्रेम करावंसं वाटायचं. शरीरात, मनात, आत्म्यात जो संगीतमय अंश आहे तो अपूशी मीलन व्हावं म्हणून तडफडतोय, हे त्याला तीव्रतेनं जाणवायचं. अपूबद्दल वाटणाऱ्या या भावनेत आणि मितूलबद्दल वाटणाऱ्या भावनेत सूक्ष्म फरक होता. अपूबद्दल त्याला जे वाटत होतं ते अतिसुंदर होतं. 'मधु नक्तमुतोषसो मधुवत पार्थिवं रज:' त्याच्या दिवसरात्री, त्याच्या जगातील धुळीचा कण न् कण अपूच्या स्पर्शानं मधुर होऊन गेला होता. मधुमाधवी होऊन गेला होता. हेच तर खरं प्रेम! अपूच्या लग्नाची बातमी ऐकताच त्याला धक्का बसला होता. पण दिलीप सिन्हाशी मितूलची सलगी आहे हे ऐकल्यावर किंवा दिलीप सिन्हा मितूलशी प्रेमात आलाय, असं दृश्य कल्पनेनं रंगवल्यावर त्याला जसा वेडा राग आला होता, खून चढला होता, तसं काहीही अपू शिवनाथ दत्तगुप्तांची होतेय हे कळल्यावरही झालं नव्हतं. अपूनं त्याचा विश्वासघात केलाय, असं त्याला अजिबात वाटलं नव्हतं. अपूचा आणि त्याचा भावबंधच असा होता की तिथं शिवनाथ दत्तगुप्त पोहोचू शकतच नव्हते. सतारीवर झाला वाजवताना डाव्या हाताचं बोट मिडेवर चालतं तेव्हा उजव्या हाताचं बोट चिकारीवर असतं. असं वाजवता वाजवता वादक द्रुत लयीतून आणखी द्रुत लयीत जातो. अपूही तसंच एकाच वेळी दोन्ही सांभाळेल. अपूच्या शांत, स्थिरचित्त,

खंबीर व्यक्तिमत्त्वातील कोणाच्याही लक्षात न आलेली ही मात्रा सोहमला त्याच्या सूक्ष्म अनुभूतीतून जाणवली होती. अपूवर प्रेम करणं म्हणजे खरंतर त्याची आत्ममुक्ती होती. पण ते करताना त्यानं पुन्हा पुन्हा मितूलचं नाव घेतलं होतं. त्यानं अपूचा असा अपमान का केला? तो तिच्याशी वाईट का वागला? ह्याची भरपाई कशी करावी ते त्याला उमजेना. हा झाला त्याचा विचार. पण अपूचं काय? तिला काय वाटलं असेल? तिच्या मनात काय आलं असेल? तिच्या चेहेऱ्यावर लाली होती. ती अपमानाची नसेल कशावरून? अपू स्वत:हून कधीच काही बोलणार नाही. तो तिचा स्वभावच नाही. दुसऱ्यासाठी जीव तोडून करेल पण स्वत:वर अन्याय झाला तर तोंडातून चकार शब्द काढणार नाही. हे कसलं लक्षण? हे सहन करणं, बाजूला होणं, विरोध न करणं? ह्या वयातच ती मोठी कलाकार झालीय; पण स्वत:चं दु:ख, कष्ट मनात ठेवण्यात, दुसऱ्याला त्याचा मागमूसही लागणार नाही हे सांभाळण्यातही ती अगदी पारंगत झालीय. स्वत:च्या लग्नाच्या काही दिवस आधी, घरातल्या विरोधाला न जुमानता जी मुलगी आपल्या आजारी मित्रापाशी दिवसन् दिवस बसून स्वत:ला मुक्त करून गाऊ शकते, त्या मुलीला व्यक्तित्व नाही, असं कसं म्हणता येईल? मग? मग अपू स्वाभिमानी आहे का? एवढी स्वाभिमानी की स्वत:चा राग, अभिमान दाखवायलाही तिचा स्वाभिमान आड येतो? आता त्याच्या डोळ्यांपुढे होतं अपूचं फक्त महाश्वेतेसारखं रूप. कादंबरीतील महाश्वेता गोरीपान होती तर अपू काळी. पण गुणी रसिक कलावंत मर्मज्ञ असतो. म्हणूनच अपू वधूवेषात असूनही, तिनं केसांचा अंबाडा घातला असूनही, चेहेऱ्यावर चंदनाची नक्षी, अंगावर भरपूर दागिने आणि हातात आहेराची पेटी असूनही, लांब कुरळे केस मोकळे सोडून, शुभ्र वेषात, हातांत वीणा घेऊन अतिंद्रिय जगतातील अपरूप गाणं गाणारी अपूच त्याला दिसली.

सोहम उठला आणि त्यानं बडे गुलाम अली खाँचा बागेश्री लावला. हासुद्धा त्यानं कुठल्यातरी घरगुती कार्यक्रमात ध्वनिमुद्रित केला होता. थंडीतल्या चांदण्या रात्री गाणं ऐकल्याशिवाय त्याला झोप येणं शक्यच नव्हतं. वनमाळीला जरा जरी ह्याची चाहूल लागली असती तर त्यानं लगेच जाऊन आपल्या मालकांना उठवलं असतं. ह्या वयात, एवढा मानसिक धक्का बसल्यावर आपल्यामुळे बाबांची झोपमोड होणं सोहमला पटण्यासारखं नव्हतं. त्याला त्यांना त्रास झाला म्हणून आधीच वाईट वाटत होतं. शरम वाटत होती. म्हणून त्यानं गाणं अगदी बारीक आवाजात लावलं. बागेश्री ऐकता ऐकता त्याचे डोळे मिटायला लागले. अर्धवट जाग आणि अर्धवट झोप. त्यातच मध्ये कुठंतरी बागेश्रीची जीव पिळवटून टाकणारी पकड, अपालाच्या तोंडाची चव, तिच्या केसांचा वास, तिच्या नवऱ्याचा चेहरा आणि डुलकी ह्यांची सरमिसळ आणि मग ह्या पूर्वी कधीही अनुभवली नव्हती अशी

उचलजागी पण मधुर झोप.

त्या झोपेत अपालानं आणि तिच्या दरबारी कानडानं त्याला वेढलं होतं. त्याला स्पष्ट असं काही दिसत नव्हतं. एखादं अपूर्व दृश्य दिसतंय असंही नव्हतं. विशिष्ट सूरही ऐकू येत होते असं नाही. पण एक जाणीव होत होती. फक्त एक जाणीव. कितीही वेळा ऐकला तरी पुन्हा पुन्हा ऐकावासा वाटणारा अपालाचा दरबारी कानडा. त्या रागात तो स्वत:च्या आत्म्यात स्थिरावलेल्या सूक्ष्म संगीतांगाला अंतर्भूत करत होता. गांधर्वी रमणाचा नित्य अखंड आनंद रात्रभर त्याला वेढून राहिला होता.

दुसऱ्या दिवशी भल्या पहाटेच त्याला जाग आली. त्यानं झटकन नित्यकर्म उरकली. बिचारा वनमाळी गाढ झोपला होता. सोहमनं बाहेर जाण्यासाठी कपडे वगैरे बदलले आणि वनमाळीला उठवलं. 'वनमाळी, मी मॉर्निंग वॉकला चाललोय. बाबांना सांग.' वनमाळी गडबडीनं उठून बसला आणि म्हणाला, 'हे काय, खोकाबाबू! अजून तुमचा अशक्तपणा गेला नाहीय आणि एकटेच निघालात? मी येतो तुमच्याबरोबर.' त्याच्या आवाजात काळजी होती.

'काही नको. मी माझ्या मनाप्रमाणे फिरणार आहे. तू माझी खोली झाडून-पुसून लखख करून ठेव. आणि हो, गुलाब आणि ॲस्टर आणून ठेव.' शेवटचं वाक्य त्यानं वनमाळीनं काळजी करू नये म्हणून म्हटलं होतं.

'मग काहीतरी खाऊन तरी जा. थांबा. आता घेऊन येतो.' वनमाळी आपला हेका सोडायला तयार नव्हता.

'अरे, काल लग्नाचं जेवण झालंय. आता सकाळी सकाळी मला काही नको. काळजी करू नकोस.' एवढं सांगून सोहम बाहेर पडला. त्यानं एक किमती, सुंदर काश्मिरी शाल पांघरली होती. तो गुरुजींकडे निघाला. चालत चालत. पहाटे दक्षिण कोलकात्यातून उत्तर कोलकात्यात जाताना खूप बरं वाटायचं. पण वरती नजर ठेवून चाललं तरच. हळूहळू फटफटणं. मग कोवळं ऊन पसरत जाणं. पण नजर खाली इकडे तिकडे गेली की संपलंच! दुकानांच्या शटर्सचा गडगड धडधड आवाज, कचऱ्याच्या गाड्यांची वर्दळ आणि रस्त्याच्या कडेलाच प्रातर्विधी उरकणारे आबालवृद्ध. त्यामुळे सोहमचा चालण्याचा उत्साह लवकरच मावळला. त्यानं एक ट्रॅम पकडली. ती संपूर्ण रिकामीच होती. फक्त तो, कंडक्टर आणि ड्रायव्हर. एकटेपणा, निवांतपणा आणि ट्रॅमचा वेग–सगळ्यांचाच तो आनंद घेत होता. अगदी उत्कट आणि गंभीरपणे. जणू ह्या आधी एवढ्या पहाटे तो कधी उठलाच नव्हता, ट्रॅममध्येही कधी बसला नव्हता, ट्रॅमची डिंग्ऽ डिंग्ऽऽ त्यानं कधी ऐकलीच नव्हती, धुक्याची चादर हळूच दूर करून कार्तिकातला काकडलेला सूर्य अळंटळं करत तोंड कसं बाहेर काढतो, हे कधी पाह्यलंच नव्हतं.

आतून एसराजचा आवाज येत होता. कडी वाजवताच भैरवी थांबली. दार उघडताच रामेश्वर ठाकूर गडबडले. सोहमनं दारातच त्यांना नमस्कार केला आणि अगदी नम्रपणे विचारलं, 'गुरुजी, बरे आहात ना? मी तुम्हाला खूप त्रास दिला. हो ना?'

हे ऐकताच रामेश्वरांनी दोन्ही हात पसरून त्याला आपल्या कवेत घेतलं. दोघंही उंचीला सारखेच होते. फरक एवढाच, एक होते वयस्क तर दुसरा कोवळा तरुण. रामेश्वरबाबू म्हणाले, 'सोहम, अरे, आत ये, बाबा! अरे, आता एसराजवर मी वाजवत होतो ना ती होती आनंद भैरवी. वाजवता वाजवता सूर लागला बघ! नोटेशन करून ठेवलंय मी. दिवसरात्र ईश्वराची प्रार्थना केली म्हणजे तो अचानक, कल्पना नसताना असं काही देऊन जातो.'

सोहम म्हणाला, 'गुरुजी, मी फार मोठा अपराध केलाय. मला क्षमा करा.'

रामेश्वर ठाकूर अस्वस्थ झाले. म्हणाले, 'हे बघ, बरं नसताना जे झालं ते झालं. सोडून दे ते. तू काही गुन्हा केला नाहीस तेव्हा क्षमा करण्याचा प्रश्नच नाही.'

सोहमनं चमकून त्यांच्याकडं पाह्यलं. मग जरा वरमनूच त्यानं विचारलं, 'मितूल? मितूलचं कसं आहे, गुरुजी?'

'ठीक आहे. टाके काढलेत. आता हळूहळू व्रण फिकट होईल. पूर्ण जाणार नाही.'

'गुरुजी, मी......मी.......म्हणजे......कसं......आपण म्हणालात तर आतासुद्धा मितूलशी लग्न करायला तयार आहे.'

'घाईनं काही करू नकोस, बाबा! मितूल लहान आहे अजून. लग्नाचं वय नाही तिचं. तुलाही अजून खूप काही करायचंय. मोठं व्हायचंय. तेव्हा तिची काळजी करू नकोस. मितूलनं मला सगळं सांगितलंय. तिचंही चुकलंय. तिनं तुझ्याबद्दल काही उलटसुलट ऐकलं आणि तेच खरं धरून बसली. अरे, तुमची वयंच अशी आहेत की होतं असं काहीबाही. जाऊ दे. चल. वर जाऊ या. मितूल घरात नाही. अपालाकडे गेलीय. बासर जागवाय[११]ला. दुपारी अपालाची वरात गेली की येईल.'

मितूल घरात नाही हे ऐकल्यावर सोहमच्या छातीवरचं ओझं उतरलं. तो म्हणाला, 'इथंच बरं आहे की! वर कशाला?'

खरं तर रामेश्वर ठाकूर भावनेच्या भरात तसं बोलून गेले होते. सोहमसाठी पूर्वीसारखंच त्यांच्या घराचं दार उघडं आहे, हे त्याला दाखवून द्यायचं होतं. एरवी त्यांची शिकवणी खालीच चालायची. मात्र त्यांच्या शिकवणीच्याच वेळेला कनिष्ठ वर्गातली मुलं-मुली आली तर गुरुजी त्यांना काहीतरी सरावाला देऊन सोहम, दीपाली, अपाला ह्यांना वर घेऊन जायचे. त्यांच्यासारखे शिष्य क्वचितच मिळतात ना! थोडं शरमूनच सोहमनं विचारलं, 'मितूलच्या औषधपाण्याचा खर्च.....आणि शिवाय.....' त्याला थांबवत रामेश्वर म्हणाले, 'तुझे वडील द्यायला तयार होते.

पण तेवढं काही झालेलं नाही. मला झेपेल रे! तू नको त्याचा विचार करूस......तुला सरळच विचारतो. उत्तर देशील ना?'

'विचारा ना!' मान खाली घालून सोहम म्हणाला.

'तुझं मितूलवर खरंच प्रेम आहे? लग्नाचा विषय काढलास म्हणून विचारतो.'

'नाही. पण माझ्या मूर्खपणामुळे तिचं नुकसान झालं ना म्हणून आताच्या आता मी तिच्याशी लग्न करायला तयार आहे. तिला सुखी ठेवण्याचा मी माझ्याकडून प्रयत्न करेन.' स्वत:च्याच तोंडातून गेलेले शब्द ऐकून सोहमला स्वत:लाच आश्चर्य वाटलं.

गुरुजी अतिशय प्रेमळपणे म्हणाले, 'अरे, तू एवढं बोललास ना त्यातच सगळं मिळालं. तुझंही नुकसान झालंच आहे की! पण मी त्यासाठी काही करू शकलो नाही. मात्र देवानं दुसऱ्याकडून त्याची भरपाई केलीय. मितूलशी लग्न करण्याचा विचार डोक्यातून काढून टाक आणि मी काय सांगतो ते ऐक. नाजनीन बेगम प्रत्येक वर्षी एक स्कॉलरशिप देतात. संपूर्ण भारतातील निवडक मुलं-मुली त्यांच्याकडे जाऊन तालीम घेतात. त्यांनी ह्या वेळेला अपालाला निवडलं होतं. 'सूरलोक'च्या कार्यक्रमाला त्या आल्या होत्या. पण कोणालाही त्यांनी ते कळू दिलं नव्हतं. चंद्रकांतजींच्या पाहुण्या म्हणून आल्या होत्या त्या. ते जाऊ दे. अपूच्या नशिबात नव्हती ती स्कॉलरशिप. तुझी इच्छा असेल तर अपूऐवजी तुला त्यांच्याकडे पाठवायची व्यवस्था करेन मी. तुझंही गाणं आवडलंय त्यांना. सांग, आहेस तयार? पण एक लक्षात ठेव. त्या ठुमरीवरच भर देतील. बनारसची चीज!'

'गुरुजी, जाईन मी. मला आता कोलकात्यात राहावंसं वाटतच नाही. पण तिथलं वातावरण? नाही म्हणजे माहीत असलेलं बरं! बाबा नाही म्हणतील असं वाटतं.'

'त्याचा विचार करण्याचं कारणच नाही. नाजनीन बेगमकडे गाणं एके गाणं. दुसरं काही चालत नाही तिथं. त्यांनीही आता साठी ओलांडलीय. माझ्या मते त्या आता साधिकाच झाल्यात. प्रत्येक शिष्याला वेगळी खोली. वाद्याचा स्वतंत्र सरंजाम. शिष्य हिंदू असेल तर स्वयंपाकाला हिंदू ब्राह्मण. त्या प्रत्येकाची पातळी बघतात. प्रतिभेचा कल बघून तालीम देतात. ह्या बाबतीत त्यांचा हात धरणारं कोणी नाही. त्यांच्या हवेलीला मोठी बाग आहे. मोठमोठे चबुतरे आहेत. तुला अगदी मनमोकळं वाटेल आणि सगळ्यांत महत्त्वाची गोष्ट म्हणजे भारतातल्या प्रसिद्ध उस्तादांचं गाणंबजावणं ऐकता येईल. प्रख्यात नर्तकांचं नृत्य पाहता येईल. नाजनीन बेगमचं इतकं वजन आहे की तुझी पात्रता बघून त्या तुला आणखी कोणाकडे, काही चिजा शिकण्यासाठी पाठवू शकतील. काही दिवसांसाठी.'

'मी आधी बाबांना विचारतो.'

ह्या पूर्वी सोहम एवढा आज्ञाधारक नव्हता. पण सध्याच्या आजारपणात तो त्याच्या वडिलांच्या खूपच जवळ आला होता. त्याच्याबद्दल त्यांना वाटणारं प्रेम, प्रेमापोटी वाटणारी काळजी ह्यांची त्याला जाणीव झाली होती. त्याच्या आजारपणापूर्वी त्याचं घर म्हणजे व्यवस्थित चालणारं सुंदर हॉटेलच होतं. सगळ्यांत वरचे मॅनेजर म्हणजे त्याचे बाबा. कोणी कोणाच्या फारसं जवळ जात नसे. म्हणजे त्यांच्यात आपलेपणा नव्हता किंवा ते एकमेकांना विचारीत नव्हते, असं नाही. तर हा एक खानदानीपणाचा भाग होता आणि ह्याला दुसरं कारण म्हणजे रोजच्या आयुष्याचं रहाटगाडगं. पण सोहमच्या ह्या विचित्र आजारामुळे आतापर्यंत चढवलेला खानदानीपणाचा मुखवटा पटकन गळून पडला. हल्ली त्याच्या वहिनी–विशेष करून मधली वहिनी–दुपारी त्याला जवळ बसून जेवायला घालत. रात्री तर सगळे एकत्रच जेवायला बसत. सगळ्यांत बदलले होते ते त्याचे बाबा. त्यांचं ऑफिस खालीच होतं. हल्ली ते काहीतरी निमित्त काढून वरचेवर वर येत. 'खोकन, खोकन', अशी त्यांची हाक ऐकताच सोहम खोलीतून बाहेर येऊन विचारायचा, 'काय बाबा?'

'नाही. नाही. तसं काम नाही. जरा वनमाळीला बघत होतो. तू काय करत होतास?'

'अभ्यास.'

'अभ्यास? मग असू दे. तुझं चालू दे. मी बघतो वनमाळी कुठं आहे तो!'

वनमाळीकडे बाबांचं काहीही काम नाही, ते काहीतरी सबब काढून त्यालाच बघायला आलेत, हे सोहमच्या लक्षात यायचं. आपल्या धाकट्या मुलाला ते पुन्हा पुन्हा बघत होते. कारण परवापरवापर्यंत आपण ह्याला मुकणार असंच ते धरून चालले होते. त्यांचा हा हळवेपणा पाहून सोहमला भरून यायचं.

दोन-एक दिवसांनंतर सोहमनं वडिलांकडे नाजनीन बेगमच्या स्कॉलरशिपचा विषय काढला. त्यानं रामेश्वर ठाकुरांच्या नावाचा उल्लेख केला नाही. त्यानं ही गोष्ट दुसऱ्याच कोणाकडून ऐकलीय असं भासवलं. त्याचे बाबा एकदम गंभीर झाले. म्हणाले, 'हे एम. ए.चं फायनल इयर आहे तुझं.'

'बाबा, मी नक्की परीक्षेला बसेन. तिथं राहणं म्हणजे होस्टेलमध्ये राहण्यासारखं आहे. प्रत्येकाला स्वतंत्र खोली.'

'पण ही आहे बेगम. गाणारी बाई. खोकन, मी............'

'बाबा, त्या साठीच्या पुढच्या आहेत. म्हणजे आमच्या गुरुजींपेक्षाही मोठ्या. हल्ली साधिकाच झाल्यात जवळजवळ. मध्य प्रदेशातल्या कोणत्यातरी स्टेटच्या महाराणी आहेत. फार चांगल्या आहेत त्या.'

'तुला चेंज हवाच आहे. डॉक्टरांचंही मत असंच आहे. पण खोकन, तुला एकट्याला ह्या गाण्याबजावण्याच्या क्षेत्रात सोडायला माझं मन तयार होत नाही.'

'बाबा, तुमच्या इच्छेप्रमाणे मी एम. ए. होईन. शब्द देतो मी तुम्हाला. गाण्याशिवाय मी काहीही करणार नाही. मी फक्त गाईन आणि गाणं शिकेन. एकदम डिव्होटेडली. तुम्ही अजिबात काळजी करू नका.'

'बरं! मी डॉक्टरांना विचारून सांगतो.'

अपाला रोज संध्याकाळी सलग बऱ्याच वेळ शंख फुंकून शेजाऱ्यांना आश्चर्याचा धक्का देत होती. ज्या दिवशी तिनं सासूच्या आणि आतेसासूच्या मदतीनं, दुपारच्या चहाबरोबर खाण्यासाठी, डोक्यावरचा पदर सावरत मटारच्या चाळीस कचोऱ्या केल्या, त्याच दिवशी डून एक्सप्रेसनं सोहम लखनौला निघून गेला.

आतेसासूबाई म्हणाल्या, 'सूनबाई, सारण दोन प्रकारचं करायचं. एक कोरडं आणि दुसरं ओलसर. गोळा होईल असं. कोरड्यात भाजलेल्या जिऱ्याची पूड टाकायला विसरायचं नाही. तुझ्या सासऱ्यांना तसंच आवडतं.'

सोहमनं तानपुऱ्याचा बॉक्स आपल्या सीटखाली ठेवला होता. पण तो तिथं व्यवस्थित राहील का नाही अशी त्याला शंका वाटत होती. समोर बसलेले गृहस्थ संभाषण सुरू करण्यासाठी संधीच शोधत होते. ते म्हणाले, 'काय आहे त्यात? सतार?'

फर्स्टक्लासचा कूपे. ते दोघंच प्रवासी. सोहमनं उत्तर दिलं, 'नाही. तानपुरा.' 'आपण गाता वाटतं? नाव काय आपलं? कॉन्फरन्सला चाललात की रेडिओ प्रोग्रॅमसाठी?' 'गातो थोडंफार. नावावरून नाही ओळखणार. लखनौला चाललोय. थोडं काम आहे.'

आतेसासूबाई म्हणाल्या, 'बाकी सारण आलं आणि बडिशेप घालून करायचं. ते घरातल्या बाकीच्यांसाठी आणि हो, मैद्यात थोडा लिंबाचा रस घाल बाई! म्हणजे खुसखुशीत होतील. शिकून घे. गृहस्थाघरची सून आहेस तेव्हा शिकायला हवंच. मोहन घातलं तरी लिंबाचा रस घालायला हवाच.'

ते गृहस्थ सूटकेसवरचं नाव वाचून स्वतःशीच बोलल्यासारखं म्हणाले, 'सोहम चक्रवर्ती! सोहम चक्रवर्ती? ऐकल्यासारखं वाटतंय खरं......'

मग पुढे म्हणाले, 'रागावू नका. आपण माझ्यापेक्षा वयानं खूपच लहान आहात. मी डेहराडूनला चाललोय. नोकरी. स्वतःचं गाव, भाषा, माणसं, गाणं– सगळं सोडून राहवं लागतं. मी जरा जास्तच बोलतो बरं का!'

'मग काय झालं! बोला, बोला ना!'

'गाता तर प्रवासात नक्कीच ऐकायला मिळेल. हो ना?'

सोहमनं खिडकीची काच खाली पाडली. फार वारा येत होता. त्यानं गळ्याला एक सुंदर काश्मिरी मफलर बांधला होता. अजिबात आढेवेढे न घेता तो गायला लागला, 'जे यातना यतने। आमार मने मने मन जाने। पाछे लोक हासे शुने। आमि लाजे प्रकाश करि ने।'

सासूबाई म्हणाल्या, 'तूप तापलंय बघ. आता एक एक कचोरी सोड त्यात. अगदी हलकेच. सवय आहे ना? हं! छान फुलताहेत.'

ते गृहस्थ म्हणाले, 'मी विश्वरूप डे. मिलिटरी अकाउन्ट्समध्ये आहे. सध्या बदली डेहराडूनला झालीय. गाणं ऐकावंसं वाटताच ऐकायला मिळेल असं स्वप्नातसुद्धा वाटलं नव्हतं. क्लासिकल.......फारच छान गाता. मलाही एकेकाळी गाण्याचा शौक होता.'

आता सोहमचा मूड लागला होता. हातानं ताल धरत तो गायला लागला, 'कान्हा रे, नंदनंदन! परम निरंजन हे दुखभंजन' राग केदार. तीनताल.

ते गृहस्थ तल्लीन होऊन ऐकत होते.

खाता खाता सासरे म्हणाले, 'कचोऱ्या फुगल्यात छान. पण तितक्याशा कुरकुरीत नाही झाल्या.'

सासू म्हणाली, 'अहो, लहान आहे ती. आता कुठं शिकतेय. तिनं केल्या हेच खूप. तुमच्या घराची सवय चांगली ठाऊक आहे मला. भटाला दिली ओसरी आणि भट हातपाय पसरी. असं आहे तुमचं.'

११

विद्युतदा लवकरच लंडनला जाणार होते. सर्व डॉक्टरांचं हेच एक लक्ष्य असतं. एम. आर. सी. पी., एफ. आर. सी. एस. प्रद्योत खरा तर त्यांचा विद्यार्थी. पण अनेक कारणांमुळे ते दोघं जानी दोस्त झाले होते. अर्थात ही दोस्ती एका ग्लासातली नव्हती. कारण दोस्तीची मर्यादा प्रद्योत जाणून होता. मात्र तो विद्युतदांची पाठ सोडायला तयार नव्हता. त्यानं त्यांना घट्ट धरून ठेवलं होतं. त्यालाही परदेशात जायचं होतं. इथली हॉस्पिटल्स, नोकरी, मरेपर्यंत कष्ट आणि हातात काहीच नाही. प्रद्योत स्वप्नबिप्न बघणाऱ्यातला नव्हता. तो पक्का व्यवहारी होता. त्यानं परदेशात जायचा निश्चयच केला होता. जेवढी शक्य होईल तेवढी मदत विद्युतदा करतीलच ह्याची त्याला खात्री होती. त्याची इथली हाऊसस्टाफशिप संपत आली होतीच.

विद्युतदांनी प्रद्योतला पार्क स्ट्रीटवरच्या एका चांगल्या रेस्टॉरन्टमध्ये नेलं होतं. मंद प्रकाश. मधुर संगीत. वातावरण गप्पांना रंग भरावा असंच होतं.

आशा-आकांक्षा, व्यावहारिक अडचणी, सोयीगैरसोयी वगैरे विषयांवर बोलता बोलता विद्युत सरकारांनी प्रद्योतला अचानक प्रश्न विचारला, 'अच्छा, प्रद्योत, अपूच्या लग्नात एक मुलगी होती बघ! अपूपेक्षा हाईटनं शॉर्ट पण अपूपेक्षा जरा प्लम्प. गोरीपान. ऑरेंज कलरची साडी नेसली होती. कोण रे ती?'

प्रद्योत जरा हसून डोळे मिचकावत म्हणाला, 'कोणती मुलगी? काही लक्षात येत नाही बुवा.'

'तीच रे. नेपाळी धाटणीचा चेहरा असलेली.'

'ओ! आता आलं लक्षात. गुडिया जापानकी? पण असं एकदम का विचारताय तिच्याबद्दल? कशासाठी एवढी चौकशी?'

'व्हेरी इन्ट्रस्टिंग.' उत्तरादाखल एवढंच बोलले विद्युतदा.

'प्रिटी किंवा चार्मिंग समजू शकतो. पण इन्ट्रस्टिंग?'

'अरे, तुझ्या बहिणीच्या लग्नात मीही बराच वेळ राबत होतो ना! दिवसभर तिथंच तर होतो. तिनं अगदी मन लावून काय सुंदर रांगोळ्या काढल्या! आणि त्याही किती फटाफट! मोठ्या मोठ्या. दारात, बोहल्यापाशी, नवरा-नवरीच्या खोलीत. एका फटक्यात सरळ रेषा, नक्षी, वर्तुळ, फुलं-पानं, काय स्विफ्ट! नंतर पाह्यलं तर अपूला सजवतेय! अपूला लग्नाच्या वेळी पाह्यलं तर तीच का ही अपू, असा प्रश्न पडला.'

'म्हणजे काय, विद्युतदा? माझी बहीण काय दिसायला वाईट आहे? कमालच आहे हं तुमची!'

'अरे, नाही, नाही. असं कुठं म्हटलं मी? अपू सर्टनली हॅज हर ओन स्पेशल चार्म. बट शी वॉज टोटली ट्रॅन्सफॉर्म्ड, असं म्हणायचं होतं मला. शी वॉज लुकिंग लाइक एक प्रिन्सेस, ऑर टू पुट इट मोअर प्रॉपर्ली, लाइक ए गॉडेस. आता तरी पटलं ना?'

त्यांच्या बोलण्याची ढब बघून प्रद्योतला हसू आलं.

विद्युतदा पुढे सांगायला लागले, 'मग जेवण सुरू झालं तेव्हा पाह्यलं तर तीही स्वत: मस्त नटली होती. अगदी राजकन्येसारखी आणि सगळ्यांची विचारपूस करत होती. अमेऽझिंग!'

प्रद्योत म्हणाला, 'तरी तुम्ही रात्री नव्हतात. असतात तर पाह्यलं असतंत की तिनं एकटीनं सगळ्यांना पार गुंगवून टाकलं होतं. अपूच्या बहुतेक मैत्रिणी गातात. त्यामुळे रात्री बासर जागवताना बऱ्याचजणी गायल्या. पण खरी गायली ती दीपालीच. तिनं अगदी कमाल केली.'

'म्हणजे तिला गाणंही येतं?'

'येतं म्हणजे! रेडिओवर रेग्युलर गाते. प्रत्येक वर्षी प्रयागच्या परीक्षेत तिचे विद्यार्थी पास होतात.'

'अरे बाप रे!'

'पण विद्युतदा, आधीच सांगतो, त्या पाच बहिणी आहेत. वडील नाहीत आणि भाऊही नाही. पाचीही बहिणी अतिशय गुणी आहेत. काही ना काही कला आहेच

त्यांच्यापाशी. त्यांच्या आधारेच तर घर सावरून धरलंय. शिवाय घरकामात हुशार. स्वयंपाक वगैरेत उस्ताद. अपूच्या आइबुडोभाताला[१२] आईला बाजूला सारून तिनंच सगळा स्वयंपाक केला होता. काय सुंदर स्वयंपाक केला होता!'

'द्रौपदीबिवपदी आहे की काय?'

'पाच पतींची गोष्ट राहू द्या; पण तुम्ही तिच्याशी लग्न केलंत तर पाच मेव्हण्या.......नाही. नाही. चुकलोच. तीही पाचातच आहे नाही का! तर काय सांगत होतो. ....हं! तुम्ही जर तिच्याशी लग्न केलंत तर पंचरसिका मिळतील आणि ही दीपाली एकटीच शंभरांना भारी आहे, हे तर तुम्ही प्रत्यक्ष पाह्यलंच आहे.'

'हो बाबा! कबूल.'

'मग सांगतो काय! पण ती ब्राह्मण आहे बरं का! मिश्र.'

'बाप रे! नांगी तर मारणार नाही?'

'ते तुमचं नशीब! बघू तर या कोण कोणाला नांगी मारतेय! तुमच्याकडूनही मारली जायची शक्यता आहेच. ओळख करून देऊ?'

'दे.'

'असं करा, अपू अष्टमंगला[१३] की काय.....त्याच्यासाठी येणारच आहे. तेव्हा तिच्या नवऱ्याची थट्टा-मस्करी करायला तिच्या मैत्रिणी येणारच. त्या वेळी तुम्हीही या. अगदी सहजासहजी तुमचं काम होऊन जाईल.'

'नको रे! तसं नको. अगदीच बायल्यासारखं दिसेल.'

'मग पुरुषासारखं दिसायला काय करावं ते तुम्हीच सजेस्ट करा.'

'इज शी गुड?'

'हा मात्र कठीण प्रश्न आहे हं! अहो, मला कसं माहीत असणार?'

'का? तुला मुलीबिलीत इन्ट्रस्ट नाही वाटतं?'

'मी अजून कोवळा पोर आहे, हे अजून तुमच्या लक्षात आलं नाही. ओठ पिळले तर दूध निघेल. पण तुम्ही मात्र फारच घायाळ झालेले दिसता. काहीतरी करायलाच हवं.'

विद्युतदा गंभीरपणे म्हणाले, 'प्रद्योत, तुला माहीतच आहे की आय ॲम व्हेरी मच इन नीड ऑफ ए कम्पॅनियन. आईवडील दूर, गावी असतात. आपलं घरदार, जमीनजुमला सोडून ते कधीच इकडे येणार नाहीत. आणि माझं.......कुठं जायचं, काय करायचं, कुठं प्रॅक्टिस सुरू करायची.......काहीच धड ठरलेलं नाही. आय नीड समबडी. मला ती मुलगी खरंच आवडलीय.'

अष्टमंगलाला विद्युतकांती काही आले नाहीत. पण अपालाच्या कानावर सगळी हकिगत गेल्यावर ती म्हणाली, 'थांब, मी दीपूदीच्या मनात काय आहे ते काढून घेते.'

दीपालीच्या मनात काय घाटतंय हे तिच्या सुंदर, नितळ नेपाळी वळणाच्या चेहेऱ्यावरून कळणं अजिबात शक्य नव्हतं. ती एकदा सोहमसाठी वेडी झाली होती हे अपूला ठाऊक होतं. तो तिचा व्हावा म्हणून तिच्या प्रतिस्पर्धकाविषयी बऱ्याच उलटसुलट गोष्टी तिनं सोहमला सांगितल्या होत्या. मितूलविषयी सोहमला काय वाटतं, हे माहीत नसल्याचं जरी तिनं अपालाला दाखवलं होतं तरी आता अपालाला त्याबद्दल शंका यायला लागली होती. ह्या काही दिवसांत अपाला बरीच पोक्त झाली होती. दीपालीला सगळं माहीत असूनही जाणूनबुजून तिनं सोहमच्या मनात विष कालवलं होतं. दीपूदीबद्दल असा संशय घेताना तिला वाईट वाटायचं, पण खरी गोष्ट कबूल करायलाच हवी होती. सोहमसाठी वेडी झालेली हीच दीपूदी, तिच्या कृत्यानंच सोहम विचित्र वागायला लागताच भीतीनं अर्धमेली झाली होती. आता सोहम बरा झाला होता. त्याला त्याच्या आजारपणातल्या गोष्टी आठवतही नसाव्यात. पण दीपालीच्या ज्या बोलण्यानं त्याला त्रास झाला ते तो विसरेल असं वाटत नव्हतं.

दीपालीनं अपूला एका बाजूला घेऊन विचारलं, 'काय ग, लग्न नको म्हणून म्हणत होतीस आता कसं वाटतंय?'

अपाला आपल्या मनातलं दुसऱ्याजवळ मोकळेपणानं बोलू शकत नसे. तिला तसं बोलायचंही नसे. ती हळूच हसून म्हणाली, 'चांगलं आणि वाईट. दोन्हीही.'

'इश्श! पार बदलून गेलीयस हं! तुझा नवरा सारखा तुझ्या भोवती भोवती करत असतो. तुझा बंदा दास होणार असं दिसतंय! तुझा पदर सोडणार नाही.'

'दीपूदी. तू लग्न करणार का?'

'माझ्याशी कोण लग्न करणार? सांग.' दीपाली हताशपणे म्हणाली. 'मी आपली शिकवण्या करत बसणार नाहीतर दोन बहिणी मिळून नृत्यनाट्याची कॉरिओग्राफी करणार आणि एके दिवशी बाबांसारखाच हार्ट ॲटक. खेळ खलास.'

'तुला थोडासुद्धा आत्मविश्वास कसा नाही ग? अं? स्वत:ला इतकी कमी का समजतेस? तुझ्यासारख्या सुंदर, सर्वगुणसंपन्न अशा मुली किती असतात? मी तरी कोणाला पाह्यलं नाही. माझ्यासारख्या कालिंदीचं बघता बघता लग्न होतं. तर तुझं का नाही होणार?'

'अपू, लग्नानंतर तू फारच मोठेपणानं बोलायला लागलीस हं! पूर्वी अशी बोलत नव्हतीस.'

'नसेन बोलत कदाचित. पण मनात असायचं. आणि सगळ्याच गोष्टी मी नेहमीच बोलते असं नाही.' 'अच्छा, दीपूदी, अजूनही तुझं सोहमवर प्रेम आहे? आता तो अगदी बरा झालाय.'

'बाई ग, सोहम चक्रवर्तीला कोपरापासून नमस्कार. तो डावीकडून गेला तर

मी उजवीकडून जाईन आणि प्रेमाचं विचारतेस ना? अग, त्याचा केव्हाच निकाल लागला. सोहमचा तो अवतार तू पाह्यला नाहीस.'

'तू तरी कुठं पाह्यलास! नुसतं ऐकलंस.'

'दॅटस् इनफ. गॉड फॉरबिड. सोहमचं तोंडसुद्धा पाह्यची इच्छा नाही माझी.'

'एकांना तुझी ओळख करून घ्यायचीय. त्यांना तू पसंत आहेस. देऊ करून ओळख.'

दीपालीनं आश्र्चर्यानं विचारलं, 'कोण ग?'

'डॉक्टर विद्युतकांती सरकार. एम. डी. दादाचे सीनिअर दोस्त. माझ्या लग्नात तू त्यांना पाह्यलं आहेसच.'

'ते काळसर? बुटके?'

'काळे! कबूल. पण बुटके का म्हणतेस? बंगाल्यांची ॲव्हरीज हाइट तेवढीच असते. तब्येत उत्तम. ब्रिल्यन्ट विद्यार्थी होते. लवकरच परदेशात जाणार आहेत.'

दीपालीनं थोडा विचार केला आणि मग म्हणाली, 'ठीक आहे. दे ओळख करून.'

दीपाली कोणाजवळ बोलली नव्हती. पण हल्ली तिला प्रद्योत आवडायला लागला होता. प्रद्योतचं वागणं सहानुभूतीचं असायचं. तो काहीसा अलिप्त होता. स्पष्ट बोलणारा, प्रॅक्टिकल. मॅन्ली. हे सगळं दीपालीला भावलं होतं. सोहमनंतर प्रद्योत.

सोहमपेक्षा तिला त्याचं घर, श्रीमंती, सुखसमृद्धी ह्यांचा मोह जास्त होता. त्याचा दोन खोल्यांचा स्वीट आणि दक्षिणेकडचा लांबलचक व्हरांडा तिला फार आवडायचा. तिथं बसून त्या दोघांना गप्पा मारता आल्या असत्या, चहा-कॉफी पिता पिता रस्त्यावरची वर्दळ पाहता आली असती. पण अपालाचं घर मात्र तिला अजिबात आवडायचं नाही. अपूची आई खूप चांगली होती. पण तिच्या स्वतःच्या घरात आणि अपूच्या घरात फरक होता तो एवढाच की तिचं जुनं, मोडकं, रंग गेलेलं घर भाड्याचं होतं तर अपूचं स्वतःचं. अपूच्या काकांच्या ताब्यातील खोल्या छान व्यवस्थित होत्या. पण म्हातारा फार लुच्चा होता. शिवाय जुन्या मताचा. अपूच्या आईला गुलामासारखा राबवून घेत होता. प्रद्योतवर व अपूवर कडक नजर होती. ते काका नसते तर ह्या घराचं वातावरण तिनं पूर्ण बदलून टाकलं असतं. तिचे वडील गेल्यावर त्यांच्या घरात पुरुषमाणूस कोणीच नव्हतं. त्या पाच बहिणींनी आणि आईनं बऱ्याच अडचणींना तोंड दिलं होतं. खस्ता खाल्ल्या होत्या. पण आता त्या अगदी स्वतंत्र होत्या. तेव्हा घरात काकाबिका तिला खपण्यासारखे नव्हते. विद्युतकांतीचा प्लस पॉइन्ट म्हणजे त्याचे आईवडील दूर बांगलादेशात होते. ते इकडे येणं शक्यच नव्हतं. म्हणजे राजाराणीचा संसार. शिवाय डॉक्टर म्हणजे पैसा मिळणारच. आताच त्यांनी स्कूटर घेतली होती. पुढे कितीतरी घेता येणार होतं.

अपालाच्या लग्नानंतर तीन महिन्यातच दीपालीचं डॉ. विद्युतकांती सरकारांबरोबर

लग्न झालं. नोंदणी पद्धतीनं. अगदी कमीत कमी खर्चात. विद्युतदांनीच दोन्हीकडच्या लोकांना एक दिवस जेवण दिलं. त्यांचे आईवडील खुलना जिल्ह्यातल्या फूलतला गावी वडलोपार्जित घरदार सांभाळून राहत होते. ते लग्नालाही येऊ शकले नाहीत. पण त्यांनी पत्रातून कळवलं की मुलानं खालच्या जातीतल्या मुलीला घरात न आणता वरच्या जातीतली मुलगी घरात आणली म्हणून त्यांचा लग्नाला विरोध नाही पण जातीबाहेरची मुलगी असल्यानं सावध राहावं हे बरं! त्यांनी नवदांपत्याला मन:पूर्वक आशीर्वाद दिले होते आणि वधू-वराचा रंगीत फोटो पाहून ते फारच खूष झाले होते. शेवटी त्यांच्या कुळात एक खरोखरीच गोरी सून आली होती.

काही महिन्यांतच दीपाली आणि विद्युतकांती लंडनला गेले. तिथं पोहोचल्यानंतर काही दिवसांतच अपालाला तिच्या दीपूदीचं आनंदानं आणि उत्साहानं भरलेलं पत्र आलं.

प्रिय अपू,

तुला प्रियोत्तमा म्हणावंसं वाटतंय. तू माझ्यासाठी जे केलं आहेस त्याची परतफेड मी कधीच करू शकणार नाही. माझ्या नवऱ्याला माझ्याबद्दल काय वाटतं हे कसं सांगू तुला? माझी प्रत्येक गोष्ट त्याला नव्यानवलाईची वाटते. एवढं कौतुक ह्या आधी माझ्या वाट्याला कधीच आलं नव्हतं. लंडन तर मला खूपच आवडलंय. विद्युतचा सबंध दिवस कामातच जातो. मलाही खूप कामं असतात. त्यामुळे वेळ कसा जातो ते कळतसुद्धा नाही. एक संगीतशाळा काढण्याचा विचार आहे.

अग, मला पाहून इथले गोरे साहेबही कासावीस होतात. माझी ओळख करून घेण्यासाठी धडपडतात. मला हे सगळं फाऽऽरच छान वाटतं. असं वाटतं की त्यांना अमीरखाँची 'झनन झनन पायल बाजे' ऐकवावी. मग बेटे पागल होऊन माझ्या पायावर लोळणच घेतील. ह्या गोष्टीचा विद्युतला खूप अभिमान वाटतो. पण मधूनच त्याला काळजीही वाटत असावी. कारण काल एक पार्टी होती. त्या पार्टीला बंगाल्यांबरोबरच इंग्रज, इटालियन आणि अमेरिकनही होते. तिथून आल्यावर झोपताना त्यानं हळूच मला विचारलं, 'दीपू, माझ्या दीपा, तू मला सोडून तर जाणार नाहीस ना?' समजला का तुला त्याच्या प्रश्नाचा अर्थ? अग, एखाद्या गोऱ्या साहेबाच्या उंचीला आणि रंगाला भुलून मी त्याचा हात धरून तर पळून जाणार नाही ना? अशी आमच्या बाबूला भीती वाटली. आता काय म्हणावं ह्याला! मला कसे आणि किती चटके बसलेत ते त्याला काय ठाऊक! आंधळा मागतो एक डोळा आणि देव देतो दोन. तसं झालंय माझ्याबाबतीत. मला एवढं सगळं मिळेल असं स्वप्नातही वाटलं नव्हतं. कोलकात्याला असताना मासे खात असले तरी इलिश नव्हता खाल्ला. इथं मात्र बांगलादेशचा इलिश अगदी भरपूर खाते. कधी तळून, कधी शहाजिरे, हिरवी मिरची घालून पातळ झोल[१४] तर कधी पातुडी[१५]. मधूनच

त्याच्या अंड्याचं खमंग तोंडीलावणं.

आम्ही केन्टमध्ये राहतो. तेव्हा गाडी हवीच. म्हणून सध्या मी गाडी शिकतेय. लाइसन्स मिळालं की मला स्वतंत्र गाडी घ्यायचीय. अपू, माझी गाडी. खास माझ्यासाठी. आहेस कुठं! गाणं गाऊन गाऊन आणि त्याहीपेक्षा शिकवून अगदी कंटाळले होते. पण इथं घरात किंवा भारतीय आणि बांगलादेशी बंगाल्यांच्या अड्ड्यात किंवा एखाद्या मोठ्या पार्टीत 'सइ भालो करे बिनोदबेणी बांधिया दे' किंवा 'मैषाल मैषाल कर बंधू रे । ओरे शुकनो नदीर कुले । मुखखानि शुकाइया ग्याछे । चैत माइस्या झामेले' गाते, तेव्हा पार्टी फक्त माझ्यामुळेच रंगते. भाटियाली[१६] गाते, तेव्हा सगळेजण टाळ्या वाजवून अगदी अचूक ताल धरतात ना, तेव्हा त्यांचा जोश बघण्यासारखा असतो. तुझं म्हणणं पटलं. संगीत इज द थिंग.

असो.

तुझीच

दीपूदी.

अपाला पत्र वाचून एकदम खूष झाली. दीपूदीच्या ह्या सुखासमाधानाच्या संसाराला आपलाही थोडा हातभार लागलाय ह्या विचारानं ती एवढी सुखावली की तिनं लगेच दीपालीच्या पत्राला उत्तर पाठवलं. उलट डाकेनं दीपालीचं पत्र आलं. प्रत्येक महिन्याला त्यांच्या पत्रांची देवाणघेवाण होत होती. शिवनाथच्या बॅगेत एक-दोन एअर-मेल सापडायचीच. दीपालीचं पत्र येताच अपाला घायकुतीला येऊन म्हणायची, 'अहो, ऐकलंत का? मला एक एअर-मेल आणून द्या ना!'

शिवनाथ चहा पिता पिता डोळे मिटून म्हणायचा, 'आता पोस्ट ऑफिस बंद झालं असेल.'

'इश्श! मी आताच आणायला नाही सांगत. उद्या आणून द्या.'

शिवनाथ खिडकीकडे पाहत म्हणायचा, 'उद्या मला पोस्ट ऑफिसात जायला जमेल असं वाटत नाही.'

'तुम्हाला स्वत:ला कशाला जायला हवं. प्यूनला नाही पाठवता यायचं?'

ह्यावर शिवनाथ ताडकन् म्हणायचा, 'घरच्या क्लास फोरचं वागणं पाहतेस आणि तरीही ऑफिसच्या प्यूनला खाजगी कामाला पाठवायला सांगतेस! खरंच अपू, तुला काही कळत नाही.'

मग अपाला थोड्या नाराजीनंच म्हणायची, 'राहू दे. मीच जाईन उद्या.'

तोपर्यंत शिवनाथचा चहा संपलेला असायचा. तो म्हणायचा, 'माझी ऑफिसची बॅग जरा इकडे दे बघू. टिफिन बॉक्स काढून देतो.'

अपालानं बॅग देताच टिफिन बॉक्स काढता काढता तो म्हणायचा, 'अरे, ह्यात काहीतरी दिसतंय. इन्लँड आहे की एअर बघ बरं! एअरच दिसतंय. पण माझा कोणी मित्र गोरा साहेब नाही आणि कोणी मड्डमही माझी मैत्रीण नाही. मग हे कसं आलं? अपू, तुला जादू येते वाटतं?'

मग दोघंही हसायला लागायची.

अपालाचा मनीषाशी पत्र्यव्यवहार राह्यला नव्हता. तिच्या वडिलांची बदली झाल्यावर तिचं एक पत्र आलं होतं. पण त्यात ती पत्ताच लिहायची विसरली होती. त्यामुळे अपू तिला पत्र पाठवू शकत नव्हती. सोहम एकदम बेपत्ता झाला होता. गुरुजींकडे गेल्यावर मितूलची भेट होतच असे, असं नाही. आणि मितूल काही तिची मैत्रीण नव्हती. ती लहान होती. शिवाय त्या दोघींच्या वयात फारसं अंतर नसलं तरी अपूचं लग्न झालं होतं. तटस्थपणे का होईना, अर्धवट घुंघट घेऊन तिला सासरी काही ना काही काम करावं लागत होतं, यशस्वी गायिका असूनही तिला एका पुरुषाला खूष ठेवावं लागत होतं. मितूल आताच कुठं कॉलेजला जायला लागली होती. तिच्या मैत्रिणींना तोटा नव्हता. जर कधी दोघींची भेट झालीच तर मितूलच्या बोलण्याला खळ नसायचा. कधी ती एखाद्या गाण्यातली अवघड जागा अपालाच्या मदतीनं स्वत:च्या गळ्यात उतरावयाला बघायची आणि जमलं की म्हणायची, 'वा! यू आर ग्रेट हं, अपूदी! रिअली ग्रेट!'

त्यामुळेच अपाला दीपालीच्या पत्राची खूप उत्सुकतेनं वाट पाह्यची. तिला दीपालीसारखं पत्र लिहिणं जमत नसे. म्हणूनच की काय दीपालीच्या पत्राचा आनंद ती पूर्णपणे लुटायची.

दीपाली लिहायची –

अपू,

आता मी स्वत: गाडी चालवते. इथल्या बांगलादेशी, पाकिस्तानी आणि इंडियन आयांनी त्यांच्या मुलांना माझ्याकडे पाठवायला सुरुवात केलीय. मी दाबून फी घेते. म्हणून डॉक्टरचं आणि माझं भांडण झालं. त्याला हे खटकतं म्हणे! मी चांगली काढली त्याची. वेळ द्यायचा, गळ्याची कसरत करायची, जिभेवर खडा ठेवून उच्चार शिकवायचे आणि पैसे घ्यायचे नाहीत? शुद्ध वेडेपणा नाही का हा? आय ॲम ॲबसल्यूटलि प्रोफेशनल. इथले लोकही तसेच आहेत. काम तिथं दाम. फक्त आमचे विद्युकांती शरमेनं जांभळे होतात. काहीही असो. माझ्या प्रोफेशनचा साबण घासून घासून त्याला मी जांभळ्या रंगावरून पूर्वरंगावर आणलंय. साहेब लोकही आपलं इंडियन क्लासिकल म्युझिक शिकायला येतात. एकेक मडमेचा आवाज काय भारी आहे म्हणून सांगू! आऽऽऽ म्हणायला सांगितलं तर हाऽऽऽ म्हणतात. आणि आवाज असा भसाडा की फैयाजखाँ हार मानतील. लवकरच

रविशंकर होणार असं वाटतंय. मग कोणी पंतप्रधान वगैरे वारले तर तू तिथं असतानाही मलाच इथून भजनबिजन गायला बोलावतील की नाही बघ! माझे शब्द लक्षात ठेव. भविष्यवाणी आहे ही माझी. एक लांब केसांचा आणि घोड्यासारखे मोठे मोठे पिवळे दात असलेला मुलगा गाणं शिकायला येतो. आयरिश आहे. डोळे मात्र एकदम निळेशार. दाढीमिशा सोनेरी. प्रत्येक वेळी शिकवणी संपल्यावर माझ्या हाताचं चुंबन घेऊन जातो. आमच्या डॉक्टरबाबूंनी एके दिवशी हा प्रकार पाह्यला. त्या दिवसापासून त्यांचा रंग पांढरा व्हायला लागला. ते इतके पांढरे झालेत की कल्पना करता येणार नाही.

तुमच्या सगळ्यांची खूप आठवण होते. आनंद वाटल्यानं वाढतो हे आता मला चांगलं समजलंय. काय ग तू अपू! एका 'कहो गौरांग भज गौरांग' अशा सरकारी ऑफिसरशी लग्न करून बसलीस. आता तुझा परदेशात जायचा चान्स गेलाच म्हणून समज. लग्न करायचंच झालं तर डॉक्टर, इंजिनीयर किंवा मर्चंट नेव्हीतल्या ऑफिसरशी करावं. हे पत्र तुझ्या शिवसौदागराला दाखवू नकोस. हं! नाहीतर तो तुझं लाइफ हेल करून टाकेल. आज एवढंच.

दीपूदी.

१२

अपालाचं रेडिओसाठी पहिलं रेकॉर्डिंग झालं तेव्हा तिच्याबरोबर रामेश्वर गेले होते. शिवाय त्यांच्याबरोबर त्यांचा शागीर्द आणि भावी तबलिया वेणूही होता. अपालाला दिवस गेले होते. पण ही गोष्ट बायकांच्या बारीक नजरेशिवाय कोणाच्याही लक्षात येण्यासारखी नव्हती. तेव्हा गुरुजींना हे समजणं शक्यच नव्हतं. तिनं यमन कल्याणामध्ये ख्याल गायला. पण आजचं अपालाचं गाणं नेहमीसारखं झालं नाही. उंच वाढत जाणाऱ्या तजेलदार वृक्षासारखं ते नव्हतं म्हणून गुरुजींचं तोंड उतरलं होतं. अपालाचं आजचं गाणं म्हणजे जणू पाण्याविना, प्रकाशाविना कोमेजलेला, वाकलेला वठत चाललेला वृक्ष होता.

परत येताना अपालानं विचारलं, 'गुरुजी, आज माझं गाणं जमलं नाही. हो ना?'

'तुला समाधान, आनंद मिळाला ना?' रामेश्वरांनी तिच्या प्रश्नाला सरळ उत्तर द्यायचं टाळलं.

खरं तर, हल्ली अपाला गुरुजींकडे आठवड्यातून फक्त दोन दिवसच जायची. तेव्हा होईल तेवढाच रियाज. बाकी पाच दिवसांत बहुधा तिचा गाण्याशी संबंधच येत नसे.

गुरुजींच्या प्रश्नाला उत्तर देत अपाला म्हणाली, 'मला फार दम लागत होता.

त्यामुळे जरा त्रास होत होता.'

'हो का?'

अपालाचा चेहरा लाल झाला. आता कुठं रामेश्वरांनी तिच्याकडे नीट निरखून पाह्यलं आणि ते मनातल्या मनात म्हणाले, 'तरीच!' मोठ्यानं म्हणाले, 'तुझ्या उत्तम गाण्यात मोडणारं झालं नसलं तरी ठीकठाक झालं. अगदी व्यवस्थित. तुझं गाणं भरभरून वाहणारं असतं, बेटी. तू गाण्यातून द्यायला पाहिजे त्यापेक्षा कितीतरी जास्त देतेस. ते आज मिळालं नाही इतकंच. काही दिवसांत सगळं ठीक होईल. पाहिली तब्येत नीट हवी.'

त्यांच्या परत येण्याच्या वेळी शिवनाथ त्यांच्या फाटकात उभा होता. त्यानं हात धरून अपालाला उतरवून घेतलं. वेणूनं तानपुरा आत नेऊन ठेवला.

ह्यानंतर तीन-एक दिवसांतच अपाला अकाली प्रसूत झाली. तिचं पहिलंवहिलं मूल. मुलगा. वजन फक्त दीड किलो. मूल लांब होतं. पण हातापायाच्या नुसत्या काड्या. टाळू खूपच मऊ होती. डॉक्टर म्हणाले, 'मुलाला कापसात ठेवलं पाहिजे. फारसं हाताळायचं नाही. आईच्या दुधाशिवाय इतर काहीही द्यायचं नाही. कमीतकमी दीड महिना तरी जपायला हवं. त्याच्या खोलीत इतरांनी जायचं नाही. बाळाचेच नाही तर आईचे आणि सुईणीचेही कपडे ॲन्टिसेप्टिकनं धुवायला हवेत.'

अपाला नर्सिंग होममधून घरी येताच घरात एकच हलकल्लोळ उडाला. आत्याबाई म्हणाल्या, 'मी तेव्हाच सांगितलं नव्हतं का की दिवस भरत आलेल्या बाईनं असं रागदारी गाणं बरं नव्हे. त्या दिवशी गेली नसती तिथं तर काय बिघडलं असतं! असं गाणं म्हणजे कोण कसरत! एक प्रकारची कुस्तीच म्हणा ना! आमच्या लहानपणी गोबरबाबू, गामा ह्यांची नावं ऐकली होती. तशीच ही गळ्याची कुस्ती. पण कुस्तीच. पुष्कळांना पाह्यलंय. समोरचा गालिचा, सतरंजी–जे काय असेल ते–घट्ट धरून खेचत जीव तोडून गात असतात. कोणी एका हातानं मांजा सोडतात तर दुसऱ्या हातानं गुंडाळतात. आपली सूनबाई असलं काही करत नाही. अगदी शांतपणे गाते. स्वभावानंही थंड आहे. पण काही झालं तरी गाताना पीळ पडणारच. त्याशिवाय का असा जोरदार आवाज निघेल?'

सासूबाई म्हणाल्या, 'ह्या पिढीतलं पहिलं मूल. वंशाचा दिवा. हातीपायी वाचला म्हणजे मिळवलं.'

अपालाच्या सासूबाईंना आता नातवाशिवाय दुसरं काही दिसत नव्हतं. सुचत नव्हतं. त्याला दूध ओढायची ताकद नसल्यानं कापसाच्या वातीनं दूध पाजावं लागायचं. त्याच्या अंगाला शक्यतो हात न लावता स्पंज करणं, कपडे बदलणं एवढंच सध्या त्या करत होत्या. अपालाची ड्यूटी म्हणजे मुलाचे, स्वतःचे आणि सासूचे कपडे ॲन्टिसेप्टिक घालून धुणं. सासू तिच्या मुलाचं सर्व करायची आणि

ही अगतिकपणे नुसतं बघत राह्यची.

ऑफिसात जाण्यापूर्वी शिवनाथ हाक मारायचा, 'अपू, जरा इकडे ये बरं!' थकलेलं शरीर कसंबसं ओढत अपाला जायची. शिवनाथ त्याच्या ऑफिसच्या बॅगेतून एक डबा काढायचा. त्यातून अंडी बाहेर काढून अपालाला आ करायला सांगायचा आणि एका मागोमाग एक अंडं फोडून पटकन तिच्या तोंडात घालायचा. कच्ची अंडी पाहताच अपाला तोंड वाकडं करून विचारायची, 'कच्चंच खाऊ?'

'हो. माझ्या एका कलिगच्या पोल्ट्रितली आहेत. लेगहॉर्नची. एकदम अस्सल.'

अपाला म्हणायची, 'आत्याबाईना कळलं तर चक्कर येऊन पडतील.'

'सध्या तुला चक्कर न आली म्हणजे पुरे! ही फार पौष्टिक आहेत. आत्याला काही पत्ता लागणार नाही. इथून दूर कुठं तरी टरफलं टाकली म्हणजे झालं.'

संध्याकाळी त्याच्या बॅगेतून द्राक्षं, बेदाणा, खजूर, बदाम, पिस्ते निघत. अपालाच्या विरोधाला न जुमानता तो तिला हे सगळं बळेबळेच खायला घालायचा.

अपालाला खूप भूक लागायची. पण सासूबाई नातवात दंग आणि आतेसासूबाई बालविधवा. त्यामुळे त्यांना कशाचीच फारशी जाणीव नव्हती. बाळंतिणीला खूप भाजून, भरपूर तूप व दूध घालून साबुदाणा द्यायचा असतो एवढंच त्यांना माहीत होतं. अपालाच्या काकांची तब्येत बिघडली होती. त्यामुळे ते सुजाताबाईंना एक मिनिटसुद्धा नजरेआड होऊ देत नसत. प्रद्योत युसिसची कोणती तरी परीक्षा देऊन अमेरिकेला गेला होता. ब्राँक्सच्या एका हॉस्पिटलमध्ये तो इन्टर्न होता. दादा नसल्यामुळे अपूला फार असहाय्य वाटतं होतं. हा एवढासा मांसाचा गोळा वाचेल ना? त्याची नीट वाढ होईल ना? काही दोष तर राहणार नाही? खरंच तिच्यामुळे असं झालं का? दादानं ह्या तिच्या प्रश्नांची नक्कीच उत्तरं दिली असती. कमीतकमी विद्युतदा तरी हवे होते. ती ममतेनं त्या चिमुकल्या जिवाकडे पाहत राह्यची. किती केसाळ होता! जणू माकडाचंच पिलू. त्याचं टुकटुक पाहणं. ट्यांहा, ट्यांहा करणं, हातपाय ताणून आळस देणं हे पाह्यलं की तिच्या जिवात कालवायंच. तिनं एकंदर रागरंग पाहून, विचार करून त्याचं नाव ठेवलं 'हिंदोल'. हे नाव अर्थातच टिकलं नाही. त्याचं अन्नप्राशन[१७] थाटामाटात झालं आणि त्या दिवशी त्याच्या आजोबांनी घोषणा केली की जीवनाच्या पहिल्या लढाईत तो विजयी झालाय. ही लढाई फार कठीण होती. पुढेही तो असाच जिंकत राहील. म्हणून तो 'रणजय'.

रणजय दोन वर्षांचा झाला. त्याची दांडगाई बघून डॉक्टरांची आणि कुटुंबातील सगळ्यांचीच काळजी दूर झाली. तो फटाफट खिडक्या लावायचा आणि उघडायचा. रेलिंगवर चढायचा. कपाटात वाचकरावाचकर करायचा. काचेच्या आणि मातीच्या वस्तू फोडायचा. स्वयंपाकघरात भांडी पसरून ठेवायचा. रणजय चार वर्षांचा होतो न होतो तोच अपालाला पाठोपाठ दोन मुली झाल्या. सगळ्यांच्या मते तिन्ही

मुलातलं कोणीच आईसारखं नव्हतं. म्हणजे काळं नव्हतं. अपाला मुलींची नावं ठेवण्याच्या भानगडीतच पडली नाही. पहिल्या अनुभवावरून ती शहाणी झाली होती. मोठीला सगळे टिटू म्हणत आणि धाकटीला बनी. धाकटी अगदी वडिलांच्या वळणावर गेली होती. गोरीगोरीपान, गोंडस, काळेभोर दाट केस, बारीक दात. आणि मोठी? ती कोणासारखीच नव्हती. ती तिची तिच्याचसारखी होती. नवीन मूल घरात आलं की ते कोणासारखं ह्याबद्दल घरचे आणि बाहेरचेही हिरिरीनं चर्चा करतातच. जगाची रीतच आहे ही. टिटू हसली की आत्याबाई म्हणायच्या, 'बघितलंत? अगदी मनू.'

मनू म्हणजे मनोहरबाबू. टिटूचे आजोबा.

आत्याबाईंचं हे मत ऐकताच सासूबाई म्हणायच्या, 'दीदींचं काहीतरीच. अहो, हे हसणं अगदी माझ्या शिवूसारखं आहे. दुसऱ्या कोणासारखं नाही मला वाटत बाई!'

टिटू रडायला लागली की शेजारीण ओरडून विचारायची, 'पारूल, कोण रडतेय ग? मोठी नात वाटतं! मला तर वाटलं आपली मलीराणीच. पण ती तर केव्हाच सासरी गेलीय. तिचं बालपण आठवलं बघ! अगदी तसाच आवाज.' ह्या शेजारणीशी सासूबाईंची फारच मैत्री होती.

मलीराणी म्हणजे मल्लिका. अपालाची नणंद.

टिटूचे पाय म्हणे अगदी तिच्या आजीसारखे होते. सपाट. लांब बोटं. आणि केस होते आईसारखे. लालसर बदामी झाक असेलेले. कितीही तेल लावा काळे काही दिसायचे नाहीत. बनीसारखे कुरळे नसले तरी केरसुणीच्या काड्यांसारखे सरळसोटही नव्हते आणि नाकडोळे? कोणालाच काही सांगता यायचं नाही. गोल गोल डोळे, लांब पातळ नाक, आखूड भुवया, लहानसर जिवणी. हे तिनं कोणाकडून घेतलं होतं? सगळे म्हणत, 'अरे, तिला जरा मोठं होऊ द्या. मुलं कितीतरी बदलतात. आज बापासारखी दिसतील तर उद्या आईसारखी. हळूहळू पण नेमकी आपल्या घराण्यावर जातात.'

बनी हसतमुख, जॉली. रणजय व्रात्य. पण टिटू आणखीनच वेगळी. आपल्या भावंडांसारखी ती नव्हतीच. ती हाडापेरानं बारीक, शांत, गंभीर. वेडीवाकडी तोंडं व हातवारे करून तिला हासवायचा प्रयत्न केला तर ती मुळीच हसत नसे. मग तिला सगळेजण 'शंखोबा' म्हणून चिडवत. तेव्हा मात्र सगळ्यांना चकित करून ती एवढीशी चिमुरडी म्हणायची, 'नाही. आम्ही हाचणारच नाही. नाही म्हणजे नाही.' असं म्हणताना तिच्या तोंडावर हलकं हसू आणि थोडासा त्रासिक भाव ह्यांचं मजेदार मिश्रण असायचं.

खरं तर अशा वेळी ती चित्रांचं पुस्तक बघण्यात वा जिग्सॉ पझल सोडवण्यात किंवा गाईचं चित्र काढण्यात रमलेली असायची. ती अशी कामात असताना मोठ्या

माणसांचे तिला हसवण्यासाठी चाललेले वेडेवाकडे प्रयत्न, उगाचच उचलून घेऊन लाड करणं, तिचे गाल लाळेनं माखवणं तिला अजिबात आवडायचं नाही. पण ह्यामुळे व्हायचं काय की बनीचं कौतुक व्हायचं, रणजयचे लाड व्हायचे पण टिटूला सगळे विक्षिप्त समजायचे.

टिटू आणि बनी थोड्या मोठ्या होताच अपाला त्यांना बडबडगीतं शिकवायची. बनी तोंडातल्या तोंडात बोबडं बोलायची. लय, तालाचा तिला गंध नव्हता. 'जमुनाबती सरसोती काल जमुना लीलाबती......' असं काहीतरी म्हणून ती मोकळी व्हायची. टिटू मात्र गोड आवाजात हातानं ताल धरत गायची, 'जमुना जाबेन शश्शुरबाडी काजितला दिये.........' पण मध्येच थांबून ती विचारायची, 'आई, काजितला म्हणजे काय ग?'

अपालाला काही सांगता यायचं नाही. मग टिटू हटूनच बसायची. काजितलाचा अर्थ कळल्याशिवाय ती गाणारच नाही. का म्हणून ज्याचा अर्थ कळत नाही अशा ठिकाणाहून जमुनेनं सासरी जावं! त्यापेक्षा तिनं निमतलाहून[१८] सासरी जावं. अरे देवा! निमतला! अखेर निमतला! का? कारण त्यांच्या अंगणाच्या एका कोपऱ्यात एक मोठं लिंबाचं झाड होतं.

रणो संधी मिळताच दोघी बहिणींना ठोकायचा. त्यांची चांगलीच कणीक तिंबायचा. एखाद्या खेळण्यावरून किंवा पेन्सिलच्या छोट्याशा तुकड्यावरून त्यांच्यात भांडणं व्हायची. मग आजी कोणाचं काही ऐकून न घेताच दोन्ही नातींच्या पाठीत धपाटे घालायची. बनी मोठ्यानं भोकाड पसरायची, 'आऽ आऽऽ आऽऽऽ माझा कादग दादानं घेतला. आऽ आऽऽ मला मारलं. आऽऽऽ आजीनं मला मारलं. आऽऽऽ बाबा, मला मारलं. आबा, आजीनं मारलं. आऽऽऽ' टिटू घर डोक्यावर घ्यायची. तिचं रडणं शेजारीपाजारी पण ऐकू जायचं. पण टिटूच्या डोळ्याला पाण्याचा थेंब नसायचा. ती जीभ बाहेर काढून आजीला वेडावून दाखवायची. दादाला लाथ दाखवायची. मग सगळे म्हणायचे, 'बाप रे! काय द्वाड आहे. बाप अगदी शांत. आई एवढी गरीब. मग ही गेली तरी कोणाच्या वळणावर?'

टिटू वेडावून दाखवायची, 'दादा काय दाड! आजी काय दाड! अले बाप ले! कुनाच्या वलनावल गेली ही!'

टिटूचा सर्वांत आवडता खेळ म्हणजे तिचे बाबा त्यांची ऑफिसची फाइल घेऊन काम करत बसले की तीही तिची छोटी फाइल घेऊन बसायची. तिच्या छोट्या फाइलमध्ये वाया गेलेल्या कागदांची चळतच असायची. त्यावर ती गणितं सोडवायची, चुकीचे का होईना काही शब्द लिहायची, वाक्यंही लिहायचा प्रयत्न करायची. ह्यातूनच ती हळूहळू शिकत होती. ती ह्या उद्योगात गुंतलेली असली म्हणजे तिचा आवाज नसायचा. तिची कशाची कटकटही नसायची. खळखळ न

करता ती आंघोळ, जेवणखाण उरकायची. बनी तिची बाहुली घेऊन घरभर फिरायची. पण टिटूच्या हातात बाहुली दिली तर नाक मुरडून ती म्हणायची, 'मी काय मुग्गी आहे बाहुलीशी खेळायला? मला मोट्ठं काम आहे. मी बाबांच्या हाफिशातला आदर्ली आहे म्हटलं!'

हे ऐकून सगळे खो खो हसायचे. पण म्हणून टिटू मुलासारखा पोषाख करायचा हट्ट धरायची असंही नाही. ती घालायची फ्रॉकच. थंडीत मात्र स्लॅक्स, टीशर्ट घालायची. ती अजिबात मुलासारखी दिसत नसे. तिचे केस फार लवकर लवकर वाढायचे. अर्ध्या पाठीपर्यंत येणारे सरळ, लालसर केस, कानात डूल, स्लॅक्स, निळ्या रेघारेघांचा लांब हाताचा स्वेटर, काखेत तिची छोटी फाइल अशा थाटात ती हिंडायची. टिटू, रणजय किंवा बनी, शिवनाथ किंवा अपाला, मनोहरबाबू किंवा पारुल, त्यांचा धाकटा मुलगा विश्वनाथ, गाण्याची आवड असणारी मुलगी मल्लिका, बालविधवा करुणा ह्या कोणासारखीच नव्हती. ती काकाची आणि बाबांची मात्र खूप लाडकी होती. काकाचा हात धरून फिरायला जायला तिला आवडायचं. काका तिला खांद्यावर घ्यायचा, तिचे दोन्ही हात धरून गोल गोल फिरवायचा तेव्हा तिला खूप मजा वाटायची, ती तेव्हा मात्र खदखदून हसायची. बाबा ऑफिसातून घरी आल्यावर ती त्यांच्या गुडघ्याला मिठी मारून विचारायची, 'बाबा, आज हाफिसात किती गणितं केली?' बाबा ऑफिसमध्ये जाऊन फक्त गणितं करीत बसतात अशीच तिची समजूत होती. सगळ्यांचा डोळा चुकवून ती बाबांच्या कॅल्क्यूलेटरशी खेळायची. बाबा ड्रॉवरला कुलूप न लावता बाहेर केव्हा जातात इकडे तिची घारीसारखी नजर असायची. पण आई हार्मोनियम घेऊन गायला बसली की बाबा आणि काका तिचं गाणं ऐकत बसले असले तरी ती तिकडे फिरकायचीसुद्धा नाही. रेडिओवर आईचं गाणं लागलं की ती दुसऱ्या खोलीत पळायची. अपाला तिला जवळ घेऊन अगदी काकुळतीनं विचारायची, 'टिटू, तुला आईचं गाणं आवडत नाही?'

प्रथम ती उत्तरच द्यायची नाही आणि पुन्हा पुन्हा विचारल्यास म्हणायची, 'माहीत नाही, जा.'

तिच्या अगदी मागे लागून तिच्या पोटात शिरून विचारल्यावर कळलं की बाहुली खेळण्यासारखंच गाणंही तिला बायकी गोष्ट वाटत होती. म्हणूनच ती गाण्याकडे अजिबात लक्ष देत नव्हती. तिला बाबांसारखं काम करायलाच आवडायचं.

रणजय पाच वर्षांचा, टिटू तीन आणि बनी दोन वर्षांची असताना घडू नये ते घडलं. अपालाला चवथ्या वेळी दिवस गेले. पण सहाव्या महिन्यातच गर्भपात झाला. ती मरता मरता वाचली. ह्यावेळी डॉक्टरांनी तिची संतती प्रतिबंधकशस्त्रक्रिया करून टाकली आणि शिवनाथची चांगलीच खरडपट्टी काढली. त्याच्या धाकट्या

भावानं तर बरेच दिवस त्याच्याशी बोलणंच सोडलं होतं. त्याचे वडीलही, एके दिवशी न राहून घसा खाकरून, चपलांचा फटफट आवाज करत येरझारा घालत जे बोलले त्याचा सरळ अर्थ असा होता की ह्याला काय माणूस म्हणायचं! आमच्या वेळी काही उपाय नसताना आम्ही आमचं कुटुंब तीन मुलांवर मर्यादित ठेवलं आणि हा एवढा शिकलेला असनूसुद्धा......शी! देवाची कृपा म्हणून सूनबाई वाचली. तिचं काही बरं वाईट झालं असतं तर ह्या तीन पोरांना घेऊन ह्या मुलानं काय केलं असतं?

ह्या खेपेस मात्र तब्येत सुधारावी म्हणून दोन मुलींना घेऊन अपाला माहेरी आली. तिचे काका वारल्यावर त्यांचा पैसा तिच्या आईलाच मिळाला होता. शिवाय त्यांच्या घराचा तळमजला सुजाताबाईंनी भाड्यानं दिला होता. आता त्यांची परिस्थिती चांगली होती. त्या आता स्वतंत्रही झाल्या होत्या. प्रद्योत न्यूयॉर्कच्या हॉस्पिटलमध्ये होता. तो आईला नियमितपणे डॉलर्स पाठवत होता. आता त्यांना एकाच गोष्टीची उणीव होती. त्यांना कोणाची सोबत नव्हती. त्या अगदी एकट्या पडल्या होत्या. तशा त्या आतून कायमच्याच एकट्या होत्या. पण आता बाहेरच्या जगातही त्या एकट्याच होत्या. मुलगा दूर परदेशात. मुलगी अधूनमधून कधीतरी यायची. तसं जवळचं कोणी नव्हतं. त्यांचे भाडेकरू मात्र सज्जन होते. सुजाताबाईंचीही कटकट नसायची. तेव्हा भाडेकरूंच्या भरवशावरच त्या राहत होत्या.

त्यामुळे अपाला आल्यावर त्या खूष झाल्या. पण त्यांचा नातू आला नव्हता. नातवाला त्याचे आजोबा-आजी आपल्यापासून दूर ठेवायला अजिबात तयार नसत. पण दोन नातींमुळे त्यांच्या घरात जणू स्वर्ग अवतरला होता. बऱ्याच दिवसांनी मुलगी माहेरपणाला आली होती आणि बरेच दिवस राहणारही होती. दुसऱ्यांसाठी झिजणं हा त्यांचा स्वभावच होता. अपू तर त्यांची एकुलती एक मुलगी होती. तिची तब्येत सुधारावी म्हणून त्या धडपडत होत्या. जावईबापू ऑफिसातून घरी जाताना येऊन त्यांचा बाजारहाट करून द्यायचे. अपाला रात्री आईजवळ झोपायची. त्यांच्या भरपूर गप्पा व्हायच्या. अपालानं एकदा अचानकच विचारलं, 'आई, ह्या वेळेला मी इथं खूप दिवस राहणार आहे. चालेल ना?'

'अग, तसं झालं तर मला का नको आहे! पण अपू, जावईबापू तयार होतील?'

'आई, मी तुझी नाही का?'

'हो ग! पण त्यांनी तुला ठेवलं पाहिजे ना! शिवाय आता ह्या मुलींना शाळेत घालायला हवं.'

'माझ्यापेक्षा त्या आजोबा-आजीजवळ छान राहतात. मी इथं राह्यले तर काही बिघडायचं नाही!'

'अपू, तुला तिथं.......म्हणजे........आवडत नाही? ते तुला काही........'

सुजाताबाई वाक्य पुरं करू शकल्या नाहीत.

अपाला म्हणाली, 'तसं नाही ग! सगळे चांगले आहेत. पण तूच सांग, आपली आई ती आपली आई. हो किनई?'

सुजाताबाईंना अपालाचं म्हणणं पटत होतं. सतरावं लागता लागताच त्यांचं लग्न झालं होतं. माहेर हे त्यांच्या दृष्टीनं एक सुंदर स्वप्न होतं. पण कितीही सुंदर असलं तरी स्वप्नच. बेहिशेबी, लहरी पण भल्या असलेल्या नवऱ्याचा आकस्मिक मृत्यू ही खरी वस्तुस्थिती होती. दिराच्या छत्राखाली स्वत:चं आणि मुलांचं मन मारून दिवस ढकलणं हे सत्य होतं. आता दीर नव्हते. मुलंही जवळ नव्हती. पण आताच सुजाताबाई त्यांच्या आयुष्यात प्रथमच सुखानं जगत होत्या. त्यांना हे कबूल करताना लाज वाटायची. त्यांना आता कोणालाच कोणत्याही गोष्टीबद्दल स्पष्टीकरण द्यावं लागत नव्हतं. कोणाची इच्छा किंवा मागणी पूर्ण करण्याची जबाबदारी त्यांच्यावर नव्हती. त्या आता मनाप्रमाणे जगू शकत होत्या. हल्ली त्या यात्रा कंपनीबरोबर यात्रेला जात. मधून मधून अपू यायची. मग छोट्यांच्या किलबिलाटानं त्यांचं घर भरून जायचं. एकंदरीत काय, तर त्यांचं अगदी ठीक चाललं होतं.

एके दिवशी नहाण करून केस झटकत अपाला बाहेर आली. पाहते तर विद्युतदा बसलेले. सहा-सात वर्ष परदेशात राहिल्यामुळे त्यांची राहणी अगदी साहेबी थाटाची झाली होती. टेरिकॉटच्या पायजम्यात आणि खादीच्या गुरुशर्टमध्येही ते अगदी रुबाबदार दिसत होते. लंडनला बरीच वर्षं राहिल्यानं त्यांना कोलकात्याची थंडी जाणवणं शक्यच नव्हतं. सुजाताबाईंनी गरम शाल गुंडाळली होती. अपालानं लोकरीचा ब्लाऊज घातला होता. ती मुळातच बारीक होती. त्यात सध्या ॲनिमिक. त्यामुळे दुपारच्या बाराच्या सुमारालाही तिला गारठा जाणवत होता. पटकन एक शाल अंगाभोवती लपेटून ती विद्युतदांच्या समोर येऊन बसली. त्यांना पाहून ती आनंदली होती आणि चकितही झाली होती. तिनं विचारलं, 'केव्हा आलात? सगळं ठीक आहे ना? काही कळवलं नाहीत आणि माझी मैत्रीण कुठं आहे? तिला नाही आणलंत? विद्युतदा, एकदम साहेब झाला आहात हं!'

विद्युतदा तिच्याकडे पाहत म्हणाले, 'तुझ्या मैत्रिणीला यायचं नव्हतं.'

'इश्श! मला फसवता होय! पण मी अशी फसेनच कशी?'

'खरंच सांगतो तिला आणणं शक्य नव्हतं, अपाला!'

'मग काय एवढ्या दिवसांनंतर लंडनहून एकटेच आलात?'

'काय करणार मग?' विद्युतदा खूप गंभीर झाले होते.

आता अपालाला शंका आली. दीपालीला विद्युतदा फारसे पसंत नव्हतेच. जरी ती उत्साहानं पत्र पाठवत असली तरी कधीही तिचं त्यांच्यावर प्रेम असल्याचं पत्रांतून लिहिलं नव्हतं. उलट त्यांचा काळा रंग, उंची, त्यांना तिच्याबद्दल मधूनच

वाटणारी शंका ह्या गोष्टींची ती तिच्या पत्रांतून थट्टाच करायची. तिथं ती किती आणि कशी लोकप्रिय आहे, ह्याचंही वर्णन तिनं केलं होतं. कुठल्याही पार्टीत लोक तिच्याच भोवती जमायचे म्हणे! म्हणजे दीपाली काही घोटाळा करून बसली की काय! आधीच अपालाचा चेहरा फिकुटला होता. आता ती शंकेने ती पांढरीच पडली. तिनं घाईघाईनं विचारलं, 'काय झालं विद्युतदा?'

'लंडनसारख्या ठिकाणी युरोप-अमेरिकेतून बायका डिलिव्हरीसाठी येतात. तिथं माझ्या आणि इतर डॉक्टरांच्या डोळ्यांदेखत तुझी मैत्रीण बाळंतपणात गेली. विश्वास बसतोय तुझा ह्यावर?'

अपाला मोढ्यावर बसली होती. विद्युतकांतीनी तिला धरलं नसतं तर घेरी येऊन ती कोसळणारच होती. अपालाचे हातपाय थरथर कापत होते. ती कासावीस झाली होती. तिच्या छातीत जोरात धडधडत होतं. हल्ली असं तिला नेहमीच व्हायचं. त्यांच्या घरच्या डॉक्टांच्या मते ह्याचं कारण होतं रक्ताची कमतरता. कोणीतरी जीव खाऊन, कर्कशपणे सतारीवर झाला वाजवतंय, लांब लांब बोटांनी मिड ओढून छेडतंय असा तिला भास झाला. राग ओळखता येत नव्हता. तिला समजत नव्हतं की इतकं भयंकर कारुण्य-आणि फक्त कारुण्य-कुठल्या रागात आहे?

सुजाताबाई अपालाच्या मागे येऊन उभ्या राहिल्या होत्या. त्यांनी विद्युतकांती आणि अपाला ह्यांच्यात झालेलं बोलणं ऐकलं नव्हतं. त्यांनी फक्त अपूची स्थिती पाहिली आणि त्या विद्युतकांतींना म्हणाल्या, 'विद्युत, अपूला दोन वर्षांत दोन मुली झाल्या आणि नंतर पुन्हा आणखी एक...'

'आणखी एक? पुन्हा? लगेच? अनदर?' विद्युतदांच्या कपाळाला आठ्या पडल्या.

'झालंच म्हणायचं!'

'का? काय झालं? ॲबॉर्शन की स्टिल बॉर्न?'

'सहा महिने झाले होते. तेव्हापासून हिची तब्येत सुधारतच नाहीय.'

'अपाला, जरा नाडी पाहू.' नाडी पाहिल्यावर विद्युतदा म्हणाले, 'हे काय! मध्ये मध्ये बीट मिस होताहेत.'

'हे नेहमीचंच आहे. आमचे डॉक्टर म्हणतात की ॲथलिट्स् हार्ट.'

'अस्सं!' विद्युतदांनी हसायचा प्रयत्न केला. 'आज माझ्याजवळ काहीही नाही. एकदा सर्व इन्स्ट्रूमेन्टस् घेऊन येतो आणि तेव्हाच तुझ्या औषधपाण्याचं बघतो.'

अपाला एक वाक्य कसंबसं बोलली होती. नंतर तिला बोलताच येईना. तिची छाती भरून आली होती. तिला कसंतरी होत होतं आणि अखेर ढग फुटला. पाणी वाहायला लागलं. अपाला रडणारी नव्हती. त्यामुळे आपल्या डोळ्यांत एवढा पाऊस लपून बसलाय आणि ॠतूला अनुकूल सूर लागल्याबरोबर तो त्रिसप्तकातील

छत्तीस सुरांतून पाझरायला लागेल ह्याची इतके दिवस तिला कल्पनाच नव्हती. ती अशी कधीच रडली नव्हती. तिचं तोंड वेडवाकडं झालं होतं. घशातून एक विचित्र, बेसूर आवाज निघत होता. ती शाल तोंडात कोंबून रडू आवरण्याचा आटोकाट प्रयत्न करत होती. विद्युतदा म्हणाले, 'रड अपाला, रडून घे. मला तर वेड लागण्याचीच पाळी आलीय. घर घेतलं. तिनं तिच्या मनाप्रमाणे सजवलं. बाग केली. प्रत्येक गोष्ट तिनं स्वत: मिळविलेल्या पैशातून घेतली. लंडनच्या आशियाई कल्चरल क्षेत्रात तिच्याशिवाय चालतच नसे. पंजाबी लोकांना टप्पा गाऊन वेड लावायची. सध्या वेस्टर्न पॉप साँग शिकत होती. तुला अल्बम दाखवीन. किती कार्यक्रम! किती ट्रिब्युट! वुइ आर सो हॅपी, सो सक्सेसफुल; पण दैवाला पाहवलं नाही.'

विद्युतकांती उठून उभे राह्यले आणि दोन्ही हात मागे घेऊन येरझारा घालायला लागले. 'सध्या माझ्या पुढे सगळ्यांत मोठा प्रॉब्लेम मुलाचा आहे. आता मी त्याला डॉक्टरांवर व नर्सेसवर सोपवून आलोय. हॉस्पिटलमध्येच आहे तो. पण असं किती दिवस चालणार?'

आता कुठं सुजाताबाईंना काय घडलंय त्याची कल्पना आली. त्या काही न सुचून खिळल्यासारख्या उभ्या राहिल्या. थोड्या वेळातच त्यांनी स्वत:ला सावरलं आणि हळूच विचारलं, 'तिच्या घरचे काय म्हणतात? म्हणजे दीदी आणि मुली?'

'आई म्हणजे माझ्या सासूबाई म्हणतात की गीतालीला घेऊन जा.'

गीताली म्हणजे दीपालीची दोन नंबरची बहीण. ती एका शाळेत शिवण शिकवत असे. ही आणि सर्वांत मोठी अशा दोघीच लग्नाच्या राहिल्या होत्या. बाकी तिघींची लग्न झाली होती. मोठी फार धीराची आणि खंबीर होती. तिनं स्वत:च्या हिमतीवर एक प्रायव्हेट नर्सिंग होम चालवलं होतं.

'गीताली तयार असेल तर जा ना तिला घेऊन, विद्युतदा.'

'गीताली तयार आहे, अपू! त्या बहिणींचं एकमेकींवर किती प्रेम आहे हे तुला माहीत आहेच. एकमेकींना मदत करायला किंवा एकमेकींसाठी सॅक्रिफाइस करायला त्या कधीच मागेपुढे पाहणार नाहीत. पण मी कसा घेऊन जाऊ तिला? लोक काय म्हणतील? तिथंही आपली माणसं आहेतच. त्याचाही विचार केला पाहिजे. इथं सगळे लिबरल झाले म्हणून काय झालं! शिवाय गीतालीची नोकरी! ती सोडून ती माझ्या मुलाला सांभाळत बसणार का? मला हे पटत नाही. तिलाही हे ह्युमिलिटिंग वाटत असणारच.'

सुजाताबाई म्हणाल्या, 'विद्युत, एक सांगितलं तर रागवणार नाहीस ना?'

'सांगा मावशी! मी आता रागाबिगाच्या पलीकडे गेलोय. माझे आईवडील खुलन्याहून आले असते तर मी त्यांनाच घेऊन गेलो असतो. पण माझ्याबद्दल

'मुलगा' म्हणून त्यांना काही वाटत नसावं. मी कॉलेजच्या शिक्षणासाठी इथं आल्यापासून आमच्यात दुरावाच आलाय. माझ्या दादाचा संसार आणि आमचा जमीनजुमला ह्यांतच त्यांचा जीव अडकलाय. माझ्या अडचणींची त्यांना जाणीवच नाही. अजिबात नाही. मला तरी असंच वाटतं.'

सुजाताबाई ठामपणे पण हळुवार आवाजात म्हणाल्या, 'विद्युत, तू गीतालीशी लग्न कर आणि तिला घेऊन जा. मी सांगते ते ऐक; म्हणजे दीपूच्या आत्म्याला नक्की शांती मिळेल. तिच्या मुलाला आईसारखं, प्रेमानं मावशी सोडून कोण सांभाळू शकेल बरं! त्या पाचही बहिणी खूप गुणी आहेत. जमवून घेण्यात पटाईत. फारच चांगल्या मुली आहेत त्या. केवढे कष्ट करून वर आल्यात! वडील नाहीत. सल्ला देणारं कोणी नाही. देव तरी असा कसा कठोर होतो! कोणाचं सुख त्याला पाहावत नाही का? तो असा अंतर्वैरी का होतो, कोण जाणे बाबा!'

सुजाताबाईंनी डोळ्यांना पदर लावला. त्यांच्या स्वत:च्या आयुष्यात तरी काय वेगळं घडलं होतं! लहान दोन मुलं घेऊन झगडण्यात तर गेलं होतं सगळं आयुष्य!

विद्युतकांती अगदी गप्प होते. त्यांच्या प्रश्नावर असा काही तोडगा निघेल, असं त्यांच्या मनातही आलं नव्हतं. अजून दीपाली बरोबरचा मधुचंद्रही संपला नव्हता. नवरा-बायको बरीच वर्षं एकत्र राह्यले की भिन्न व्यक्तिमत्त्वांमुळे वा आवडीनिवडीतील फरकामुळे किंवा लहानमोठ्या क्षुल्लक कारणांवरून भांडणं होणं स्वाभाविक असतं. पण विद्युत-दीपालीच्या सहा-सात वर्षांच्या संसारात असं काही घडलंच नव्हतं. एक तर विद्युतकांती आपल्या व्यवसायात गुंतले होते आणि दुसरं म्हणजे दीपालीच्या रूपागुणांची त्यांच्यावर जबरदस्त मोहिनी पडली होती. त्यातून कुठल्याही परिस्थितीत जुळवून घेऊन मार्ग शोधून काढण्यात दीपाली वाकबगार होती. परिस्थितीला वाकवण्याचंही सामर्थ्य तिच्यात होतं. ती रसिक होती. उत्तम गृहिणी होती. नाही, नाही, तिची जागा दुसरं कोणी घेणं शक्यच नव्हतं.

गीतालीही देखणी होती. दिसायला बरीचशी दीपालीसारखीच. पण दीपालीपेक्षा शांत आणि स्वभावानं गोड. मात्र दीपालीइतकी ती चलाख नव्हती. जणू काही ती दीपालीची सावलीच. पण ती फार चांगली होती ह्यात शंकाच नव्हती. अचानक विद्युतकांती चपापले. हे काय! ते काय करत होते? प्राणापेक्षा प्रिय असलेल्या दीपालीशी ते दुसरीची तुलना करत होते? जणू काही दुसरी रूपगुणांनी दीपालीसारखी असेल तर लग्न करण्यात काहीच अडचण नव्हती!

ते गोंधळून उभे राहिले. सुजाताबाई म्हणाल्या, 'हे काय, विद्युत! तू कॉफीसुद्धा घेतली नाहीस. तेवढी तरी घ्यायचीस बाबा!'

विद्युतकांती अन्यमनस्कपणे म्हणाले, 'ते जमणार नाही, मावशी!'

हे कुठल्या प्रश्नाचं उत्तर होतं?

दुपारी सुजाताबाई अपालाला घेऊन दीपालीच्या घरी गेल्या. त्यांनी तिच्या आईला अगदी मनापासून समजावलं. गीतालीला तसंच पाठवणं बरं दिसणार नव्हतं. शिवाय एकदा तिनं नोकरी सोडल्यावर पुढे काय? ती त्या बाळाला घेऊन इकडे येऊ शकली असती. पण विद्युत मुलाला सोडेल असं त्याच्या वागण्यावरून दिसत नव्हतं. मग? त्यापेक्षा लग्नाचा विचार केलेला बरा. विद्युतला समजावून सांगितलं तर नक्की पटेल.

दीपालीच्या आईला रडू आवरत नव्हतं.

सुजाताबाई म्हणाल्या, 'दीदी, तुमच्या एका मुलीच्या दुःखात दुसरीचं सुख दडलंय. विद्युत फार प्रेमळ, मायाळू, उदार मुलगा आहे. तुमच्या इतर मुलींच्या लग्नात त्यानं मोकळेपणानं मदत केलीय. खर्च केलाय. सुख दीपूच्या नशिबी नव्हतं हेच खरं! पण तिची जागा तुमच्या दुसऱ्या मुलीनं घेतली नाही तर तुम्ही ह्या चांगल्या मुलाला गमावून बसाल आणि त्या तान्ह्या लेकराचं काय होईल ते देवच जाणे!'

अखेर दीपालीच्या आईला सुजाताबाईंचं म्हणणं पटलं. जेव्हा त्यांनीच लग्नाचा विषय काढला, तेव्हा विद्युतकांतीनंही फारसे आढेवेढे घेतले नाहीत. ह्यापेक्षा चांगला पर्याय दुसरा कोणता नव्हताच! विद्युतकांतींना गीतालीशी बोलायचं होतं. तसे ते दोघं बोललेही. त्यांचं काय बोलणं झालं हे मात्र कोणालाच कळलं नाही. पण ते दोघं बाहेर आले तेव्हा दोघांचेही डोळे ओले होते. दोघांनीही लग्नाला होकार दिला.

काहीही गाजावाजा न करता, कोणालाही न कळवता, अपाला, शिवनाथ आणि सुजाताबाई ह्यांच्या साक्षीनं लग्न लागलं. रजिस्ट्रेशनच्या वेळी गीताली रडत होती. विद्युतकांतीचा चेहराही रडवेला झाला होता.

लग्न लावून परत येताना सुजाताबाई म्हणाल्या, 'ते सुखी होवोत! कोणाचं भाग्य कोणाला मिळालं! मोठी 'लग्न करणार नाही' असं सांगून बसलीय. हिचंही जमत नव्हतं. आता एका फटक्यात नवरा, मुलगा, घर, गाडी, परदेश, सगळंच मिळालं. त्याचा मतलब आपल्याला कळणं कठीणच रे बाबा!'

१३

शिवनाथ-अपालाच्या लग्नाचा आठवा वाढदिवस. शिवनाथ घरात शिरता शिरताच अपालाला म्हणाला, 'काय आणलं असेल, ओळख पाहू?'

'आणखी काय आणणार! साडी.'

अपालाला साड्या आणण्याची शिवनाथला भारी हौस. पण त्याची निवड काही

चांगली नसायची. निदान अपालाला तसं वाटायचं. पोपटी रंगावर जरीची चौकट. गडद मरूनला हिरवे-पिवळे काठ आणि अंगावरही हिरव्या पिवळ्या बुट्ट्या. अपालाला गडद रंगाचं वावडं होतं. काळ्या माणसांनी गडद रंग वापरायचे नसतात, अशी तिची ठाम समजूत होती. मरून साडी तिनं एक-दोनदाच नेसली होती. तिला ती साडी नेसलेली पाहताच शिवनाथ उत्साहानं म्हणाला होता, 'वा! काय छान दिसतेय!' पण अपालाला अशा साड्या आवडत नसत. पोपटी साडी तर तिनं एका लग्नात गुपचूप खपवली होती. एक बरं होतं, एकदा साडी आणून अपालाला दिली की मग शिवनाथ साडीकडे फारसं लक्ष देत नसे. साड्यांचा हिशेबबिशेप ठेवत नसे आणि अपालालाही त्याबद्दल विचारत नसे. असे काही पशुपक्षी असतात की आजूबाजूच्या परिस्थितीशी एकरूप होण्यासाठी, जमवून घेण्यासाठी ते आपला रंग बदलतात. सरडा तर क्षणाक्षणाला रंग बदलतो. अपालाचंही तसंच होतं. निरस, धुकट आयुष्याशी स्वत:ला जास्तीत जास्त मिसळवून घेतलं की तिला निश्चित वाटत असे.

शिवनाथनं एक पॅकेट तिच्या हातात दिलं. तिनं उघडून बघितलं. कॅसेट्स. प्रद्योतनं तिला एक उत्तम टेप-रेकॉर्डर पाठवला होता. टू-इन-वन. प्रत्येक वेळी तो बऱ्याच ब्लँक कॅसेट्स पाठवायचा. अपालाला त्यांचा फार उपयोग व्हायचा. पण कोलकात्यात अशा कॅसेटस् सर्रास मिळत नसत. शिवनाथनं कोणाला तरी गाठून ह्या मिळवल्या असणार हे उघड होतं. तिनं कॅसेट्स पाह्यल्या. त्या ब्लँक नव्हत्या. त्यावर लिहिलं होतं. ठुमरी व गझल. गायक सोहम चक्रवर्ती.

सोहम लखनौहून मुंबई, दिल्ली असं करत करत सबंध भारतभर प्रोग्रॅम्स करत फिरला होता. सध्या तो युरोपच्या टूरवर होता. त्याला खरी प्रसिद्धी मिळाली ती तो अमेरिकेला गेल्यावर. हल्ली तो एक सुपर स्टार म्हणून ओळखला जात होता. संस्कृतीच्या आणि कलेच्या क्षेत्राबाबत भारताचा जणू नियमच ठरून गेलाय की जोपर्यंत पाश्चात्त्य देशातील लोक वाहवा करत नाहीत तोपर्यंत आपल्याकडे मान-सन्मान मिळत नाही. मग तुम्ही रवीन्द्रनाथ असा की रविशंकर. एवढंच कशाला संस्कृत साहित्यातील पीएच.डी. वा डी.लिट्. जर्मनीमधल्या स्कूल ऑफ ओरिएन्टल स्टडिजमध्ये केली तरच आपल्या देशात किंमत मिळते. सोहमच्या बाबतीतही ह्याच गोष्टीचं प्रत्यंतर आलं होतं. खरं तर पश्चिमेकडच्या लोकांना भारतीय शास्त्रीय संगीत फारसं समजतच नाही. त्यांच्या संगीताचा मूळ आधार हार्मनी आहे. त्यामुळे त्यांचे कान तयार झालेले असतात ते हार्मनी ऐकून. सॉमरसेट मॉमसारखे जे लोक कथानकांच्या आणि व्यक्तिरेखांच्या शोधात पूर्वेकडे येऊन गेले त्यांनीसुद्धा पूर्वेकडच्या संगीताची तुलना ब्रेन फिवर बर्डच्या एकसुरी ओरडण्याशी केली आहे.

अपाला मनातून अगदी उतावीळ झाली होती. नाजनीन बेगमच्या तालमीत

तयार झालेलं सोहमचं गाणं ती कित्येक दिवसानंतर ऐकणार होती. ती शिवनाथला म्हणाली, 'जरा थांबा हं! आता नका लावू. मी हातातलं काम उरकून येते.'

सर्व काम आवरून ती खोलीत आली. शिवनाथनं कॅसेट लावली. एकेकाळी अतिशय गाजलेल्या शचिनदास मोतीलालांची ठुमरी 'न मानूंगी, न मानूंगी' सोहम गात होता. नंतर 'जिया नही माने.... रैना बीत गयी ।' मिश्र ठुमरी. पिलूमध्ये 'मोरे आलि पियाके दरश कैसे पाऊँ?' सोहम भरभरून गायला होता. अगदी मनापासून, नंतर गझला. मीरा, गालिब आणि आणखीही कोणाकोणाच्या रचना. गाण्यापूर्वी आपल्या भरदार आवाजात सोहमनं कोणाची रचना गातोय तेही सांगितलं होतं. 'मैं आफताब तू शबनम । मैं अंधेरा तू चांदनी ।' ही गझल अपालाला मनापासून आवडली. ओळी-ओळीतून रोमँटिक आर्तता कळसाला पोहोचली होती. तिला ह्यात आणखी एक वैशिष्ट्य जाणवलं. ठुमरीच्या अंगानं गाताना सोहमनं काही वेळा मोठ्या बोलताना घेऊन वेगळ्याच प्रकारानं गझल गायली होती. आणखी एक महत्त्वाची गोष्ट तिच्या लक्षात आली ती म्हणजे सोहमचा विलक्षण बदललेला आवाज. त्याचा आवाज मुलायम, भावपूर्ण झाला होता तरी त्यातला पुरुषीपणा कायम होता. कृष्णकन्हैयाच्या बासरीत ज्या सुरेल, कोमल, पुरुषी स्वराची आपण कल्पना करतो तसाच हा आवाज होता. त्यात राजराजेश्वराचं ऐश्वर्य नव्हतं तर विरही जिवाची कासाविशी होती. शिवनाथनं विचारलं, 'त्याचा आवाज थोडाफार पलुस्करांसारखा होता ना?'

'चला! पलुस्करबुवांच्या ज्या काही रेकॉर्डस् ऐकल्यात, त्यावरून त्यांचा आवाज मुलायम, रिच पण रुंद असावा. जरा बसका. सोहमचा आवाज मोकळा होता. मात्र एवढा मुलायम नव्हता. केवढा बदललाय! केवढी व्हरायटी! नाजनीनच्या हाताखाली तयार झालाय ना!' बोलता बोलता तिनं हात जोडून कपाळाला टेकवले. एक वेडी आशा एकदा तिच्या मनात विजेसारखी चमकून गेली होती. तिची तिला एकदम आठवण झाली. पण कुठं सोहम आणि कुठं ती! तो होता एका श्रीमंत, कर्तृत्ववान कुटुंबातला लाडका मुलगा. तोंडातून बाहेर पडण्यापूर्वीच त्याचा शब्द झेलला जायचा आणि ती होती विधवेची मुलगी. कुबट, ओलसर घरात राहणारी. तिचा अभ्यासू पण वाद घालायला टपलेला दादा आणि जुन्यापुराण्या, जगानं टाकून दिलेल्या कल्पना, रीतिरिवाज, आदर्श घट्ट कवटाळून बसलेले काका. आता ते नव्हते. त्यांना तिचं चांगलं व्हावं असंच वाटायचं. त्यांनी त्यांच्यापरीनं तिचं भलंच केलं. पण स्वप्नं. स्वप्नं. तिच्यासारख्या मुलीनं अशी स्वप्नं बघणं, आशा-आकांक्षा बाळगणं म्हणजे हवेत इमले बांधण्यासारखं होतं. तरी....तरी.... तिला हे सगळं आवडत नव्हतं. हे घर, हा संसार, हे प्रेम.... काही काही आवडत नव्हतं. गाण्यातून जेव्हा ती ह्या जगाकडे पाह्यची तेव्हा तिला ते ओळखीचं वाटायचं. पण

एरवी... सगळं कसं बेसूर, बेताल, कर्कश, कटू, नीरस. नुसतीच जळजळ, रखरख. अचानक अपालानं विचारलं, 'एक द्याल?'

'शक्य असेल तर नक्कीच.' शिवनाथ म्हणाला.

'आपली खालची बैठकीची खोली रिकामीच पडलेली असते. जे कोणी येतात ते सरळ वरच येतात आणि अगदी परकं असं कोणी फारसं येतच नाही.'

शिवनाथ तिच्याकडे कुतूहलानं पाहत होता.

अपाला पुढे म्हणाली, 'ती खोली मला गाण्यासाठी द्याल? काही शिकवण्या करीन म्हणते. शिवाय सकाळचा रियाज तर मी विसरूनच गेलेय.'

'आता आली का पंचाईत! नाही म्हणजे तुझी आइडिया चांगली आहे पण हे घर माझ्या नावावर नाही. हे बाबांचं आहे. त्यांना विचारल्याशिवाय काहीही करता यायचं नाही.'

अपालाचं तोंड एकदम उतरलं. जणू काही घट्ट धरून ठेवलेली काडी तिच्या हातातून सुटू पाहत होती. आता ती बुडणार होती. तिचं उतरलेलं तोंड पाहून शिवनाथ म्हणाला, 'अपू, एक काम कर. तूच बाबांना विचार.'

'मी विचारू?'

'हो. विचारून तर बघ.'

त्याच दिवशी रात्री सासऱ्यांचं जेवण झाल्यावर अपालानं त्यांच्यापाशी विषय काढला.

तिनं आज मुद्दाम पनीर घालून जरा वेगळी भाजी केली होती. तसं तर मधून मधून ती असं काही खास करायचीच. म्हणजे तिला करावं लागायचं. पण तेव्हा ती करायचं म्हणून करायची. त्यात तिचं मन नसायचं. आज मात्र तिनं नवीन बंदिशीची स्वरलिपी ऐकता ऐकता काळजीपूर्वक लिहून घ्यावी तशा तऱ्हेने स्वयंपाक केला होता. तिचं म्हणणं ऐकून घेतल्यावर सासरे म्हणाले, 'तुझं बरोबर आहे, सूनबाई! तुला गाण्यासाठी खोली हवीच. रेडिओवर रेग्युलर गातेस तेव्हा प्रॅक्टिस करायला हवी. ठीक आहे. वापर तू ती बैठकीची खोली. पण एक लक्षात ठेव. ती बैठकीची खोली आहे. तसंच कोणी आलं तर....'

'हो. हो. चालेल. चालेल.' अतिशय आनंद झाल्यामुळे अपालाच्या तोंडातून ह्यापेक्षा जास्त काही बाहेर पडलंच नाही.

मोठ्या आनंदानं तिनं शिवनाथला ही बातमी सांगितली. मग दोन एक महिन्यांत खोलीचं स्वरूप पालटण्यात आलं. खोलीला रंग लागला. नवीन कार्पेट खोलीत अंथरलं गेलं आणि चारी बाजूला छोट्या छोट्या बुटक्या बैठका. हार्मोनियम, तानपुरा असा सगळा सरंजाम त्या खोलीत आला. दार बंद करून मनसोक्त रियाज करता येईल अशी खोली अपालाला लग्नानंतर आठ वर्षांनी मिळाली. तिला साथ

करण्यासाठी वेणू नियमित यायला लागला. हल्ली क्लासिकल म्युझिक पाठ्यक्रमात समाविष्ट केलं असल्यामुळे घराघरात संगीत पोहोचलं होतं. त्यामुळे अपालाकडे विद्यार्थ्यांची रीघ लागायला लागली. पण ती निवडक विद्यार्थ्यांनाच शिकवत असे. दोनपेक्षा जास्त बॅचेस ती घेत नसे. नाहीतर मग तिच्या रियाजाचं काय? ती स्वत:च्या गाण्याकडे लक्ष कधी देणार?

अपालाच्याच जवळ शम्पा मित्र म्हणून एक प्रसिद्ध सतार आणि वीणा वादक राहायच्या. मधून मधून अपाला त्यांच्याकडे जायची. दबीर खाँ, रविशंकर, विलायत खाँ ह्यांच्याकडे त्या शिकल्या होत्या. त्यांच्याकडून काही मिळालं तर पाहावं म्हणून अपालाची धडपड असायची. त्या म्हणायच्या, 'एवढा विलक्षण आवाज! किती सुंदर गातेस! पण मग लग्न कशाला केलंस ग?'

अपाला हळूच नुसती हसायची.

शम्पाबाई डब्यातून किमाम घातलेलं जोडपान तोंडात ठेवत म्हणायच्या, 'माझंच बघ! लग्नबिग्न केलं नाही. घरातल्यांना न जुमानता मनाप्रमाणे उस्तादांजवळ शिकले. तरी वाटतं अजून काहीच पदरात पडलं नाही. खूप राहून गेलंय आणि तू! फारसं शिकली नाहीस. फारशी संधीही मिळाली नाही. तरीही रेडिओवरची क्लास वन आर्टिस्ट म्हणून गातेस. पण पुढे काय? साचलेल्या पाण्याच्या डबक्यासारखी स्थिती होईल. शिवाय हल्ली गाणं शिकवायला लागलीयेस म्हणून ऐकतेय.'

अपाला तिच्या कमाईतले काही पैसे नियमितपणे सासूला द्यायची. सासू म्हणायची, 'सूनबाई, फक्त तूच जाणलीस बघ माझी गरज. मी घराबाहेर पडले नाही म्हणून मला पैसे लागत नाहीत असं थोडंच आहे? मलाही हौसमौज कराविशी वाटते हे कोणाच्या लक्षातच आलं नाही कधी. ना नवऱ्याच्या ना मुलांच्या.'

१४

बाबा रे, कोण तू असा उभा आहेस? उंचच उंच, खूप उंच. वर. खूप वर. तुझं ओझरतं दर्शन होण्यासाठी आम्हांला मान वर करावी लागते, इतकी मागे वळवावी लागते की श्वासच बंद होतो. जिराफासारख्या प्राण्यांच्या माना ह्या कारणानंच हळूहळू लांब होत गेल्या असाव्यात. काही वृक्ष सरळ, उंच उंच वाढतात. त्याचंही कारण हेच असावं. 'एकोहम् बहुस्याम्' म्हणणारी शक्ती तरी कोणती? आतल्या दाबानंच स्फोट होऊन जिनं हे विशाल अंडं प्रसवलं ती कोणती शक्ती होती? गांधारीला शंभर पुत्र झाले त्याचप्रमाणे ह्या अंड्यातून अगणित प्राणी निर्माण झाले. अजूनही होत आहेत. तुला अशीच उत्पत्ती करायची इच्छा होती का? संख्या-संख्या. फक्त संख्या. त्यांची किती ध्येयं, किती स्वप्नं, किती आकांक्षा, किती

आदर्श, किती चूक-अचूक! पण पूर्ण मात्र काहीच नाही. असं का? हे परमप्रतापशाली, तू झाडावर चढवतोस आणि तूच शिडी काढून घेतोस. मी विचार करतो. नुसता विचार करतो.

आता सत्तरीला पोहोचलोय. सतत असेच विचार मनात येत राहतात. माझे वडील एसराज वाजवायचे. सात-आठ वर्षांचा पोर होतो मी तेव्हा. त्यांचे ते एसराजचे सूर उचलून घेऊन माझ्या बडबडगीतातून सुरांची अजिबात समज नसताना सरळ व मनमोकळेपणाने गात असे. बॉल खेळताना बॉलचं गाणं, पोहोताना पाण्याचं गाणं, झाडावर चढताना फळाचं गाणं. स्वयंपाकघराला लागून असलेल्या ओटीवर भांडी ओळीत मांडून वाजवत बसे. एके दिवशी बाबा हुक्का ओढत असताना अचानक उठून आले आणि आईला म्हणाले, 'ऐकलंस का, आपलं पोरगं काय गातंय ते?'

आई म्हणाली, 'तो काय गाणार! चालली असेल स्वत:शीच टकळी.'

'अग, नाही. तो भीमपलासी गातोय. एकही स्वर इकडचा तिकडे होत नाहीय. कोमल गांधार, कोमल निषाद अगदी बरोबर लागलाय. मनरंगसाहेबांचं ते गाणं ग, 'मधुर मूरत मनको मोहत। मनरंगके तनमनको मोहे।' मी वाजवतो ना! त्याचा अंतरा म्हणतोय तो. स्वर भीमपलासचे आणि शब्द मात्र त्याचे स्वत:चे'.

मला माझे ते शब्द अजून आठवताहेत 'इच्छा हलेइ कालुर बाडि जाबो। गिरगिटिटा धरे निये भीषण भय देखाबो। भीषण भय देखाबो।' (येताच मनी, जाईन कालुच्या घरी। धरेन सरडा अन् दाखवेन भीती। दाखवेन भीती।) आई ह्यालाच बडबड म्हणायची, 'टकळी चाललेय.' असं म्हणायची.

'कुठं शिकलास रे हे, सोन्या?' बाबांनी विचारलं.

बॉलला टप्पा देता देता एक विलक्षण गोष्ट बोलून गेलो. 'पाऊस पडला ना तेव्हा हे सूरच तर झिमझिम करत पडले. तुम्ही ते तुमच्या एसराजवर वाजवलेत ना? मी ते गाण्यात म्हटले. मला उन्हाचं गाणं येतं. वादळाचं पण गाणं येतं..'

'तसं पाह्यलं तर भीमपलासीचा पावसाशी काहीही संबंध नाही. पण कोवळ्या, निष्पाप मुलाला त्यातून पावसाचे सूर जाणवत असतील तर नव्यानं संशोधन करायला पाहिजे.' बाबा स्वत:शीच बोलल्याप्रमाणे बोलले आणि तेव्हाच त्यांच्या मनानं घेतलं की हा मुलगा युगंधर गायक झाल्याशिवाय राहणार नाही. त्यांनी स्वत: वाजवताना बरोबर मुलाला बसवायला सुरुवात केलीच. पण एवढ्यावरच ते थांबले नाहीत. ते मुलाला घेऊन कोलकात्याला आले आणि आपल्या मुलाला रामलाल क्षेत्रजींचा शागीर्द केलं.

क्षेत्रजींकडे मी शास्त्र शिकलो आणि संगीतही. उस्ताद बदल खाँसाहेब, उस्ताद हाफिज खाँ सरोदिया, गोहरजान, केसरबाई केरकर, ओंकारनाथ... किती थोर

उस्तादांचं गाणं ऐकलं. चौदा-पंधराव्या वर्षापासून रामपूर. तिथं जे ऐकलं आणि जे गायलं त्याच्या नुसत्या आठवणीनं भारावून जायला होतं. वर्षातून एकदा पाथुरेघाटला यायचं. बस! कोलकात्याशी संबंध इतकाच. तेव्हा सगळ्यांच्या तोंडी एकच विषय- 'रामेश्वर ठाकूर एवढासा पोर! पण प्रॉडिजि. एकदा गाणं ऐकाच. त्याच्याजवळसुद्धा उभं राहण्याची कोणाची हिंमत नाही.'

सतराव्या वर्षापासून वाट्याला एकटेपणा. कॉलऱ्याच्या साथीत आई-वडील आणि धाकटा भाऊ गेले. तेव्हा गाण्यासाठी बडोद्याला गेलो होतो. तेव्हापासून मग सुरू झाला बेबंदपणा. बेफिकिरी.

मी गात असे तेव्हा उस्तादातले उस्ताद तबलजीसुद्धा माझी साथ करताना घामाघूम होत. कुठंच, कसलीच अडचण नव्हती. जिथं जात असे तिथं राजेरजवाड्यांबरोबर ऊठबस, राजशाही व्यवस्था. तसाच मानसन्मान.

त्यानंतर एके दिवशी काशीत तिलभांडेश्वराजवळच्या एका चिंचोळ्या गल्लीत एका मोठ्या वानराच्या उपद्रवामुळे अचानक एका महान प्रतिभेचं दर्शन झालं. गायकच होते. भारताच्या कानाकोपऱ्यातून कितीतरी महान योगी फिरत असतात. त्यांना कीर्ती, प्रसिद्धी, परिचय ह्या कशाचीच पर्वा नसते. ह्या योग्याप्रमाणे अनेक सूरसागरही असतात, आहेत. त्यातलेच ते एक होते. वयस्क. पण गळा फारच विलक्षण. त्याबरोबर पांडित्यही होतं. 'असे अगतिक, दीन झाल्यासारखे एका कोपऱ्यात येऊन का पडलात?' असं विचारलं तर उत्तर द्यायचे नाहीत. नुसती मान हलवायचे. त्याचा अर्थ मला समजायचा नाही.

एकदा अचानक त्यांच्या घरात अतिशय देखणी तरुण बाई दिसली. 'वृद्धस्य तरुणी भार्या ।' ती चालत नव्हती तर जणू नृत्याचा पदन्यास करत होती. काम करताना तिच्या हातांच्या होणाऱ्या हालचाली म्हणजे जणू भरतनाट्यमच्या मुद्राच. एक जण सुरांनी वेडं करत होतं तर दुसरी रूपानं. ह्यातून मी माझा तोल कसा सांभाळत होतो ते माझं मलाच माहीत! स्वत:शी झगडताना स्वत:च घायाळ झालो. मग मात्र ठरवलं की आता पुरे. खूप शिकलो. इथून गुपचूप निघून गेलेलं बरं! कोणालाच माझ्या बेताचा पत्ता लागू दिला नाही. रात्रीची गाडी. हळूच बॅग उचलली आणि रस्त्यावर येऊन उभा राहिलो. पाहतो तर तान्ह्या मुलीला घेऊन केदारनाथजींची ती तरुण पत्नी माझ्याजवळ उभी. घर सोडून निघालेली. काकुळतीनं म्हणाली, 'मला असं सोडून कुठं निघालात? ह्या कोंडवाड्यात राहणं मला आता शक्य नाही हो! तुम्ही असे निघून गेलात तर मी मुलीसकट गंगेत उडी घेईन.'

आधीच मन जड झालं होतं, बेचैन झालं होतं, त्यात हे असं बोलणं. तिच्याकडे पाह्यलं. तिनं अंगाभोवती मोठी चादर लपेटली होती. त्यातून तिच्या अंगावरचे किमती दागिने नजरेत भरत होते. म्हटलं, 'दागिने घरात ठेवून ये.'

ती ठामपणे म्हणाली, 'ते माझे आहेत. फक्त माझा हक्क आहे त्यांच्यावर. केदारजींनी ह्यातला एकही डाग केलेला नाही.'

'असेल. पण मला चोर म्हणून घ्यायचं नाही. मी तुला पाहिजे ते देईन. पाहिजे तेवढे दागिने करीन.'

क्षणभर ती घुटमळली. मग आत गेली. दहा मिनिटांनी ती परत आली तेव्हा तिच्या अंगावर फुटका मणी नव्हता. त्या तान्ह्या मुलीसकट आम्ही निरुद्देश प्रवासाला निघालो. पुन्हा रामपूरला जाणं शक्य नव्हतं. म्हणून नशिबाची परीक्षा पाहण्यासाठी दूर बडोद्याला आणि काही महिन्यांनी तिथून कोलकात्याला.

ती पापी का मी? नाही सांगता येत. म्हाताऱ्या नवऱ्याचं दरिद्री घर तिला कोंडवाड्यासारखं वाटलं तर तिला तरी कसा दोष द्यायचा? मला शक्य झाले तेवढे दागिने तिला केले. संसारासाठी रात्रंदिवस कष्ट करत होतो. पण एवढं सगळं करूनही तिला माझं घरही कोंडवाडाच वाटला असावा. माझ्या एका शिष्याबरोबर–इमदादबरोबर - ती निघून गेली. ह्या वेळी मात्र ती दागिने घेऊन आणि मुलीला सोडून गेली. तिच्यावर माझा खरंच काही हक्क नव्हता. ना कायदेशीर ना सामाजिक. ती तशी माझी पत्नी नव्हती. तरी एका अर्थानं पत्नी होतीच. मितूलला माझ्यावर सोपवून गेली हे नशीबच!

बिचारी! पाच-साडेपाच वर्षांची पोर. 'मा', 'मा' करून कळवळून रडायची. किती जागरणं केली! रात्रभर तिला कडेवर घेऊन गच्चीतून आत, आतून अंगणात. कुठेही गायला किंवा गाणं ऐकायला जात असे तेव्हा ती निष्पाप, गोजिरवाणी पोर बरोबर असायचीच. माणसाच्या नशिबी वारंवार निराशा आली तरी तो पुन्हा पुन्हा जीव तोडून आशेचे इमले बांधतोच. छोट्या मितूलला घेऊन सुरू झालेला आशा-निराशेचा खेळ आजपावेतो चालूच आहे. गळा अकाली पिचला म्हणून एसराजचा गज हातात घेतला. सारंगी. सतार.

वाटलं होतं की ही एका राजगायकाची मुलगी आहे. हिला तयार करीन. निरनिराळ्या उस्तादांकडून मी जे काही शिकलोय ते हिला देईन. एक प्रकारे ऋण फेडणंच होईल ते. प्रायश्चित्तही होईल. पण ही पोर रडायची तेही कावळ्यांनी कावकाव करावी तसं. कर्कश. मनाशीच बोलायची तेव्हा वाटायचं की साळुंकीच कलकलतेय. तरीही चिकाटी सोडली नाही.

माझ्याकडे कितीतरी मुलंमुली शिकायला येतात. त्यांतल्या काहींना दैवजात गुण लाभलेले असतात. काय त्यांची साधना! संगीतावर किती प्रेम! त्यासाठी किती त्याग! जणू संगीताशिवाय त्यांच्या आयुष्यात दुसरं काही नाहीच. दिलीप एक उत्तम इंजिनीअर. पण तो त्या बाजूला गेलाच नाही. सरोदमध्येच गुंतून पडला. आणि अपाला! मी सात वर्षांचा असताना माझं गाणं ऐकून माझ्या वडलांनी मला

'प्रॉडिजि' ठरवलं. मलाही ही मुलगी 'प्रॉडिजि'च वाटते. कोवळ्या वयातच ह्या मुलीच्या गळ्यात कर्नाटकी संगीताचं बारीक काम, माधुरी, गाण्यात सहजता होती. मी तिचं गाणं ऐकलंय ना! बोलायची तेव्हाही गातेच आहे, असं वाटायचं. आवाज काय अप्रतिम! सुरेख! मला शक्य झाली तेवढी तालीम दिली. मला जे येत नाही, मी जे गाऊ शकत नाही, ते तिनं शिकावं म्हणून तिला माझ्या ओळखीच्या उस्तादांकडे पाठवलं. ज्यांच्याकडे पाठवावं तो म्हणायचा, 'ही सामान्य नाही. फार गुणी आहे. ह्या वयात असं गातेय. आणखी थोडी तयार झाली तर पौर्णिमेच्या चंद्राप्रमाणे चमकेल.'

त्या अपाला दत्तगुप्तचं नाव आज कोणाला माहीत आहे? नम्र, शालीन, निरहंकारी, निष्पाप मुलगी. तिनं कधी गंधर्वसभेत तालभंग केला नाही, कधी यशामुळे चढून गेली नाही. मला माहीत आहे ना, ती डाग नसलेल्या चंद्रासारखी आहे ते! पण काय बिचारीचं नशीब! हा चंद्र द्वादशीचाच चंद्र राहिला. त्याला अजूनपर्यंत पौर्णिमेचा चंद्र होता आलं नाही. का तिला अशी शिक्षा? कोलकाता रेडिओवर प्रथम श्रेणीची शास्त्रीय संगीत गायिका म्हणून गाते. हल्ली दूरदर्शवर पण नियमित कार्यक्रम होतात तिच्या गाण्याचे. पण त्यात काय मोठंसं आहे? असे गाणारे तर पुष्कळ असतात. माझ्या संगीत जीवनातील सर्व अनुभवांतून मी तिचा जो विशेष गुण ओळखला होता तो कुठं दिसतोय? हल्ली गाणं शिकवते. अगदी जीव ओतून शिकवते. तिच्याकडे शिकणारे तिचे गुण गाताना ऐकलंय मी. पण पर्वतराजीतून वाहणाऱ्या हजारो निर्झरांच्या झुळझुळीसारख्या गोड आवाजात गाणाऱ्या तरुण हिराबाईंची आठवण करून देणारी अपाला आज कुठं आहे? आहे कुठं ती?

नाहीतर मितूल! तिचा कावळीसारखा आवाज हळूहळू गर्दभकंठ झाला. रियाजातही कसूर करायची. तरीही मी तिला रियाजाला बसवत असे. आता तिचा आवाज रबाबासारखा झालाय. चमत्कार घडलाय. खरखरीत, बसका तरीही त्यात भयंकर चार्म. मितूल मोठ्या मोठ्या जलशात गायला जाते. तेव्हा मला तिच्या वडिलांची आठवण येते. केदारनाथजी.. आता सगळे त्यांना विसरलेत. त्यांची अवहेलना झाली. फसवणूक झाली. त्यांची आठवण होते आणि माझी मान झुकते. ह्याचा अर्थ साधनेला काहीच अर्थ नाही. सचोटी, संकल्प, निश्चय, ईश्वरानं दिलेले गुण - सगळं सगळं व्यर्थ. सगळं जे काही घडतं ते आजकाल ज्याला 'जीन' म्हणतात त्यामुळे. तीच ती आनुवंशिकता.

मितूलच्या यशानं मला वाईट वाटतंय, असं मुळीच नाही. मितूलच्या रेकॉर्ड्सची विक्री, जलशासाठी आमंत्रणामागून आमंत्रणं, लाइट क्लासिकल आणि आधुनिक गाणं ह्यांच्याबरोबर इंग्रजी पॉप म्युझिक ह्या सर्वांवर तिची सारखीच हुकमत आणि ह्या सर्वांवर कडी म्हणजे तिचं सौंदर्य. ह्यामुळे तिला जे वैभव मिळालंय ते मीही

भोगतोच आहे. तिचं बालपण आईविना गेलं. त्या आठवणी अजून ताज्या आहेत तिच्या मनात. तिचे बाबाच कसे तिचे आई-बाबा झाले, त्यांनी तिला कसं वाढवलं, हे ती विसरलेली नाही. खरं सांगायचं तर ज्या आईची ती मुलगी त्या आईवरून हिच्यात एवढं प्रेम, एवढी भक्ती, एवढी माया- ममता येईल असं मुळीच वाटलं नव्हतं. थोडक्यात, आईवरून मुलीला जोखण्यात अर्थ नाही. असं करणं म्हणजे मोठी चूकच. मला धाप लागली की ही मितूल तिच्या नाजूक हातांनी माझी छाती खालून वर हळूहळू चोळते. मला जास्तीत जास्त ऑक्सिजन मिळावा म्हणून रबरी यंत्र नाकावर धरून बसते. मागे एकदा तर लागोपाठ तीन दिवस कडक उपवास करून बारासतला कोणाकडे तरी माझ्यासाठी ताईत आणायला गेली होती. मला तिचं फार नवल वाटतं. मला तर वाटलं होतं की लहान वयातच ही सोहम चक्रवर्ती किंवा दिलीप सिन्हा अशाच कोणाशी लग्न करेल. ते मोडेल. मग पुन्हा लग्न. पण तिशी उलटली तरी तिनं अजून लग्न केलंच नाही. ती अगदी स्वतंत्र आहे. तिला हवं ते ती करते. तिला खूप मित्र आहेत. पुरुषभक्तही पुष्कळ आहेत. त्यांच्याबरोबर ती कुठं जाते, काय करते, ते मला माहीत नाही. पण तिला सांभाळणाऱ्या तिच्या बापाशी ती अतिशय प्रेमानं वागते. तिथं मात्र ती अजिबात बेफिकीर नसते. मितूलला सूर मिळालाय आणि छंदही. ती मनानंही शांत वाटते. ती सुखी राहो! सुरांना धरून राहो!

पण माझा जीव तुटतो तो माझ्या दुसऱ्या मुलीसाठी. ह्या वयात तिला एका पाठोपाठ तीन मुलं झाली. नवरा सोडला तर बाकी घर बेसूरच. नवरा तरी सर्व गोष्टींचा किती विचार करतो कोण जाणे! पण अपूच्या तोंडातून कधी तक्रारीचा शब्द नाही. ती नेहमीच शांत. आनंद झाला की तिच्या गालावर लाली चढायची. हल्ली तिचे गाल नेहमीच फिकुटलेले असतात. देवा, हा तुझा कसला न्याय? हे सर्वशक्तिमान, सुरांच्या राजा, सूरपती, गांधर्वराज विश्वावसू, एवढ्या कठोर उपेक्षेचा अर्थ काय? मी एक वेळ अपराध केलाय. तरी सुरुवातीला मला खूप बक्षिसं, खूप प्रसिद्धी, प्रशंसा, मानसन्मान मिळालाय. पण ह्या निष्पाप सूरकन्येला तू शिक्षा का करतोस? प्रश्न विचारण्याचा गुन्हा केला असेल तर क्षमा मागतो. आज, ह्या वयात वाटतं की कोणत्या ना कोणत्या अपराधाच्या ओझ्यानं मी वाकलोय. शारीरिक-मानसिक कष्ट, दुःख हे कोणत्या तरी नकळत घडलेल्या पापाचं फळ आहे. माझ्या मनात खूप अंधश्रद्धा आहेत. मला त्या खोट्या आहेत, शास्त्राला धरून नाहीत, हे कळतं पण वळत नाही.

आज कुठे गेले माझे ते सत्यवादी बाबा! त्यांना एकच व्यसन होतं. सर्व कर्तव्य पार पाडल्यावर ते एसराज घेऊन बसत आणि गेल्याबरोबर रबडी खायला घालणारे ते उस्ताद बदल खाँसाहेब? माझे दोस्त अमीर खाँसाहेब? हे सगळे निर्भय

पण ऋजू होते. सुरांवर अधिकार होता. कोणाची कधीच पर्वा करत नसत. ह्या अकालीच वाकलेल्या, दम्यामुळे श्वास घेणंही ज्याला कठीण झालंय अशा वृद्धाला, ह्या सूरभ्रष्ट, अगतिक गंधर्वाला तुम्ही सर्वजण क्षमा करा आणि तुम्ही मिळवलेल्या पुण्यातलं थोडं तरी मला द्या. नाही. ते मी माझ्यासाठी मागत नाही. मी ते देऊन टाकणार आहे. नाही नाही मितूलला नाही. माझ्या अपूला.

हिरव्या रंगाची डायरी रामेश्वरांनी बंद केली. त्यांचं आयुष्य, वेदना, प्रार्थना- सारं काही त्या डायरीच्या पानांत बंदी होऊन पडलं. त्यांनी डायरी टेबलाच्या ड्रॉवरमध्ये सरकवली आणि ड्रॉवरची चावी फिरवली.

१५

मितश्रीची बैठकीची खोली. खोली तशी काही फार मोठी नव्हती. खरं तर त्रिपुरात मिळणाऱ्या बांबूंचं कोरीव काम केलेलं पार्टिशन घालून एका हॉलचे लहान व मोठा असे दोन भाग केले होते. मोठ्या भागाला मितश्री 'संगीत-नाट्य अकादमी' म्हणायची. दुसऱ्या छोट्या भागाला तिनं नाव दिलं होतं. 'धंदेवाइकांची वेटिंगरूम'. हीच तिची बैठकीची खोली. ही खोली लहान असली तरी मितश्रीनं फार सुरेख सजवली होती. पार्टिशनच्या पलीकडचे दिवे लावले आणि बैठकीतले लावले नाहीत तर पार्टिशनच्या जाळीतून आलेल्या दिव्यांच्या उजेडामुळे चित्रविचित्र आकृती निर्माण होऊन खोलीला लाजवाब उठाव येत असे. खोलीतले फर्निचरही पार्टिशनशी मेळ खाणारं होतं. कलाकुसर केलेलं वेताचं असं फर्निचर तेव्हा कोलकात्यात मिळत नसे. मुंबईहून आणावं लागायचं. खुर्च्यांवरच्या गाद्या आणि पाठीमागची कुशन्स ह्यांची रंगसंगतीही अभिरुचिपूर्ण व शोभिवंत होती. चार फूट उंचीच्या झाडाच्या मोठ्या बुंध्याला वॉर्निश लावून त्यावर सुंदर नृत्यमुद्रेतला नटराज विराजमान झाला होता. हा नटराजही लाकडी होता. नुसता लाकडाचाच नाही तर नैसर्गिकही. एकदा एका सफरीवर असताना बॉम्बे रोडनं जाताना झाडाच्या एका फांदीचा आकार मितश्रीला नटराजाच्या नृत्यमुद्रेसारखा भासला. लगेच तिनं त्या फांदीचा तेवढाच भाग कापून घेतला. त्याला जरा तासून, काटछाट करून चांगलं पॉलिश करताच तिचा हा नटराज तयार झाला होता. त्याचं आसनही त्याला अगदी योग्य होतं. खोलीच्या दारासमोरच्या भिंतीवर फिक्या बिस्किट कलरचा कॅन्व्हस. त्यावर बदामी रंगाचे घोडेच घोडे. कुंचल्याच्या एका फटकाऱ्यात रेखाटला होता फक्त त्यांचा आकार. डोळ्यांत भरायचा तो त्यांचा जोरकस वेग. घोड्यांच्याचपाशी असू शकतो असा वेग. घोडा मितश्रीचा आवडता प्राणी होता. ती म्हणायचीही की मी देवी झाले असते तर वाहन म्हणून घोडाच निवडला असता.

मितश्री दारासमोरच्या खुर्चीवर बसली होती. तिनं सोनेरी रंगाची अस्सल मुगाची मेखला[११] नेसली होती. तिच्या समोरच्या खुर्च्यांवर दोघंजण बसले होते. त्या दोघांतले एक गृहस्थ खूपच लठ्ठ होते. त्यांना मान नव्हतीच. हनुवट्याही दोन-तीन होत्या. त्यांचा रंग इतका लाल गोरा होता की बंगालमधील लोकगीतातील 'रक्त उसळून फुटे' हे शब्द आठवावेत. दुसरे गृहस्थ सर्वसामान्यांत मोडणारे होते. ते उंच होते. सुदृढ होते. पण त्यांच्या अंगावर नावालाही चरबी नव्हती. नजर भेदक होती आणि चेहरा गंभीर. ह्याच गृहस्थांनी बोलायला सुरुवात केली. 'मितश्रीदेवी, आपण जरा कन्सिडर केलंत तर बरं होईल. हा एक इक्स्पेरिमेन्ट आहे हे आपल्या लक्षात आलंच असेल.'

मितश्री डाव्या पायावर उजवा पाय टाकून रेलून बसली होती. तिच्या लांबलचक पायावर मेखलेची एक घडी आली होती. हनुवटीखाली तीन लांबसडक बोटं. त्या गृहस्थांचं बोलणं ऐकताच पाय बदलून किंचित पुढे झुकून ती म्हणाली, 'काय म्हणालात? एक्स्पेरिमेंन्ट? कुठल्याही कार्यक्रमाला मितश्री ठाकूर येणार म्हटलं की तिकिटं ब्लॅक होतात, वेड्यापिरांना दूर ठेवण्यासाठी मला रिव्हॉल्व्हर घेतलेला बॉडिगार्ड ठेवावा लागतो, मी प्ले-बॅक दिलेल्या गाण्यांच्या कॅसेट्स सिनेमा रिलीज होण्यापूर्वीच विकल्या जातात, हे माहीत आहे ना?'

'हो, सगळं माहीत आहे. पण आम्ही संगीतावर आधारलेल्या ह्या चित्रपटात आपल्याला हिरॉइन म्हणून घ्यायचा विचार करतोय. हिंदी सिनेमांच्या प्रेक्षकांना नेहमी जे पाहायची सवय झालीय त्यापेक्षा हा चित्रपट नक्कीच वेगळा असणारेय. त्या दृष्टीनं तो इक्स्पेरिमेंटच नाही का!'

मितश्री हळूच हसली. तिच्या डाव्या गालावर कापल्याची खूण होती. उजव्या गालावर हनुवटीजवळ एक गोलसर ठिपक्यासारखं होतं. त्यावरून लोक तिला 'अमितश्री' म्हणत. मितश्रीनं जरा रागातचं म्हटलं, 'ह्या बोलण्याचा अर्थ काय?'

ते गृहस्थ घाईघाईनं म्हणाले, 'ॲक्च्युअली आपण आर्टिस्ट. पण गायिका. अभिनेत्री नव्हेत. आपलं गाणं, आपला ॲपिअरन्स ह्यांच्या ॲक्सेप्टिबिलिटिबद्दल आम्हाला खात्री आहे.'

'पण मी तर मला 'हिरॉइन करा' असं सांगत आपले पाय धरायला आले नाही. आपण मला प्ले-बॅक करायला विचारलं होतं. ओ.के. मी तयार आहे. अभिनय मी कधी केलला नाही. कसा करेन ते सांगता येत नाही. त्याशिवाय मला वेगवेगळ्या ठिकाणी जाऊन परफॉर्म करावं लागतं. तेव्हा मी आपल्याला किती वेळ देऊ शकेन कोण जाणे!' मितश्री म्हणाली.

आता मात्र त्या लठ्ठ गृहस्थांनी तोंड उघडलं, 'बिलिव्ह मी, मिस ठक्कर. वुइ हॅव्ह सीन मेनि ऑफ युअर फोटोग्राफ्स. बट आफ्टर मिटिंग यू, दॅट इज सीईंग

युअर फुल पर्सनॅलिटि वुइ आर कन्व्हिन्स्ड दॅट यू आर द हिरॉइन वुइ आर लुकिंग फॉर. आमचा ओरिजिनल प्लॅन आपल्याला पाहून आम्ही बदलला.'

पहिले गृहस्थ म्हणाले, 'ऑल द सेम इट रिमेन्स ॲन इक्स्पेरिमेंट.'

मितश्री म्हणाली, 'हे बघा, मि. सिन्हा, माझा निर्णय मी तुम्हाला सांगितलाय. मला सिनेमात जायची इच्छा नाही. आय ॲम नॉट आफ्टर ए फिल्म करिअर. पण माझ्या टर्म्स आपल्याला कबूल असतील तर कदाचित विचार करीन. आपलं प्रपोजल इन्ट्रस्टिंग आहे. पण माझं फिल्म वर्ल्डमध्येही येणं-जाणं आहे. तिथल्या पैशाच्या व्यवहाराची मला चांगली कल्पना आहे. ठीक आहे. आता या आपण.'

सिन्हा काही बोलण्याआधीच केजरीवाल म्हणाले, 'ऑल राइट! ऑल राइट, मिस ठक्कर! नेक्स्ट डे वुइ आर कमिंग बॅक वुइथ द कॉन्ट्रॅक्ट फॉर्म. काइन्डली डेट्स लवकर द्या. आम्हाला शूटिंग लवकरात लवकर संपवायचंय.'

'ठक्कर नाही ठाकूर. हे बघा, थंडीत नोव्हेंबर ते मार्च मी डेट्स देऊ शकणार नाही. तो मैफलींचा सीझन असतो. जे काय शूटिंग करायचं असेल ते समर आणि मान्सूनमध्ये करावं लागेल.'

'फॉर लोकेशन शूटिंग, विंटरमध्ये काही डेट्स लागतील. प्लीज, नाही म्हणू नका.'

ते दोघं दोन मोठे ग्लास सॉफ्ट ड्रिंक प्यायले होते. ह्या प्रसिद्ध गायिकेकडे हार्ड काही मिळेल असं त्यांना वाटलं असावं. पण त्या बाबतीत मितश्रीनं त्यांना निराशच केलं होतं. शेवटचं वाक्य संपताच ती उभी राहिली. हळूहळू. आपली पुरी उंची दाखवत.

'अच्छा! नमस्कार.' त्या दोघांनी हात जोडले. त्यातले एक बडे प्रोड्युसर होते आणि दुसरे डायरेक्टर. त्यांना पोहोचवायला ती दारापर्यंतसुद्धा गेली नाही. ती सरळ पार्टिशनच्या दुसऱ्या बाजूला निघून गेली.

दरवाजा ओलांडला की ड्राइव्ह-वे. त्या गृहस्थांची बॉम्बे फिल्मी छापाची भलीमोठी गाडी तिथं उभी होती. गाडीकडे जाता जाता त्यांच्या पोळ्यासारख्या लोंबणाऱ्या गळ्यातून शक्य तितका खालचा आवाज काढत केजरीवाल म्हणाले, 'व्हॉट ए पर्सनॅलिटि! शी वॉक्स लाइक ए लेपर्ड.'

सिन्हा काळजीच्या सुरात म्हणाले, 'आय सी! यू हॅव्ह फॉलन फॉर हर. बट शी इज गोईंग टू बी टफ. रिअल टफ.'

'तसं म्हटलं तर ऑल आर्टिस्ट्स आर फुल ऑफ व्हिम ॲण्ड व्हॅनिटि. ते आपल्याला क्रिएटिव्ह काही देतात. सो वुइ गिव्ह देम अलाउन्सेस.'

गाडी आवाज न करता निघून गेली. ती कधी गेली तिकडे मितश्रीनं लक्षही दिलं नाही. त्यांना एका शब्दात निरोप देऊन ती गाण्यासाठी गालिच्यावर येऊन

बसली. गालिचा होता गोठलेल्या रक्ताप्रमाणे लालभडक. त्यावर पिवळट तपकिरी नक्षी. मधूनच गडद हिरवी झाक. मेखला आवरून तिनं तानपुरा मांडीवर घेतला. पण आता तिचा गाण्याचा मूड गेला होता. ही तर तिच्या संध्याकाळच्या रियाजची वेळ होती. ती उतावीळ, बैचैन झाली होती. त्यांनी आणलेल्या प्रस्तावात तिला रस नसल्याचं तिनं त्या दोघांना वरवर दाखवलं असलं तरी गोरज मुहूर्ताच्या चंचलगामिनी मारव्याप्रमाणेच त्या प्रस्तावानं तिचा पूर्ण ताबा घेतला होता. मितूल सध्या हिंदी, उर्दू, बंगाली गझला, दादरा, ठुमरी गायची. ती एखादा तुकडा, पकड, एखादी पुकार ह्यावर सुंदर आविर्भाव करायची. हावभाव, हास्य आणि कटाक्ष ह्यांतून गाण्याचा अर्थ व्यक्त करण्याचं स्वाभाविक कौशल्य तिच्यापाशी होतं. पुष्कळ वेळा ती पायात एकेरी चाळ बांधायची आणि तबल्याच्या बोलावर पायाचा ठेका धरायची. गाण्यापेक्षा नृत्यात तिची प्रतिभा जास्त होती. निरोगी शरीर आणि सुंदर चेहरा होताच. पण तिच्या बाबांचं मात्र एकच म्हणणं, 'उत्तम गाणं, मध्यम वादन आणि निकृष्ट नाच.'

तिची आई ती पाच वर्षांची असतानाच वारली. हेच मितूल लहानपणापासून ऐकत आली होती. पण ती अतिशय बुद्धिमान होती. तिच्या आईला दुखणंबिखणं काहीही झालेलं नव्हतं. 'त्या' रात्री आईनं तिला किती मायेनं जवळ घेतलं होतं. केवढे दागिने घातले होते तिनं आणि काळी ढाकाइ साडी नेसली होती. मितूलनं विचारलंही होतं, 'मा, आज इतके दागिने का घातलेस? कुठं जाणारेस?'

बाबा त्या रात्री कार्यक्रमासाठी कुठंतरी गेले होते.

तिच्या आईनं उत्तर दिलं होतं, 'आजचा दिवस खास आहे बेटी. आज दागिने घालायचेच असतात.'

'कसला दिवस? वाढदिवस? तुझा वाढदिवस?'

'मरणाचाही दिवस असेल.'

'जा!'

आईनं मग प्रेमानं कुरवाळत विचारलं होतं, 'मितूल, तुला कोण आवडतं ग?'

मितूलनं जराही वेळ न घालवता उत्तर दिलं होतं, 'बाबा.'

'का ग, तुला बाबा आवडतात?'

'मग ते माझ्यावर किती प्रेम करतात.' ह्यापेक्षा जास्त तर्कसंगत कारण ती देऊ शकत नव्हती.

'मग मी मरून गेले तर तू बाबांजवळ राहशील ना?'

हे ऐकताच मितूलनं आईला घट्ट मिठी मारली आणि ती हमसून हमसून रडायला लागली. रडत रडतच म्हणायला लागली. 'ना, मा! ना, मा! तू नाही मरायचंस.'

'मग आताच तर म्हणालीस ना तुला बाबा आवडतात म्हणून.'

ती पाच वर्षांची पोर कशी समजावून सांगणार होती की बाबा आवडतात ह्याचा अर्थ तू आवडत नाहीस असा होत नाही. आईशिवाय राहायची तिची तयारी नव्हती. आईच्या कुशीत शिरून ती झोपून गेली. दुसऱ्या दिवशी ती खूप उशिरा उठली. आता मोठं झाल्यावर तिला समजतंय की आईनं तिच्या दुधात झोपेचं औषध मिसळलं होतं. सकाळी डोळे उघडून पाहते तर आत्या तिच्यापाशी बसली होती. ही आत्या म्हणजे तिच्या बाबांची मानलेली बहीण होती. गुरुभगिनीच म्हणायची. बाबा खोलीत येरझारा घालत होते. त्यांचा चेहरा उतरला होता. ते खूप गंभीर दिसत होते. मितूलला सुरुवातीला तिची आई गावाला गेल्याचं कुणीतरी सांगितलं. मग कळलं की ती अचानक वारली. तिला स्मशानात नेऊन जाळूनसुद्धा टाकलं. ह्या दोन्ही गोष्टींत काहीतरी लपवालपवी आहे हे तिच्या बालमनाला जाणवायचं. ती कळवळून रडायची. मग तिचे बाबाच तिला जवळ घ्यायचे. म्हणायचे, 'तुझी मा किनई खूप छान छान देशात गेलीय. ती तिथं आपली वाट पहातेय.' बाबा ही गोष्ट इतकी खुलवून सांगायचे की आईनं मरणाच्या त्या दिवशी केलेला जामानिमा मितूल हळूहळू विसरूनच गेली.

त्यानंतर ती अगदी सुखात जगत होती. जीवनाच्या जोशात जगत होती. वडिलांच्या प्रेमळ छत्राखाली तिला तिचे आयुष्य स्वर्गासमानच वाटायला लागले होते. नेमका तेव्हाच सोहम डोळे लाल करून, वेडाचा झटका आल्यासारखा त्यांच्या घरात घुसला आणि तिला वाटेल ते बोलायला लागला. तिच्यावर संशय घ्यायला लागला. तो तिच्या आईविषयी काहीबाही बडबडला. त्यातून तिची आई इमदादखानबरोबर पळून गेल्याची पुसटशी जाणीव तिला झाली. त्याबरोबर तिला ती रात्र, आईची काळी ढाकाई साडी, अंगभर घातलेले दागिने, आईचं विचित्र बोलणं आणि सर्वांवर कडी म्हणजे तिच्या दुधात मिसळलेलं कसलं तरी झोपेचं औषध हे सगळं सगळं आठवलं.

आईबद्दल तिला कुतूहलाशिवाय विशेष काही वाटत नव्हतं. तिनं कुणालाही पत्ता न लागू देता, गुपचूप, आईबद्दल जी माहिती इकडून तिकडून गोळा केली होती त्यातली सुरुवातीची हकिकत तिच्या आईच्या दृष्टीनं बरी होती. आशादायक होती. इमदाद गायक होता तसा वादकही. त्याच्या साथीवर तिची आई बेफाम नाचायची. ब्रिटन, फ्रान्स, अमेरिका वगैरे देशांत त्यांची जोडी अतिशय लोकप्रिय झाली होती. त्यानंतर मात्र तिच्या आईचं काय झालं ते कुणीच सांगू शकत नव्हतं. इमदाद कायमचा मुंबईत येऊन राह्यला होता. तेही त्याच्या पाचव्या बायकोबरोबर. मग तिची आई कुठं गेली? आता तिचं वय काही कमी नव्हतं. बाबांपेक्षा ती फार लहान नसावी. मग ती खरंच हे जग सोडून गेली का? आई नर्तकी होती म्हणून तिचे बाबा

तिच्या नृत्याला जिवाच्या आकांताने विरोध करत होते अशीच तिची समजूत होती.

काही का असेना, त्यामुळे मितूलचं काहीच नुकसान झालं नव्हतं. ती स्वत:मध्ये आणि तिच्या सध्याच्या आयुष्यात पूर्णपणे गुंतून गेली होती. जीवन-मृत्यू, पाप-पुण्य ह्या कशाचाच विचार करायला तिला वेळ नव्हता. 'आपण एक परफॉर्मर आहोत' हे सत्य तिला कळून चुकलं होतं. माणूस म्हणून तिला वेगळी किंमत नव्हती. तिचं सौंदर्य, मोहकता असेपर्यंत तिला किंमत होती. तिचं आकर्षण संपलं की तिची किंमत शून्य. जन्मभर तिचं मोल असंच ठरणार होतं. तिचं शारीरिक सौंदर्य नष्ट झालं, आवाजातील गोडी गेली, आकर्षण संपलं की तिला कोणीही विचारणार नव्हतं. म्हणूनच 'तो अखेरचा भयंकर दिवस' अचेतनाच्या अगदी तळाशी ढकलून देऊन ती आयुष्य दोन-दोन हातांनी अक्षरश: लुटत होती आणि ह्यासाठीच केजरीवालच्या चित्रपटाचं तिला आकर्षण वाटलं होतं. ती, तिच्या आयुष्यातला वैभवशाली काळ, तिचं सांगीतिक व्यक्तिमत्त्व ह्या सर्व गोष्टींना पूर्णपणे धरून ठेवण्याची चांगली संधी ह्या चित्रपटामुळे चालून आली होती.

तिच्या बाबांशिवाय तिचं कोणावर प्रेम नव्हतं. त्यांच्याशिवाय इतर कोणाबद्दल तिला आदर नव्हता. आतापर्यंत ती जेवढ्या उस्तादांकडे गेली होती त्या प्रत्येकानं आडून वा उघडपणे तिच्याकडे शरीराची मागणी केली होती. एखाद्या मोठ्या जलशात मायक्रोफोन हातात घेऊन ती जोशात गायची-बहुतेक वेळा पौर्वात्य आणि पाश्चिमात्य सूर पंच करून - तेव्हा समोरचा श्रोतृवर्ग तिला एखाद्या विषारी सापासारखा भासायचा. सुरांनी भारावून जाऊन तालावर डोलणारा; पण सूर थांबताच डसायला टपलेला! ह्या डोकं नसलेल्या लोकांचा ती मनातल्या मनात तिरस्कार करायची. स्वत:च्या शारीरिक सौंदर्यावरही तिचं तिरस्कारमिश्रित प्रेम होतं. सोहम तिच्या दृष्टीनं बहिष्कृत होता. कायमचा वाळीत टाकलेला. कारण त्यानं तिच्या अत्यंत सुंदर चेहऱ्यावर वार केले होते. तिचा अपमान केला होता. खरं तर तिच्या चेहेऱ्यावरचे दोन व्रण तिच्या आकर्षक व्यक्तिमत्त्वात भरच घालत. त्यामुळे तिच्या व्यक्तिमत्त्वात एक अनोखं वेगळेपण आलं होतं. पण त्याची तिला जाणीव नव्हती. ती हरतऱ्हेनं, प्रयत्नपूर्वक स्वत: सजायची आणि तिच्या आजूबाजूचा परिसरही सजवायची. त्या सजावटीचा उपयोग नेपथ्यासारखा व्हायचा. तिनं तिच्या बैठकीत वेगवेगळ्या ठिकाणी निरनिराळ्या तऱ्हेचे दिवे लावले होते. कधी ती तिच्या डावीकडचा दिवा लावायची. त्यामुळे चेहऱ्याच्या डाव्या भागावर उजेड पडायचा आणि उजव्या भागावर काळोख. हा काळोख काहीसा गूढ वाटायचा आणि कलेच्या दृष्टीनं पूर्ण. कधी एखाद्या विशिष्ट कोनातून आलेला प्रकाश तिच्या डोक्यावरून तिचे खांदे, गळा, हात, चेहरा ह्यावर विखरायचा. तिच्याकडे कामासाठी येणाऱ्या लोकांना तिची अशी वेगवेगळी रूपं दिसायची - कधी एक अपूर्व चित्र तर कधी

कलात्मक फोटोग्राफ किंवा एखादं अप्रतिम शिल्पच जणू त्यांच्यासमोर असायचं.

जरी लाइट क्लासिकलमध्ये तिचा अधिकार सर्वमान्य होता तरी मोठ्या कॉन्फरन्समध्ये मितूलच्या हावभावांना लोक नावंच ठेवायचे. शास्त्रीय गायनाच्या खानदानी कार्यक्रमाला तिला बहुधा बोलावत नसत. तिच्या बाबांना ह्याचं वाईट वाटायचं, अपमानास्पद वाटायचं. पण मितूलला त्याची पर्वा नव्हती. मोठमोठे जलसे मितश्री ठाकूरशिवाय होतच नसत. वेगवेगळ्या क्लबचे हिवाळ्यात जलसे होत. त्यात मितश्री भाग घ्यायची. दादरा, गझल, चैती, नजरुल गीती, पॉप संगीत असे सर्वच प्रकार अधिकारानं गाणारं तिच्याशिवाय होतंच कोण? हल्ली तिनं चित्रपटांना प्ले बॅक द्यायला सुरुवात केली होती. त्यातले बरेच हिट झाल्यामुळे तिला मुंबईहून बोलावणी यायला लागली होती. ती खिचडी गाणी गायला मितूलची हरकत नव्हती. पण ती मुंबईच्या प्रसिद्ध प्ले बॅक सिंगरपेक्षा एक पैसाही कमी घ्यायला तयार नव्हती. ह्या तिच्या अटीमुळे तिला ऑफर मिळत नव्हत्या. अर्थात मितूलला त्यांची गरजही नव्हती. तिला गायला आवडायचं. नृत्य तिच्या रक्तातच होतं. स्वत:ला वेगवेगळ्या पोजेसमध्ये पाह्यला तिला आवडायचं. पण असं असलं तरी ती कधीच स्वत:ला कमी लेखत नसे. तिला ते आवडतच नसे. तिची सगळी हौस आणि शौक पुरे झाले होते. तिचा मोठा बंगला होता, बाग होती, गाडी होती. आपल्या आवडत्या बाबांना त्यांच्या उतारवयात ती अगदी सुखात ठेवत होती. लहानपणी अनेक लहानमोठ्या गोष्टींना ती मुकली होती. कित्येक गोष्टी तिला मिळाल्या नव्हत्या. म्हणूनच तिच्या आशाआकांक्षा मर्यादित होत्या. मोठ्या आकांक्षांमागे तिला धावावं तरी लागलं नव्हतं. जे मिळालं होतं त्याचीही तिला आशा नव्हती आणि ह्याहून जास्त मिळवून ती काय करणार होती? मग तिला सेक्रेटरी ठेवावा लागला असता, मॅनेजर ठेवावा लागला असता आणि इतकं झाल्यावर तिला तिच्या मनाप्रमाणे जगता आलं नसतं. जे पाहिजे ते तिला मिळत होतं. मग आणखी काय हवं? मात्र तिच्यातला एक दोष ती टाळू शकत नव्हती. एखाद्या वेळी एखादा पुरुष तिला पेटवून जायचा. मग मात्र तिला तो कसंही करून हवा असायचा. तो नाही मिळाला तर ती तिच्या खोलीतल्या भल्या मोठ्या आरशासमोर उभं राहून स्वत:च स्वत:ला फाडून टाकत असे. छिन्नविछिन्न करत असे.

आजचा प्रस्ताव वेगळा होता म्हणून तिला कुतूहल होतं. संगीतावर आधारलेला चित्रपट. तीच त्यात नायिका आणि गायिकाही. ती अभिनयही करणार होती आणि गाणारही होती. मितूलनं त्यासाठी पैसे मात्र बरेच मागितले होते. ती स्वस्तात मिळणारी नाही, हे तिनं दाखवून दिलं होतं. बहुतेक माणसं मिळेल ते घेतात. मितूल त्यांच्यासारखी नव्हती हे खरंच नवल वाटावं असंच होतं. पण होतं ते असंच होतं. एका बेइमान बाईनं सोडून दिलेली ती मुलगी होती, तिला तिच्या

मानलेल्या पित्यानं सांभाळलं होतं, हे ती विसरली नव्हती. तिचा आवाज कावळ्यासारखा कर्कश होता. एकेकाळी तो पुरुषासारखा होता. मोठा आणि भसाडा. तोच आवाज तिच्या बाबांनी प्रयत्नानं बदलला होता. त्यांनी तिच्याकडून रियाज करून घेतला होता. स्वत: जडीबुटी तयार करून दिली होती. आता तिचा आवाज एकदम बदलला होता. कमावलेला, दाणेदार. म्हणूनच ती जाणून होती की तिला मिळालेले मानसन्मान, पैसा, संपत्ती अखेर तिच्या बाबांमुळेच मिळाली होती. ती दिसायला तिच्या आईसारखी असावी. तिची आई नर्तकी होती. म्हणूनच तिच्या बाबांनी तिच्या अंगच्या नृत्यकलेला कधीच प्रोत्साहन दिलं नव्हतं. एका अर्थी ते बरंच झालं. तिच्या आईच्यातलं आणि तिच्यातलं दिसण्यातलं साम्य जर तिला कळलं असतं तर तिनं ते काढून टाकण्यासाठी प्लॅस्टिक सर्जरीही करून घेतली असती. पण त्यांच्या घरात तिच्या आईचा एकही फोटो नव्हता. तिनं खूप शोधाशोध केली होती. ट्रंका-पेट्या धुंडाळल्या होत्या. जुनी, परदेशी मासिकं चाळून पाहिली होती. पण तिला एकही फोटो मिळाला नव्हता. आई कशी दिसायची, हे कोणीच तिला सांगितलं नव्हतं. ती दिसायला तिच्या बाबांसारखी नव्हती म्हणूनच बहुधा तिला आईसारखी म्हणत असावेत आणि तीही तेच खरं धरून चालली होती. आईचं बोलणं तिला आठवत होतं. अखेरच्या रात्रीचा तिचा साजशृंगार ती विसरली नव्हती. आईचे केस दाट आणि लांब होते हे तिला आठवत होतं. पण चेहरा मात्र अजिबात डोळ्यांसमोर येत नव्हता. खरं तर स्वत:च्या आईचा चेहरा पाच वर्षांच्या मुलीच्या लक्षात राह्यला हवा होता. आईचे केस लांब होते म्हणून मितूलनं केस कापले होते. वेगवेगळ्या हेअर स्टाइल्स करून ती आपल्या चेहऱ्याची ठेवण वरचेवर बदलायची. निदान तसा प्रयत्न करायची. तिला स्वत:च्या भूतकाळाचा अतिशय राग होता. चीड होती. म्हणून तिला पारंपरिक काही आवडायचं नाही. आधुनिक वेषभूषा आणि नवीन फॅशनचे दागिने ती आवर्जून वापरायची.

आता तिच्याकडे पैसा होता. वैभव होतं. तिच्याजागी एखादा पुरुष असता तर त्यानं मदिरा आणि मदिराक्षीवर पैसा उधळला असता. पैसे म्हणजे चैन आलीच. पण मितूल मद्याला शिवतसुद्धा नसे. तिच्यात शारीरिक व मानसिक नशा होतीच. कृत्रिम नशेची तिला गरजच नव्हती आणि तिला पसंत पडलेला पुरुष मिळवण्यासाठी तिला पैसा खर्च करावा लागत नसे. पण जो तिला चेतवायचा फक्त त्यालाच तिचा सहवास मिळायचा. तिच्या सहवासासाठी आसुसलेल्या बाकी पुरुषांना तिच्या सुंदर चेहेऱ्यावरील गूढ हास्य बघूनच परत फिरावं लागत असे. तिच्या आईनं बरीच लग्न केली होती. पण मितूलनं लग्नच केलं नव्हतं. म्हणून काय झालं? निसर्गानं तिच्या शरीरात आनंदाचं जे अमाप भांडार भरून ठेवलं होतं ते दूर ढकलून द्यायचं? नाही. नाही. ते शक्य नव्हतं. पैसाअडका, नावलौकिक ह्यांची लालूच दाखवून तिच्यावर

कोणी अधिकार गाजवू शकत नव्हतं. तरी पण आज तिच्या मनात पुन्हा पुन्हा त्या प्रस्तावाचाच विचार येत होता. आजचा प्रस्ताव तिनं स्वीकारला नाही तर ती खूप काही गमावून बसेल, असंच तिला वाटत होतं. तिचं व्यक्तिमत्त्व, हावभाव, नृत्य, गाणं-सर्व काही सेल्युलाइडमध्ये कायमचं टिकून राहणार होतं. हे एक कारण झालं आणि दुसरं म्हणजे तिच्याकडे आलेले डायरेक्टर गौरांग सिन्हा तिला एका जलशात ह्या आधीच भेटले होते. तिथंच त्यांनी तिला ह्या चित्रपटाबद्दल कल्पना दिली होती. ह्या गौरांग सिन्हानं तिला चाळवलं होतं आणि आता शरीरात भडकलेली आग आटोक्यात आणणं तिला शक्य नव्हतं. अर्थात तिनं हे त्या दोघांना कळणार नाही ह्याची दक्षता घेतली होती. एखादा कटाक्षसुद्धा तिनं फेकला नव्हता की ओठावर आश्वासक हास्याची लकेर उमटू दिली नव्हती. तिनं फक्त बैठकीतले दिवे तिला हवे तसे लावले होते, एक मेखला नेसली होती, सोन्याची एक लांब जाड साखळी. दोन्ही कानांत भिकबाळ्या, लांबसडक बोटांची नखं लालसर रंगानं रंगवलेली. हातातल्या सोन्याच्या बांगड्या अगदी बारीक, नाजूक, मधूनच दिव्याच्या प्रकाशात लखलखणारी अंगठी किमती खड्याची नव्हती. होती मस्त, मोठ्या गोल्ड स्टोनची.

भल्या मोठ्या बॉम्बे ब्रँड गाडीतून जाता जाता केजरीवाल आणि सिन्हा मितश्रीबद्दलच बोलत होते. केजरीवाल सीटवर रेलून बसत म्हणाले, 'यू मस्ट हॅव्ह हर अॅट एनि कॉस्ट. यू वुइल ब्रेक रेकॉर्ड्स्. वुइ वोन्ट हॅव्ह टु टीच हर एनिथिंग. शी इज लाइक ए प्रिझम, फॅसिनेटिंग फ्रॉम एव्हरी अँगल.'

सिन्हा म्हणाले, 'या. शी नोज ए टु झेड ऑफ शोमनशिप. यू आर राइट. वेल. इट्स युअर मनि. द डिसिजन टू इज युवर्स.'

मितूल अन्यमनस्कपणे तानपुऱ्यावर अलगद बोटं फिरवत होती. तानपुऱ्याच्या सुरांची आवर्तनं खोलीत पसरत होती. पण त्याबरोबर तिचा आवाज येत नव्हता. एवढ्यात तिला रामेश्वरांची हाक ऐकू आली, 'मितूल! मितूल!'

मांडीवरचा तानपुरा बाजूला ठेवून ती उठली. ती जिन्याजवळ आली तेव्हा तिनं पाह्यलं की तिचे बाबा भयंकर अस्वस्थ झालेत आणि घाईघाईनं जिना उतरताहेत.

'मितूल, कोण होते ते ? कोण आलं होतं? एक हुड उघडलेली गाडी जाताना दिसली. भलीमोठी.' रामेश्वरांच्या आवाजात भयंकर अधीरता होती.

हातातली अंगठी फिरवत मितूल म्हणाली, 'ते मुंबईहून आले होते. मला एका सिनेमात रोल देताहेत.'

'तू तयार झालीस की काय? हो म्हटलंस?'

'ह्या आधीही मला सिनेमाच्या ऑफर्स आल्याच होत्या ना? मी त्यांना हो म्हटलं का?'

'नाही. ते खरं! पण हे लोक फारच बडे दिसताहेत!'

'कुणीही पैसे दिले की मी वाट्टेल ते करायला तयार होईन असं वाटतं का तुम्हाला, बाबा? तुम्हाला अशी भीती का वाटते ते तरी कळू द्या.'

मितूल जिन्याच्या रेलिंगच्या पितळी मुठीवर हात ठेवून उभी होती आणि रामेश्वर जिन्याच्या शेवटच्या पायरीवर. पांढरंशुभ्र धोतर आणि अर्ध्या हाताचा सदरा. ते जरा बिचकतच म्हणाले, 'नाही. म्हणजे तसं काही नाही.'

'तुम्हाला भीती वाटते? मी तुम्हाला सोडून जाईन असं वाटतं? कोणाबरोबर जाणार? आणि जायचंच असतं तर केव्हाच गेले असते. बाबा, तुम्हाला म्हणून सांगते तुम्ही सोडून बाकी तमाम पुरुषांचा मला तिरस्कार वाटतो. किळस येते.'

रामेश्वरांना एकदम भरून आलं. रडू दाबून धरताना ते आतून थरथरले. ह्या वयात माणूस फार लवकर भावविवश होतो.

मितूल म्हणाली, 'बाबाइ, एक सांगायचंय तुम्हाला. हे मला एखाद्या साध्या नेहमीसारख्या सिनेमासाठी बोलावयाला आले नव्हते. त्यांनी एका गायिकेच्या जीवनावर चित्रपट काढायचं ठरवलंय. त्या गायिकेचा रोल मी करावा असं त्यांचं म्हणणं आहे. नॅचरली, प्ले-बॅक पण मीच देणार. त्यांनी मला मी मागितलेत तेवढे पैसे दिले तर मी ही ऑफर घेणारेय, बाबाइ. पैशासाठी नाही. समहाऊ आय फिल स्टिम्युलेटेड क्रिएटिव्हलि.' रामेश्वर तिला समजून सांगण्याचा प्रयत्न करत म्हणाले, 'मितूल, मी माणसं ओळखतो. ती माणसं काही मला चांगली वाटत नाहीत.'

'डोण्ट वरी बाबाइ! चांगली नसतील. अगदी वाईट असतील. पण अशा कित्येक लोकांशी मी मुकाबला केलाय. करावाच लागतो. इन्क्ल्यूडिंग युअर सोहम चक्रवर्ती.'

रामेश्वर ठाकूर एकाएकी गप्प झाले. मितूलनं त्यांचा हात धरून त्यांना वर नेलं. ते काही तेवढे म्हातारे नव्हते आणि अधूही नव्हते. पण ते आतल्या आत फार अस्वस्थ झालेत हे तिनं ओळखलं होतं. रामेश्वरांच्या ह्या वर्मावर ती संधी मिळताच मुद्दामहून घाव घालायची. कारण सोहम तिच्याशी एवढा रानटीपणानं वागूनही तिच्या बाबांना तो आवडत होता. एवढं सगळं होऊनही त्यांनी त्याला पुढे आणण्यासाठी खूप प्रयत्न केले होते. त्यांचं त्याच्यावरचं प्रेम मितूलला अजिबात सहन होत नसे. आता सोहमचं खूपच नाव झालं होतं. ख्याल गाणं त्यानं सोडलं होतं. पण ठुमरी गाण्यात त्याचा हात धरणारे हाताच्या बोटांवर मोजण्याइतकेच असावेत आणि गझलच्या क्षेत्रात तर तो एकमेव नायक होता. मोठ्या खानदानी कॉन्फरन्समध्ये त्याला ठुमरीसाठीच बोलावत. कधी कधी तर फक्त त्याच्यासाठीच गझलांची मैफल होत असे. पण काही काही कॉन्फरन्समध्ये त्याला अजिबात बोलवत नसत. कारण आधी ख्याल गाऊन नंतर मग तो ठुमरी-दादरा याकडे जात

नसे. त्यामुळे आतापर्यंत त्याचे बहुतेक प्रोग्रॅम्स कोलकात्याबाहेरच झाले होते. दूरदर्शनवर कधीतरी त्याला पाह्यला, ऐकायला मिळायचं. पण मितूलची आणि त्याची समोरासमोर गाठ पडण्याचा योग आला नव्हता. ते मितूलच्या दृष्टीनं बरंच होतं. सोहमचा आता चांगलाच जम बसला होता. सध्या तो लंडनला असण्याची शक्यता होती.

बाबांना घेऊन वर येताच मितूलनं मनाशी काही ठरवलं. ती म्हणाली, 'बाबा, त्या दिवशी सोहम मला काय म्हणाला माहीत आहे?'

रामेश्वरांनी हात हलवून तो विषय उडवून लावण्याचा प्रयत्न केला. घोगऱ्या आवाजात ते म्हणाले, 'त्याचं डोकं तेव्हा कुठं ठिकाणावर होतं? भ्रमिष्ट झाला होता तो!'

'म्हणून काय त्यानं तुम्हाला लंपट म्हणायचं? 'मा'ला तो काय वाट्टेल ते बोलू दे. खरं तर कुणालाच काही बोलायचा त्याला अधिकार नव्हता. पण तुम्ही तर त्याचे गुरू आणि त्यातून देवमाणूस! बाबा, मी आतापर्यंतच्या माझ्या आयुष्यात खूप गुरू आणि उस्ताद बघितलेत. आय नो देम इनसाइड आऊट. ऑफ ऑल पर्सन्स, तुम्हाला तो असं बोललाच कसं? माझ्या खोलीत शिरला तेव्हा त्याचं नक्कीच डोकं फिरलं होतं. पण भ्रमिष्टबिमिष्ट काही झाला नव्हता.तसा अजिबात वाटत नव्हता, तो सुरी उचलून माझ्यावर धावला तेव्हा. त्याची वकिलीच करायची असेल तर त्याला सैतानाऐवजी भ्रमिष्ट म्हणून वेळ मारून नेता येईल.'

मितूलच्या बोलण्यातला 'लंपट' शब्द ऐकल्यावर तिच्या बाकी बोलण्याकडे रामेश्वरांचं लक्षच नव्हतं. लंपट! लंपट! लंपट! म्हणजे सोहमला त्यांचा भूतकाळ माहीत होता तर! पण त्यानं तसं कधीच भासूसुद्धा दिलं नव्हतं. रामेश्वरांचं गात्रन-गात्र आक्रोश करत होतं. मितूलला अजून काहीच माहीत नव्हतं. तिला कळलं तर? मितूलशिवाय त्यांचं कुणीही नव्हतं. ते तिच्याशी कधीच खोटं बोलले नव्हते. फक्त त्यांनी तिच्यापासून सत्य लपवून ठेवलं होतं. त्यांना तर आणखी कोणी नव्हतं. त्यांच्याबद्दल तिला वाटणारं प्रेम, श्रद्धा हरवून चालणार नव्हतं. त्यांनी एक नि:श्वास सोडला आणि म्हणाले, 'मितूल, पोरी, एका अर्थानं विचार केला तर सोहमचं चुकलं असं म्हणता येणार नाही. पण माणूस बदलू शकतो.'

मितूलनं रामेश्वरांकडे पाह्यलं. त्यांचे डोळे भरून आले होते.

ती म्हणाली, 'आय ॲम सॉरी, बाबा! पण मी सोहमचा राग का करते ते तुम्हाला कळायलाच हवं होतं. शिवाय आता आम्ही सगळेच ग्रोन अप आहोत. बाबाइ! तिशी ओलांडलेल्या मुलीकडून वडिलांनी हे ऐकण्यात काहीच गैर नाही. चोरून ठेवण्यात काय फायदा!'

चोरून ठेवणं, लपवणं. आयुष्यभर रामेश्वरांनी मितूलशी लपंडावच तर

खेळला होता. ते हे जे काही करत होते ते मितूलच्या भल्यासाठीच अशीच त्यांनी मनाची समजूत करून घेतली होती. पण त्यांच्या स्वत:च्या भल्यासाठीही ते होतंच की! मितूलच्या यशाचा, वैभवाचा आनंद ते लुटत होते. पण त्यावर खरा हक्क होता तो काशीच्या एका गल्लीत राहणाऱ्या, कोणालाही ज्यांचे नाव माहीत नाही अशा केदारनाथजींचा. पण सगळ्यांत वाईट म्हणजे मितूलला तिच्या आईच्या स्वैराचाराबद्दल समजलं होतं. ह्या पापात रामेश्वरही सामील आहेत हे मात्र तिला माहीत नव्हतं.

अचानक रामेश्वरांच्या तोंडून निघून गेलं, 'मितूल, मी खरंच मोठा अपराध केलाय. तुला तुझ्या खऱ्या वडिलांपासून तोडलं. तुझ्या आईबराबेर तूही त्यांना दुरावलीस. पण माझ्या शिष्यानं तसंच वागून माझं देणं चुकवलं. माझ्या चुकीची परतफेड केली.' बोलता बोलता ते व्हरांड्यातल्या आरामखुर्चीत बसले. त्यांच्या डोळ्यांत पाणी नव्हतं; पण छाती धडधडत होती. त्यांचा चेहरा साफ पडला होता. मितूल त्यांना बिलगली, 'ठाऊक आहे मला. रडू नका तुम्ही.'

रामेश्वरांना मितूलकडे पाह्यचं धाडस झालं नाही. चकित होऊन त्यांनी फक्त एवढंच विचारलं, 'माहीत आहे?'

'बाबाइ! तुम्ही अगदी काळजीपूर्वक लिहिलेली डायरी मी पुष्कळ वेळा वाचलीय.' मितूलनं रामेश्वरांच्या मांडीवर डोकं ठेवलं. नंतर अगदी सावकाश, एक एक शब्द उच्चारत ती म्हणाली, 'तुम्हीच माझे खरे बाबा. कोण ते पंडित केदारनाथ! म्हातारपणी चळ लागला असावा त्यांना. म्हणून तर त्यांनी तरुण बाईजीशी लग्न केलं. त्यांच्याशी मला काय करायचंय? संबंधच काय माझा? 'मी तुझा बाबा नाही' असं पुन्हा कधीही म्हणायचं नाही.'

रामेश्वरांच्या ओठावर फिकं हसू होतं. 'बापाची डायरी वाचताना तुला काहीच वाटलं नाही मितूल? तू फार लबाड झालीयस हं!'

'आणि पक्कीही. मी अठरा की एकोणीस वर्षांची असताना पहिल्यांदा वाचली तुमची डायरी.'

'काय म्हणतेस! एवढ्या दिवसांत.... तर मग मितूल.... तर मग तुला काही...'

'इट वॉज ए जोल्ट; डेफिनिटलि. बाबा, ज्या दिवशी मला समजलं की माझे खरे बाबा दुसरेच कोणी आहेत तेव्हा मी गुपचूप खिडकीपाशी जाऊन बसले. सहज बाहेर पाह्यलं तर तुम्ही दोन शहाळी घेऊन घरात शिरत होतात. शहाळ्याच्या पाण्यात बर्फ, गुलाबपाणी वगैरे घालून तुम्ही सरबत करायचात. तसंच सरबत करून घेऊन तुम्ही मी बसले होते तिथं आलात आणि म्हणालात, 'पोरी, हे पी बघू. फार गरम हवा आहे. बाबाइ, तेव्हा मला एकदम तुम्ही मला रात्रभर कडेवर घेऊन

गाणं म्हणायचात ना, त्याची आठवण झाली. एकदा तर तास-दोन तास सतत गोष्टी सांगितल्यावरसुद्धा मी आणखी गोष्ट सांगा म्हणून हट्ट धरला होता. तेव्हा तुम्ही अगदी काकुळतीला आलात. म्हणालात, 'मितूल, आता मला गोष्ट आठवत नाही, बेटा!' मग मी चिडून तुमचा आवडता एसराज जोरात आपटून फोडला होता. तुम्ही त्या एसराजचे तुकडे, तुटलेल्या तारा काळजीपूर्वक गोळा केल्यात. तो प्रसंग जसाच्या तसा डोळ्यांसमोर आहे माझ्या बाबाइ. एकदा भंगलेला एसराज पुन्हा जोडता येत नाही. पण तुम्ही तो आयुष्यभर जोडून धरलात. छाती फुटेपर्यंत गाऊन पैसे कमावलेत आणि त्यातून माझ्या कॉन्व्हेंटची फी दिलीत. कपडे, खेळणी कशालाच काही कमी केलं नाहीत. त्यातला बराचसा खर्च अवाजवी होता. केला नसतात तरी काही बिघडलं नसतं. पण तुम्ही तो केलात. माझ्यासाठी. बाबाइ, नाऊ आय ॲम वुमन. आय कॅन अंडरस्टँड यू. आय कॅन ऑल्सो अंडरस्टँड माय मदर. बनारस सोडून आल्याबद्दल मी तिला दोष देत नाही. दोष देते ते ती आपल्या दोघांना सोडून गेली म्हणून. बाबा, तुम्हीही एक माणूस आहात. झाली असेल एखादी चूक; पण म्हणून काय आयुष्यभर माझ्यासकट सगळ्यांसमोर मान खाली घालून जगायचं? त्या केदारनाथजींना निनावी किती पैसे पाठवलेत तेही कळलंय मला त्या डायरीवरून. बाबाइ, आय डोण्ट सी ए सिनर इन यू.'

रामेश्वरांना बोलवत नव्हतं. सूरसरस्वतीनं त्यांना शिक्षा केली होती. अगदी आकंठ सजा. पण क्षमा करणंही तिला माहीत होतं. ती शिक्षा केव्हा, कशी करेल हे सांगणं जसं अवघड होतं तसंच क्षमा कशी करेल ह्याचा अंदाज बांधणंही कठीण होतं.

मितूल बराच वेळ काहीच बोलली नाही. मग म्हणाली, 'बाबाइ, डोण्ट माइन्ड. मला तुम्हाला काहीतरी सांगायचंय. नाही... म्हणजे... खरं तर एक प्रश्न विचारायचाय. खरं खरं उत्तर द्यायचं. द्याल ना?'

रामेश्वरांनी भीत भीत मितूलकडे पाह्यलं.

मितूल पुढे बोलायला लागली. 'तुम्हाला नाही वाटत की कलाकार सर्वसामान्यांपेक्षा थोडे वेगळे असतात?'

'असतात ते त्यांच्यातील सर्जनशक्तीमुळे. नाहीतर तेही चारचौघांसारखेच. आई, बाप, बहीण, बायको... काय फरक असणार एरवी त्यांच्यात?'

'नाही, बाबा! तुमच्या-माझ्यासारख्या सदासर्वकाळ कलेत बुडलेल्यांच्या इच्छा, भावना थोड्या वेगळ्या असतात. संगीताबद्दल असा विचार करता करता कलावंत एखाद्या नाजूक वाद्याप्रमाणे हळुवार होतो. अशा परिस्थितीत एखाद्या स्पर्शानं, एखाद्याच्या संगतीत त्याच्या शरीराच्या, त्याच्या मनाच्या तारा झंकारल्या जाणार नाहीत? त्यातून सूर निघणार नाहीत? नॉर्मल माणसाच्या बाबतीतही हे असं घडू शकतं. मात्र फार क्वचित. पण कलावंतांच्या बाबतीत मात्र हे अटळ असतं. तुमचं तसंच

झालंय. माझ्याही बाबतीत हे होणं शक्य आहे. बाबाइ, हे तुम्ही मानायलाच हवं.'

रामेश्वरांच्या हृदयात पुन्हा धडधडायला लागलं. भीतीनं. मितूलनं त्यानं माफ केलंय खरं! पण विनाअट नव्हे.

मितूलनं विचारलं, 'बाबा काय झालं? बोलत का नाही?'

रामेश्वर म्हणाले, 'तू आता 'नॉर्मल' शब्द वापरलास. त्याचा अर्थ तुला पटत असेल, मान्य असेल तर कलावंतानं जीव तोडून नॉर्मल व्हायचा प्रयत्न केला पाहिजे.'

एव्हाना मितूल रामेश्वरांजवळून उठून अर्धवट अंधार असलेल्या व्हरांड्यात येरझारा घालायला लागली होती. ती म्हणाली, 'फ्रॉइडच्यामते कलावंत म्हटला की तो ॲबनॉर्मल असतोच. तो नॉर्मल झाला तर त्याच्यातली कला त्याला गमवावी लागेल. ॲबनॉर्मल म्हणजे वेडाखुळा नव्हे. चाकोरीत राहणाराही नव्हे, सेंट परसेंट, तर्क, बुद्धी तोलून मापून बघणाराही नव्हे. सेंट परसेंट सेन म्हणजे एकदम बोअर बाबा! मी तरी असा माणूस अजून पाह्यला नाही. एनि वे, बाबा, ह्यावर तुम्हाला काय बोलायचंय ते बोला.'

'मितूल, तू जर स्वैर, बेबंद वागायला लागलीस तर अनुभवातून आयुष्यभर मी जे काही मिळवलंय ते फुकट गेल्यासारखंच होईल. तुला मी जसा माझ्या संगीताचा उत्तराधिकार दिलाय तसा जीवनाच्या अनुभवातून मिळालेलं सारही वारसा म्हणून द्यायला हवं. तसं मी दिलं नाही तर तुझी स्थिती माझ्यासारखीच होईल पोरी. मी जिथून सुरुवात केली, तिथंच आता शेवट करतोय. मी तुला माझ्या खांद्यावर उभं केलं नाही तर माझ्या हातून काहीच घडलं नाही असंच म्हणावं लागेल. ह्याशिवाय दुसरं काहीच मी माझ्या आयुष्यात करू शकत नाही. काहीच नाही माझ्याकडे करण्यासारखं.'

मितूल म्हणाली, 'बाबा, तुमच्या मनात स्वैर, बेबंद ह्या शब्दांचे जे अर्थ आहेत ना, तसं काही करण्याचा माझा विचार नाही. तुमचा जमानाच अगदी वेगळा होता. मी तुमच्यासारखी पळूनबिळून जाणार नाही आणि आपल्या हातून पाप घडलं म्हणून जन्मभर खंत करत, झुरत बसणार नाही. जे क्षणापुरतं आहे ते मी सोडून देऊ शकते. रस्त्यावरची वस्तू रस्त्यातच टाकून दिली पाहिजे. कांचनगंगा खूप सुंदर आहे. एखाद्या दुर्लभ क्षणी सूर्याच्या किरणानं ते तळपून उठतं. त्याची शोभा तेव्हा शब्दात वर्णन करता येण्यासारखी नसते. पण दुसऱ्याच क्षणी ते ढगांनी झाकलं जातं. अशा वेळी त्याच्या दुर्मिळ सौंदर्याचा आनंद घ्यायचा. त्याचं ते अलौकिक सौंदर्य सतत दिसावं म्हणून अट्टाहास करणं चुकीचं आहे. तसंच सूर्याच्या किरणात चमकणाऱ्या कांचनगंगाला घरी आणू पाहणं वेडेपणाचं आहे. व्हॉट आय मीन, बाबाइ, मी जर बावीस श्रुतीत किंवा धरून चाला बावीसशे श्रुतीत वाजवू शकत असेन तर तुम्ही तुमच्या ओल्ड व्हॅल्युजवरून माझ्या नीतिमत्तेचा विचार करू नका.

तुमची मुलगी तुमच्या कर्माचा बदला घेतेय, असंही समजू नका. तुमच्या पिढीचा विचार केला तर असं वाटणं स्वाभाविक आहे. बाबाइ, आय वॉण्ट टु बी ए फ्री बर्ड. ॲब्स्युल्युटलि फ्री ॲज ए बर्ड, ए मेल बर्ड. ॲण्ड आय कॅन नेव्हर डिझर्ट यू. ह्या गोष्टी मी तुमच्यापाशी बोललेही नसते. पण हल्ली तुम्ही फार अस्वस्थ असता, काळजीत दिसता, एकेकदा उगाचच माझ्यावर रागवता म्हणून बोलले. बाबाइ, माझ्या डोक्यात किंवा हृदयातही असेल, एक बिंदू आहे. स्थिर बिंदू. ए स्टिल पॉइन्ट. मी चक्रव्यूहातल्याप्रमाणे कुठंही हिंडले फिरले ना तरी त्या बिंदूपाशी नक्की येणारच!

रामेश्वर उत्साहानं म्हणाले, 'तो बिंदू, तोच खरा, मितूल! शेवटी तू तो शोधून काढलास तर! मघाशी तू वाद्य आणि वादन ह्यांची तुलना केलीस ना! वादनात अनेक लेव्हल्स असतात, पोरी! वादन ही एक अद्‌भुत गोष्ट आहे. इंद्रियावर भर द्यायचा, मग त्यातून त्याच्या बाहेर जायचं, आकाशाशी मिसळून, जगाशी मिसळून जायचं. अशा प्रकारचं वादन, संगीत...'

'वाजवलं तर वाजणार ना!' मितूल हसत हसत म्हणाली, 'बाबाइ, सांगितलं ना आय ॲम ए फ्री बर्ड. अखेर मी कशी कुठं पोहोचणार आहे, मला माहीत नाही. बट आय कीप मायसेल्फ ओपन. लेट मी लिव्ह माय लाइफ प्लीज.'

व्हरांड्यातल्या प्रकाशाच्या वर्तुळात मेखला नेसलेली मितूल उभी होती. मधूनच मेखला चमकत होती. कानातल्या भिकबाळ्या झोके घेत होत्या. बरेच दिवस मितूलला जे बोलायचं होतं ते तिनं तिच्या बाबांपाशी बोलून टाकलं होतं. आता ती मुक्त होती. निर्वेध होती. ती होती उर्वशी पण एक वेगळीच उर्वशी– पुरुषांच्या हृदयांत खळबळ माजवण्यात तिला रस नव्हता. ती अगदी मुक्त होती. ती कोणीच नव्हती. ना अप्सरा ना जलकन्या. ती आपल्या खोलीत निघून गेली.

रामेश्वर व्हरांड्यातल्या थंड अंधारात तसेच बसून राह्यले. आज प्रथमच त्यांना जाणवलं की मितूल तिच्या आईची मुलगी नाही, पंडित केदारनाथांचीही मुलगी नाही, त्यांची प्रियशिष्या ललिते कलाविधौ... तशीही नाही. तिनं त्या तिघांच्या खांद्याचा उपयोग शिडीसारखा करून घेतला होता. ती आता खूपच उंचावर जाऊन उभी होती. सुवर्णगरुड ज्याप्रमाणे आपल्या मनाप्रमाणे अती उंचीवर जाऊन पोहोचतो तशीच ती पोहोचली होती. त्याच्याप्रमाणेच अगदी एकटी. कुठल्याही क्षणी आपले सोनेरी पंख पसरून ती भरारी घेईल, तेव्हा ती त्या पृथ्वीवरची आहे असं वाटणारच नाही. पण एक दिवस ती तिच्या मनानंच ह्या खांद्यावर येऊन बसेल. पुन्हा भरारी घेईल. घेऊ दे. जा, मितूल, जा. माझ्या अग्निपक्ष्या, तुझ्या पायांतल्या घर, घराणं, खानदान ह्यांच्या बेड्या काढून टाकल्यात मी. भारी जड बेड्या. आता घे झेप. उडत राहा.

१६

पाऊस भुरभुरत होता. अरुंद रस्ता, एक नवी कोरी राखाडी रंगाची मारुती येऊन थांबली. अपालाची ही गाण्याच्या शिकवणीची वेळ. ती त्यांच्या घराच्या तळमजल्यावरच्या बैठकीत बसली होती. पाऊस असल्यामुळे आज विद्यार्थी कमी होते. ती स्वत: रस्त्याकडे तोंड करून बसत असे. बैठकीच्या दाराची एक फळी थोडी लावलेली. अपालाच्या ह्या शिकवणीचे विद्यार्थी थोडे तयार होते. ह्यांना ती जरा वेगळ्या पद्धतीनं शिकवायची. प्रत्येकाच्या हातात तानपुरा असे. अपाला स्वत: घ्यायची स्वरमंडल. ती एक सुरावट म्हणून दाखवायची. मग हळूहळू सावकाश ती सुरावट पुन्हा म्हणायची. त्यानंतर विद्यार्थी ती म्हणून दाखवायचे. ह्या बॅचला फक्त पाचच जण होते. त्यातले आज फक्त तीनजण आले होते. तिनं आज बिहाग धरला होता. बंदिश होती, 'पानिया भरने कैसे जाऊ सखी मै । बिचमें ठाडो कुमार कन्हैया । नि सा म ग । प प नि नि । पा नि या भ । र न कै से.... गाडी थोडी अपालाच्या दाराच्या मागे उभी करून थोडा वेळ मितूलनं अपालाचं गाणं ऐकलं. हल्ली अपाला नियमितपणे गुरुजींकडे जाऊ शकत नव्हती. गुरुजींनी म्हणजे खरं तर मितूलनंच सॉल्ट लेकला एक सुंदर बंगला बांधला होता. अपूच्या घरापासून खूपच दूर. म्हणून अपाला बऱ्याच वेळा शम्पादींकडेच जायची. पण शम्पादींकडे विद्यार्थ्यांची गर्दी असायची. त्यामुळे त्यांना त्रास द्यायला तिला संकोच वाटायचा. गुरुजींकडे कधीमधी गेल्यास तिची आणि मितूलची गाठ पडायची नाही. मितूल बहुधा बाहेरच गेलेली असे. अपाला हल्ली फारशी घराबाहेर पडतच नसे. रेडिओच्या किंवा दूरदर्शनच्या रेकॉर्डिंगला जावंच लागायचं. घरात कोणी उघड बोलत नसलं तरी असंतोषाचं, तिच्या विरोधातलं वातावरण पसरत चालल्याची जाणीव तिला झाली होती. मधूनच कधीतरी आईकडे किंवा मावशींकडे म्हणजे दीपूच्या आईकडे ती जायची तेवढंच.

मितूलनं गाडी पुढे आणून बरोबर अपालाच्या दारासमोर उभी केली. किती दिवसांत समोर बसून तिनं अपूदीचं गाणं ऐकलं नव्हतं. गळा, फक्त गळाच काय होता! मितूलची गाडी अपाला ओळखत नव्हती. म्हणून गाणं थांबवून ती गाडीकडेच बघत राहिली. गाडीतून जीन्स घातलेला एक पाय बाहेर आला आणि त्यानंतर संपूर्ण मितूल. मितूल! मितूल आली होती. हल्ली मितूलचं नाव सर्वांच्या तोंडी होतं. खूपच प्रसिद्धी मिळाली होती तिला. अपाला मितूलच्या गाण्याबरोबरच तिच्या हावभावांचं कौतुक ऐकत होती. तसंच तिच्या अंगविक्षेपावर टीका होत असल्याचं तिनं ऐकलं होतं. क्वचित एखाद्या वेळी तिनं मितूलचा दूरदर्शनवरचा प्रोग्रॅमही पाहिला होता. बाप रे! गाणं तर कानानं ऐकण्याची गोष्ट. गाणं अंत:करणाला

भिडलं पाहिजे. पण दूरदर्शनवर ती गायची ती सवंग गाणी. ढग, फूल, पक्षी, पाऊस वगैरे नेहमीचंच. शिवाय गाणं ऐकण्यापेक्षा पाहण्यासाठी प्रोग्रॅम केलेला असायचा. ठीक आहे. गायकाला प्रत्यक्ष पाहण्यातही एक वेगळी अनुभूती असते. पण गायक गात असताना त्याचं व्यक्तिमत्त्व त्याच्या संगीतातून श्रोत्यांना जाणवलं पाहिजे, अभिनयातून नव्हे. पण दूरदर्शनवर ऐकायच्या नव्हे तर दिसण्याच्या कार्यक्रमात मितूलला हजर करत. मग मितूल-नव्हे मितश्री-तिचा लांबलचक पदर फडकावत झाडांच्या फांद्याआडून अदृश्य व्हायची. मग पुन्हा दिसायची ती गालिचा घातलेल्या हॉलमधील जिना चढताना. मध्येच ती एखाद्या पायरीवर बसायची. असे कार्यक्रम पाहून अपालाचं समाधान व्हायचं नाही. मितूलच्या कितीतरी कॅसेट्स तिच्यापाशी होत्या. पण पावसातल्या संध्याकाळी जीन्स आणि ढगळ पांढरा शर्ट घालून आलेली मितूल इतकी खळबळ माजवेल ह्याची अपालाला अजिबात कल्पना नव्हती.

तिच्या लहानशा बैठकीचं लहानसं दार मितूल येताच उजळून गेलं. 'भंगून द्वार फाकली प्रभा.' निदान अपालाला तरी ह्या ओळीची यथार्थता चटकन पटली. तिच्या तोंडातून निघून गेलं, 'मितूल! तू?'

अपालाकडे गाणं शिकायला आलेले विद्यार्थी मितश्रीला ओळखत होतेच. तिचे अनेक जलसे तिकीट काढून त्यांनी ऐकले होते. त्या मितश्रीला इतकं जवळून पाह्यला मिळेल असं त्यांना स्वप्नातसुद्धा वाटलं नव्हतं आणि त्यांच्या अपालादींची तिच्याशी नुसतीच ओळख नव्हती तर तिच्या घरातल्या नावानं हाक मारून त्या तिला 'अग-तूग' करत होत्या.

मितूल म्हणाली, 'अपूदी, आज ह्यांना सुट्टी दे बरं! मला तुझ्याशी काही महत्त्वाचं बोलायचंय.'

अपाला म्हणाली, 'दोन मिनिटं बस, मितूल! आमचं झालंच आहे. ह्यांना एवढं एक नोटेशन लिहून देते.'

जगिनीवर सतरंजी अंथरली होती. मितूल त्यावरच पालशी मांडी घालून बसली. तिच्या शर्टचं अगदी वरचं बटण उघडंच होतं. गळ्यातल्या साखळीतली मोहर तिच्या हलचालींबरोबर चमकत होती. मितूलनं आज केस वर उचलून हॉर्स टेल बांधली होती. ओठांवर लिपग्लॉस. ती एखाद्या कॉलेजकन्येसारखी दिसत होती. अर्थात ते कॉलेज असणार होतं स्वप्नलोकातलं. नोटेशन देऊन होताच अपाला आपल्या विद्यार्थ्यांकडे बघून हसली. ते सर्वजण नाखुशीनेच उठले. आपल्या गाण्याच्या दीदींबरोबर मितश्रीला एवढं काय बोलायचंय हे ऐकण्याची त्यांना खूप इच्छा होती. पण ते सगळे दृष्टिआड होईपर्यंत मितूल बोटातल्या अंगठीशी खेळत आपल्याच विचारात बसून राहिली.

ते सगळे नजरेआड होताच मितूलनं बोलायला सुरुवात केली. 'अपूदी, तूच खरी माझ्या बाबांची शिष्या आहेस. मी टोळधाडीसारख्या येणाऱ्या विद्यार्थ्यांबद्दल बोलत नाही. बाबांचे जे चांगले विद्यार्थी आहेत त्यांच्यामध्ये तूच बाबांच्या मनोवृत्तीसकट सगळं उचललंयस.'

'कशावरून असं म्हणतेस? मला तर काहीच समजलं नाही.' अपाला हसत म्हणाली.

'हेच ग! स्वत:चं गाणं सोडून ह्या नव्यांना घेऊन बसतेस. दुसऱ्यांना तयार करण्याच्या महासाधनेत महामग्न! तुझ्या स्वत:च्या गाण्याचं काय?'

बाहेरच्या लिंबावर तिन्हीसांजेची कावकाव सुरू झाली होती. आकाश निवळलं होतं आणि श्रावणातला सुंदर संधिप्रकाश अपालाच्या खोलीत पसरला होता.

अपाला हताशपणे म्हणाली, 'ह्या परिस्थितीत शक्य आहे तेवढं करते मितूल! गाते आणि शिकवते. शिकवायला मला आवडतं. त्यातून एक रियाजही होतो. तुला तर ठाऊकच आहे की गायल्याशिवाय मी राहू शकत नाही.'

'पैशासाठी शिकवतेस?'

'नाही तसं अजिबात नाही. सांगितलं ना मला शिकवायला आवडतं हे एक आणि पुन्हा पुन्हा उजळणी होते. पैशाचं म्हणत असशील तर संसाराला गरज नसली तरी बायकांना स्वत:चा म्हणून काही पैसा लागतोच. नाही लागत?'

'ऑफकोर्स! स्वत:चा पैसा हातात असल्याशिवाय बाई 'पूर्ण माणूस' होतच नाही. ज्याच्याजवळ पैसा नाही ते एकतर लहान मूल असतं नाहीतर 'बाईमाणूस'. पूर्ण माणूस नाही. मी लग्न केलं नसलं म्हणून काय झालं! मला काय कळत नाही, अपूदी! रामेश्वर ठाकुरांनी आपलं आयुष्य गाणं शिकवण्यात घालवलं कारण त्यांचा आवाज गेला. पण तुझं तर तसं नाही. दहा एक वर्षांपूर्वी अपाला दत्तगुप्तला सोडून कोणत्याही कॉन्फरन्सचा विचारच केला जायचा नाही. कार्यक्रमातला शेवटचा आर्टिस्ट म्हणून तिला धरत नसले... त्यासाठी पंडितजी, उस्तादजी होते–तरी संध्याकाळी किंवा रात्रीच्या सुरुवातीला अपाला दत्तगुप्त असायचीच. पण हल्ली अपाला दत्तगुप्त रेडिओशिवाय दुसरीकडे नियमितपणे ऐकालाच मिळत नाही. रेडिओ खूपच कमी लोक ऐकतात. दूरदर्शनवर कधीतरी दिसते. काय भानगड आहे, सांग बघू!'

अपालानं हसून मनातली निराशा उडवून द्यायचा प्रयत्न केला. ती म्हणाली, 'इतक्या दिवसांनंतर अशी अचानक येतेस काय आणि नाटकीपणानं मला असे एकामागून एक अवघड प्रश्न विचारतेस काय! अग, मी एकदम कशी उत्तर देणार? विचार करायला नको वाटतं!'

मितूल म्हणाली, 'अपूदी, कोणी ऐको वा न ऐको मी तुझं रेडिओवरचं गाणं न चुकता ऐकते. दुसऱ्या काही महत्त्वाच्या कामात नसले तर तुझा दूरदर्शनवरचा

प्रोग्रॅमही सोडत नाही. अपूदी, तू सुद्धा एका अर्थानं माझी गुरू आहेस. अँड यू आर स्टिल वंडरफुल. ए सिंगर ऑफ सिंगर्स. बट....'

अपाला पाहत होती.

मितूल पुढे म्हणाली, 'बट दि ऑडियन्स हॅज चेन्ज्ड. म्हणून मितश्री ठाकूरच्या पंचवीस रेकॉर्डस् बाजारात खपताहेत आणि अपाला दत्तगुप्तची एकही रेकॉर्ड निघालेली नाही.'

अपाला म्हणाली, 'अग, तू लाईट क्लासिकल गातेस, नजरुल गातेस आणि पॉपही गातेस. तुझ्या एवढ्या रेकॉर्डस् निघणारच. शिवाय तू प्ले-बॅक पण देतेस. मी फक्त शुद्ध शास्त्रीय संगीत गाते. हिराबाई काय किंवा मोगूबाई काय, ह्यांच्या पातळीवर मी पोहचू शकले नाही. मग कशा निघतील माझ्या रेकॉर्डस्? पण त्याचा विचार करत नाही मी.'

मितूल म्हणाली, 'तुझ्याकडे माझं काम आहे. पण आधी सांग, मला पाहिजे ते देशील?'

हीच ती पूर्वीची मितूल! बालिश. हट्टी. गुरुजींकडे संध्याकाळी गाणं रंगात आलेलं असायचं. अशा वेळी मितूल मजलिशीच्या मध्येच येऊन म्हणायची, 'आता गाणं बंद. मी कुणालाच काही गाऊ देणार नाही. नाही म्हणजे नाही.' ती हे बोलताना मानही हलवायची नकारार्थी. मग गुरुजी तिची समजूत घालायचा प्रयत्न करायचे. शेवटी त्यांना हार मानावी लागायचीच. काकुळतीनं ते म्हणायचे, 'आता काय करावं! आमच्या मितूलबाई हटून बसल्यात. तेव्हा आता जा तुम्ही सगळे.'

'नाही. नाही. त्यांनी माझ्याशी गप्पा मारल्या पाहिजेत. पाहिजेत म्हणजे पाहिजेत.' मान जोरजोरात हलवत ती म्हणायची.

आता मितूलच्या भाषेत फरक झाला असला तरी बालपणीचा जिद्दी सूर कायम असल्याचं अपालाला जाणवलं. 'काय हवंय? गाण्याच्या शिकवण्या सोडून देऊ की क्लासिकल सोडून मॉडर्न म्हणायला सुरुवात करू? काय करू?'

मितूल खदखदून हसली. 'असं काहीही करू नकोस. अग, तू काय मला टाइअरन्ट समजलीस का? मी स्वतःवर सुद्धा कधीच जबरदस्ती करत नाही. मग दुसऱ्यावर कशी करेन. करेन का?'

'तुलाच ते जास्त कळतं.'

'ऐक. एक फार सुरेख सिनेमा निघतोय. हिंदी आणि बंगाली अशा दोन भाषांत. गाण्यावर. फक्त गाणं. एका गायिकेच्या आयुष्यातील चढउताराची कहाणी. मी काम करतेय त्यात. पण आणखी बरीच गाणी लागतील. म्हणून एक क्लासिकल गायिका हवी आहे. तिथं तूच पाहिजेस मला.'

अपालानं घाबरून विचारलं, 'मी सिनेमात काम करायचं? तुझं डोकंबिकं फिरलंय का?'

मितूल हसायला लागली. 'अरे बाबा, ॲक्ट करेल दुसरंच कुणीतरी. तुझा फक्त आवाज. तू गाणी म्हणायचीस. प्लीज नाही म्हणू नकोस. तुझा अपमान किंवा काही गैरसोय होणार नाही, हे मी पाहीन. अगदी नक्की. पैसेही तुला तुझ्या योग्यतेप्रमाणे मिळतील. म्युझिक डायरेक्टर कोण आहेत माहीत आहे?'

अपाला गप्प बसून विचार करत होती.

'रामेश्वर ठाकूर.'

'खरंच?' अपालाचा चेहरा एकदम उजळला.

'दुसरे एकजण पण असणार आहेत. दोघं मिळून काम करणार आहेत. पण तुझी गाणी तुझ्या मनाप्रमाणे, बाबांबरोबर बोलून कम्पोझ करू शकतेस तू. आता सांग हो की नाही?'

अपाला म्हणाली, 'गुरुजी असल्यावर माझा नाही म्हणण्याचा प्रश्नच नाही. तरी मला थोडा वेळ दे... चल. वर जाऊ या आता.'

'अपूदी, आता वर कोण कोण आहे?'

'रणो नाही. खेळायला गेलाय. टिटू, बनी कोचिंगला. त्यांना परत यायला अजून वेळ आहे. मा म्हणजे माझ्या सासूबाई, सासरे आणि जाऊ.'

'तर मग मी कशासाठी वर येऊ? मी स्पष्ट बोलणारी आहे. अपूदी. तुझ्या सासू-सासऱ्यांच्याच दडपणामुळे तुझ्या प्रतिभेची पार वाट लागली... तुझ्या जावेला मी ओळखत नाही. ती कशी आहे कोण जाणे! तिची ओळख करून घेण्यात मला इन्ट्रस्ट नाही. तुझी सासूच म्हणाली होती ना की माझ्या गोऱ्यापान मुलाची बायको ही अशी काळी. गांढरी साडी नेसून ही काळी नवरी घरात आली. काय ग बाई हे अवलक्षण! अशा लोकांना फॉर्मॅलिटि म्हणून भेटून भीम नागचा संदेश खायची माझी अजिबात इच्छा नाही.'

अपाला हसली. 'अग, तसं माझ्या सासूबाई नव्हे, आतेसासूबाई म्हणाल्या होत्या. त्या वारल्या.'

'वारल्या म्हणून मी त्यांना माफ करणार नाही. अपूदी, एकोणीस-वीस वर्षांच्या नव्या नवरीला हे ऐकून काय वाटेल हे समजण्याइतकं त्यांचं वय नक्कीच होतं आणि ती बनारसी साडी! दीपूदीची आवड. काय फाईट करावी लागली होती तिला तुझ्या काकांबरोबर. ते आलत्यासारखी लाल रेशमी साडीच घ्यायची म्हणून हट्टाला पेटले होते आणि दीपूदी घ्यायची नाहीच म्हणून. अजून आहे का ग ती साडी? तशी साडी पुन्हा कधी पाहिली नाही मी! म्हणे काळी बायको! त्यांचं जन्मजन्मांतरीचं भाग्य म्हणून तू त्यांच्या घरात आलीस. शिवनाथदा असते ना तर

त्यांना चार शब्द सुनावले असते. पण ते नाहीत घरात तर मग मला प्लीज वर येण्याचा आग्रह करू नकोस.'

अपालाला हसू आलं. 'काहीतरीच तुझं!'

"नाही. नाही. मी गप्प बसणार नाही. वर नेलंस तर मी त्यांना काय ऐकवेन ठाऊक आहे? 'महाशय आणि महाशयांनो, आपले गौरांग प्रभू हिचं गाणं ऐकूनच हिला संगीत-जगातून एक प्रकारे पळवून घेऊन आले. हिच्या गान-साधनेत काही बाधा येणार नाही असा त्यांनी शब्द दिला होता. गवऱ्या थापायला, पोळ्या बडवायला वा वर्षावर्षाला दुपटी धुवायला लावल्यास हिला मिळालेल्या दैवी देणगी नामक कॉन्ट्राव्हर्शल गोष्टीचा ह्यूज वेस्टेज होतो."

अपाला म्हणाली, 'थांब! थांब! उफ्ऽऽ... ए, मला गवऱ्या थापाव्या लागत नाहीत हं! तू दिवसेंदिवस ज्यादाच होत चाललीयस. आणि हो! काय सुंदर दिसायला लागलीयस. तुझ्यावरून नजर काढवत नाही मला.'

'बाप रे ! सुंदर? तुला मी सुंदर दिसते? खरं की काय, अपूदी?'

'म्हणजे? सुंदर सुंदर दिसणार नाही? सुंदर गोष्ट पाहण्यासाठी लागणारी दृष्टी माझ्याकडे नाही, असं वाटलं की काय तुला?'

'उंहूं! मला काय वाटलं माहीत आहे की तू गाण्याच्या बाबतीत बाह्य अंगाचाच विचार करत नाहीस. ठरीव नोटेशनप्रमाणे गाऊन तुझं समाधान होत नाही. तू रागाच्या गाभ्यापर्यंत जातेस. तसंच तुझं माणसांच्या बाबतीतही असणार. बाहेरून मी जेवढी सो कॉल्ड सुंदर आहे तेवढी आतून नाही. तू हे ओळखशील असं वाटलं मला.'

'मितूल, तू मला माझ्यापेक्षाही जास्त ओळखतेस, असं दिसतंय.'

'फार बडबडतेय ना मी? खरं सांगू का अपूदी, मनातलं बोलायला कुणी भेटतच नाही. आयुष्य कढईत शिजणाऱ्या संदेशाच्या पाकाप्रमाणे खदखदत कधी पक्कं झालं आणि संदेशाच्या कढईतून रसगुल्ल्याच्या कढईत कसं ट्रान्सफर झालं, ह्या वाटचालीच्या गोष्टी बोलायच्या कुणाजवळ? अपूदी, मी तुला अजूनही आवडते?'

'तू अगदी वेडी आहेस बघ!'

'खरंच मी छान दिसते?'

'तू ना खरंच....'

'मग मला एकदा जवळ घे ना, प्लीज.'

अपालाला ह्याची सवय नव्हती; पण मितूलच्या मनात गलबलत होतं. अपाला तिच्या मुलांनाही असं जवळ घ्यायची नाही. पण मितूल काही ऐकणाऱ्यातली नव्हती. अपालानं हात पसरताच ती झेप घेऊन तिच्या कुशीत शिरली, तिनं

अपालाच्या खांद्यावर डोकं टेकलं, आपालाच्या दोन्ही गालांचे तिनं मटामट मुके घेतले, मग तिच्या ओठांवर आपले ओठ टेकवून ती बडबडायला लागली. 'ए अपूदी, आय हॅव्ह ऑलवेज लव्हड् यू सो, अॅज इफ यू आर माय लव्हर, द बिग, डार्क, हॅण्डसम लव्हर. सो केअरिंग, सो सॉफ्ट, सो अॅण्डरस्टॅंडिंग. आय स्टिल रिमेंमबर हाऊ यू युज्ड टु सिंग मी टु स्लीप, आय हॅव्ह ऑलवेज बीन ए बिग चाइल्ड, यू हॅव्ह ऑलवेज बीन सो मॅच्युअर. उफ्! हाऊ सॉफ्ट युअर चिक्स आर, हाऊ स्वीट स्मेलिंग, व्हाय कान्ट माइन बी लाइक दिज?'

अपालाच्या गळ्यात पडून मितूल असं काहीबाही बडबडत असतानाच शिवनाथ आत आला आणि ते विचित्र दृश्य पाहून अवाक्च झाला. त्याला मितूलचा फक्त पाठीकडचाच भाग दिसत होता. गोरापान हात, गालाचा थोडा भाग आणि लालसर केस दिसत होते. त्यावरून तो मितूलला कोणी मड्डमच समजला होता. ही मड्डम आपल्या बायकोशी इतकी का प्रेमात आलीय, तेच त्याला समजत नव्हतं. शिवनाथला असं डोळे फाडफाडून त्यांच्याकडे बघताना पाहून अपाला कमालीची शरमिंदी झाली. ती मितूलला म्हणाली, 'ए, सरळ हो बघू! तुझे शिवनाथदादा आलेत.'

मितूल बाजूला सरकून उभी राहिली. 'आले तर सो व्हॉट! काय शिवनाथदा, डु यू सी हाऊ प्रेशस अॅण्ड लव्हेबल युअर वाईफ इज? अरे, पोट सुटलंय वाटतं तुमचं! मी तुमची मेव्हणी आहे म्हटलं. माझ्यावर तुम्ही रागवू शकतच नाही. कान पिरगळला तरी नाही. काहीही म्हणा पण मी तुमच्या लग्नाच्या वेळेलाच सांगितलं होतं की यू डोण्ट डिझर्व्ह अपूदी. लेनार्ड उल्फची गोष्ट माहीत आहे? व्हर्जिनिया उल्फचा नवरा. त्याच्याजवळ पण प्रतिभा होती पण आपल्या बायकोची प्रतिभा आपल्यापेक्षा फार उच्च पातळीवरची आहे हे लक्षात येताच त्यानं सॅक्रिफाइस केलं. सोल एक्झॅम्पल. आपल्याला कोणी सॅक्रिफाइस करायला सांगत नाही. पण तिची प्रतिभा व्यवस्थित मार्गाला लागेल एवढं तरी पाहा.'

शिवनाथ खूप गंभीर स्वभावाचा होता. मनमोकळा नव्हता. अपरिचित, अतिशय देखण्या अशा ह्या तरुणीच्या हल्ल्यानं तो गांगरूनच गेला. अपालाच्या लक्षात ही गोष्ट येताच ती हसून म्हणाली, 'ओळखलं नाहीत? ही मितूल. गुरुजींची मुलगी मितश्री.'

आता कुठं शिवनाथला ओळख पटली. त्यांच्या लग्नाच्या बासरला ती नाचली होती, गायली होती. हल्ली निरनिराळे फोटो दिसतात. त्यावरून मितश्री ठाकूर खरी कुठली ते समजतच नाही. खूप पॉप्युलर गायिका.

शिवनाथ हसला. म्हणाला, 'अरे, खरं तर मी तुम्हाला ओळखायला पाहिजे होतं. बासरमध्ये तुम्ही गाणं म्हटलं होतंत. -

ट्यांग ट्यांग डिंग डिंग शास्ति ।
कि शास्ति लो
अपूदिर गलातेर फांस दिलो
बरखाना गिरमिटि जिभटा सडात करे बार करे
तेलापोका गिले निलो ।
(ट्यांग ट्यांग डिंग डिंग सजा, काय सजा ग?
अपूदीच्या गळ्याला फास दिला ग
नवरदेव सरडा, काढतो जीभ बाहेर सदा,
झुरळ त्यानं गिळलं ग!)
गाण्याबरोबर रॉक डान्स. गाणं तुम्हीच रचलं होतं का?'

हसता हसता मितूलची मुरकुंडी वळली. ती म्हणाली, 'हे गाणं माझ्याशिवाय कोणाचं असणार?'

शिवनाथ म्हणाला, 'मी तुमच्या अपूदीसाठी योग्य नाहीच. पण तुम्हीही योग्य बहीण नाही आहात. कमीतकमी आठ-दहा वर्षांनी आलात विचारपूस करायला.'

मितूलनं वाकून कपाळावर हात टेकवून आदाब केल्यासारखं केलं. मग म्हणाली, 'अपूदीचा पिंजरा उघडून टाका शिवनाथदा! आता निघते.'

शिवनाथच्या अंगावरून ती दाराबाहेर पडली. दोन पावलं चालून ती तिच्या मारुतीत बसली. क्षणार्धात ती दिशेनाशी झाली.

आता तिच्या शरीरावर अपूचा स्पर्श रेंगाळत होता. बालपणीच्या गोड आठवणी मिसळलेला स्पर्श. तिच्या बाबांच्या विद्यार्थिनींत तिला सर्वांत आवडायची अपूदी. अपूदीच्या बाबतीत वीरपूजेसारख्या भावना होत्या तिच्या. लहानपणी तिला 'अपूदी खूप सुंदर आहे.'असंच वाटायचं. अपूदीच्या गाण्याला ती बाबांच्या सांगण्यावरून तानपुऱ्यावर साथ करायची. त्या वेळी लहानसं कपाळ, केसांची साधी एक वेणी, धनियाखाली साडीचा पदर खांद्यावरून पुढे घेतलेला, लांब भुवयांखाली मोठे डोळे, कधी मिटलेले तर कधी अर्धवट उघडे, लहानसर चेहरा, निर्झराप्रमाणे झुळझुळ करत वाहणारे सूर अशा अपूदीकडे ती नवलानं, मुग्ध होऊन पाहत राह्यची. अपूदीच्या अंगाला एक सुंदर वास यायचा. हा वास कुठल्या पावडरचा किंवा परफ्यूमचा नसायचा. तो असायचा तल्लीनतेचा गंध, शुद्धतेचा गंध.

प्रथम 'आसावरी' फिल्म मितूलनं फक्त स्वत:साठी स्वीकारली होती. तिला एक वेगळ्या प्रकारचा हिरॉइनचा रोल मिळणार होता. पण हळूहळू तिचं मत बदललं. एका गोष्टीला धरून राहण्याचा तिचा स्वभाव नव्हताच. प्रोड्युसरवरची आपली पकड घट्ट होतेय हे जाणवताच तिचा हट्टही वाढायला लागला. तिच्या बाबांना म्युझिक डायरेक्टर करायला प्रोड्यूसर अजिबात तयार नव्हते. ते तिला

म्हणाले सुद्धा 'फिल्म मार खाईल. मितश्रीदेवी, जरा कन्सिडर करा.'

ते कसे तयार होणार? आज रामेश्वर ठाकुरांना कोण ओळखत होतं? तिला हे कळत नव्हतं असं नाही. पण ती तिचा हट्ट सोडायला तयार नव्हती. तिनं सुचवलं होतं. 'आपल्या पसंतीचा आणखी एक म्युझिक डायरेक्टर ठेवा. पण शास्त्रीय संगीतावर आधारित गाण्यांना डायरेक्शन रामेश्वरांशिवाय कोणी देऊ शकणार नाही. मी आपल्याला चॅलेन्ज देते.'

एका प्रख्यात म्युझिक डायरेक्टरला रामेश्वरांबरोबर काम करण्यासाठी कसंबसं राजी केलं. सिनेमात खूप गाणी होती. पॉप साँगही होती आणि नृत्यगीतंही. हे सगळं दुसरे म्युझिक डायरेक्टर बघणार होते. रामेश्वरांचं क्षेत्र वेगळं होतं.

मितूलनं जेव्हा ह्या फिल्मची स्टोरी ऐकली तेव्हाच तिच्या लक्षात आलं की ह्यात नेहमीपेक्षा काही वेगळं नाही, नायिकेचं जीवन त्यातून उकलणार नाही. कल्पना, गांभीर्य नावालाही नाही. मितूलबरोबर एक प्रतिद्वंद्वी गायिकेचा रोल होता. सुरुवातीपासूनच ह्यासाठी ती अपूदीचा विचार करत होती. पण ह्यांच्या मूळ गोष्टीप्रमाणे मितूल उडती, उथळ गाणी गाऊनही जिंकणार होती कारण ती नायिका होती आणि अपूदी अलौकिक आवाज आणि गायकी असून हरणार होती. हे हास्यास्पद तर होतंच पण अपूदीकडे असा प्रस्ताव मांडणंही तिला अवघड होतं. अपूदी काही प्रोफेशनल प्ले-बॅक सिंगर नव्हती. मग तिच्या डोक्यात एक आइडिया आली. रामेश्वरांजवळ चर्चा करून तिनं ती पक्की केली. त्या नंतर ती सिन्हांना म्हणाली, 'डोण्ट माइन्ड... बट युअर स्टोरी... जस्ट लाइक एनि अदर स्टोरी.'

सिन्हा चाचरत म्हणाले, 'मिस ठाकूर.. नाही म्हणजे.. त्याचं काय... आहे, आमचा... एक फॉर्म्युला असतो... तेव्हा... म्हणजे....'

'आय नो. ॲण्ड आय हेट इट. आपण तर सारखे 'हा इक्स्पेरिमेंट आहे' असं म्हणत होतात. ही ऑर्डिनरी मालमसाला असलेली फिल्म नाही असा तुमचा क्लेम होता.'

त्यानंतर मितूलनं आपली कल्पना त्यांच्यापुढे मांडली. आकर्षक, धुंद करणाऱ्या, चटकदार गाण्याच्या मानसिकतेकडून परिपूर्ण वैभवशाली संगीतापुढे आत्मसमर्पणाची विलक्षण कहाणी. शास्त्रीय संगीतावर आधारित गाणी गाऊन प्रेक्षकांना वेड लावू शकेल अशा एका गायिकेला ती ओळखते, हेही मितूलनं सांगून टाकलं.

सिन्हा म्हणाले, 'खरंच तुमची आइडिया चांगलीच आहे. नाना प्रकारच्या प्रेक्षकांना सॅटिस्फाइ करायला स्कोप दिसतोय. मितश्रीदेवी, आपण खरंच व्हर्सटाइल आहात. पण दुसरा आवाज कोणाचा ते कळलं तर बरं होईल. आपल्या दोघींच्या ड्युएटनं चित्रपट संपेल.'

तेव्हा मितूलनं अपालाचं नाव उघड केलं.

नाव ऐकताचं गौरांग सिन्हा उत्साहाच्या भरात एकदम उभे राह्यले. म्हणाले, 'अपाला दत्तगुप्त? अपाला दत्तगुप्त! इज शी अलाइव्ह? इज शी रिअलि अव्हेलबल? आठ एक वर्षांपूर्वी मी त्याचं गाणं ऐकलं होतं. डोव्हर लेनला. मारवा गायला होता. त्यानंतर ठुमरी आणि शेवट भजन. 'मत जा मत जा मत जा जोगी.' खरं सांगायचं तर तो अनुभव शब्दांत वर्णन करून सांगण्यासारखा नव्हताच. मी आयुष्यात ते गाणं कधीच विसरणार नाही. नंतर खूप शोध घेतला. कुठंच त्यांचा पत्ता मिळाला नाही.'

मितूल म्हणाली, 'गाण्याबजावण्यातलं पॉलिटिक्स माहीत आहे ना? संयोजकांनी तिला ठुमरी किंवा भजन गायला सांगितलं होतं. पण गाण्याचा मूड आला की अपालीदीसारख्या गायिकेच्या लक्षात असं काही राहत नाही. ती दोन्हीही गायली. श्रोते खूष होते. पण संयोजक... त्यानंतर एका प्रसिद्ध समालोचकांनी टीकेची झोड उठवली.'

सिन्हा म्हणाले, 'मला गाण्यातली इतकी टेक्निकॅलिटि कळत नाही. इट वॉज फॅन्टॅस्टिक. मितश्रीदेवी, गाण्याची मला विशेष आवड असल्यामुळेच मी केजरीवालना ह्या चित्रपटात रस घ्यायला लावला. आपले बरेच प्रोग्रॅम्स ऐकलेत. अपाला दत्तगुप्त भेटतील, असं स्वप्नातही वाटलं नव्हतं. यू गो अहेड.'

मितूलनं पुन्हा पुन्हा स्वत:च्या मनात डोकावून पाह्यलं. तिला मत्सर वाटला होता का? थोडा तरी? नाही मुळीच नाही. एक सुंदर, सुगंधी फूल आपल्या संपूर्ण सौंदर्यानिशी उमललं असेल तर मलय समीरापाशी स्वत:ला अर्पण करण्यात त्याला आनंद वाटणारच ना? तिच्या क्षणभराच्या प्रियकराच्या आलिंगनातही जे सुख तिला मिळत नसे ते सुख - नव्हे त्यापेक्षा कितीतरी पट जास्त सुख तिला अपालाच्या छातीवर डोकं घासल्यावर मिळालं होतं. असं का झालं ते तिला कळत होतंही आणि नव्हतंही! बरंच आत्मविश्लेषण करूनही स्वत:च्या स्वभावातला काही अंश अस्पष्ट, अज्ञातच होता तिला. तिनं सनग्लासेस काढून ग्लोव्ह-कम्पार्टमेन्टमध्ये ठेवल्या होत्या. त्या काढून डोळ्यांवर चढवल्या. ऊन नव्हतं. संधिप्रकाश विरला होता. एकेक करून रस्त्यावरचे दिवे लागले होते. तरीही काही वेळ तरी तिला सनग्लासेसच्या आडोशाची गरज होती.

१७

शिवनाथ म्हणाला, 'अपू, तू ही ऑफर घेच. तुझी साधना, आशा, आकांक्षा सगळं काही माझ्यामुळे - आमच्या घरामुळे - बरबाद झालं पण...'

अपाला कपड्यांच्या घड्या घालत होती. ती म्हणाली, 'पुरे! पुरे! मुद्द्याचं बोला.'

'मी म्हणत होतो की घरात इतक्यात काही सांगायची गरज नाही. मी स्वत:

तुला पोहोचवत जाईन आणि घेऊनही येत जाईन. काहीही अडचण होणार नाही.'

पण प्रत्यक्षात लक्षात आलं की अपालाला न्यायचं-आणायचं म्हणजे शिवनाथला रजाच घ्यावी लागली असती. अर्थात् अशी वेळ आलीच नाही. अपालाला मितूल स्वतःच गाडीतून न्यायची आणि आणून सोडायची.

एके दिवशी मितूलची भेट अपालाच्या मुलाशी झाली. रणो बाहेर निघाला होता. मितूलनं आज साडी नेसली होती. रणो तिला पाहून चकित झाला. मितूल गाडीतूनच तोंड बाहेर काढून म्हणाली, 'तू रणोच ना रे! आई तयार आहे का? जरा बोलावून आण. मी आता गाडीतून उतरत नाही. जा लवकर.' बोलता बोलता ती घड्याळाकडे पाह्यला लागली.

रणोला अशा हुकमाची सवय नव्हती. पण तो मागे वळला आणि घाईघाईनं घरात शिरला. अपालाचं जवळ जवळ आटोपलंच होतं. ती टाचेनं साडी खाली ओढत होती. रणो म्हणाला, 'आई, कोणीतरी बाई तुला बोलावताहेत. खाली गाडीत बसल्याहेत.'

'चल.' बॅग उचलून अपाला म्हणाली.

रणो जिन्याच्या तीन-तीन पायऱ्या ओलांडून उतरायला लागला. ही त्याची सवयच होती. जिन्यातच त्यानं विचारलं, 'कोण आहेत त्या?'

'माझ्या गुरुजींची मुलगी, म्हणजे मितूल मावशी.'

'त्यांना पाह्यलंय मी ह्या आधी. मागच्या वर्षी आमच्या कॉलेजच्या सोशलला आल्या होत्या.'

'असेल, पूर्ण नाव मितश्री ठाकूर.'

'अस्सं सांग ना! तरी म्हटलं चेहरा ओळखीचा वाटतोय. तू त्यांच्याबरोबर कुठं निघालीस?' अपालाला खोटं बोलता येत नसे. ती एवढीच म्हणाली, 'रेकॉर्डिंग आहे.' रणो गाडीजवळून पुढे निघाला तेव्हा मितूल त्याला हाक मारून म्हणाली, 'रणो, कुठं चाललायस?'

'जरा इथंच.'

'चल, मी सोडते तुला.'

रणो अठरा-एक वर्षांचा होता. तो त्याच्या वडिलांवरच गेला होता. फक्त जरा शिडशिडीत होता. पण स्वभाव मात्र वडिलांपेक्षा अगदी उलट. बराच अबोल, तुसडा. बंकिमचंद्रांच्या भाषेत 'कर्कशकांति'. त्याची उंची अचानक वाढायला लागली होती. दाढी, मिशा. त्याला मित्रांशिवाय इतर लोकांत मिसळायला आवडायचं नाही. तो म्हणाला, 'इथं जवळच जायचंय. गाडी कशाला?' लांब लांब ढांगा टाकत गाडीच्या उलट दिशेने तो निघून गेला. स्टिअरिंगवर हात ठेवून मितूल म्हणाली, 'अपूदी, तुझा मुलगा खूप शाइ आणि इन्ट्रव्हर्ट आहे ना? तुझ्यासारखा?'

'आमच्याशी तो फारसा बोलत नाही. पण इन्ट्रव्हर्ट आहे की नाही कोण जाणे! वय वाईट असतं, मितूल. मला भीती वाटते.'

'भीती? का?'

'घरातला एकुलता एक मुलगा. शिवाय सर्वांत मोठा. फार कष्टानं वाचलाय. आजोबा-आजींचा फार लाडका. झाल्यापासून त्यांनीच वाढवलंय असं म्हण ना! मी त्याला नीट ओळखलंच नाहीय. त्याच्या वडिलांनी तरी कुठं ओळखलंय म्हणा!'

'गाणंबिणं काही म्हणतो की नाही?'

'गाणं? गाण्याशी एकदम वाकडं आहे त्याचं. कधी वेस्टर्न म्युझिक किंवा हिंदी सिनेमातील गाणी ऐकतो. बस! बाथरूममध्ये गुणगुणतानासुद्धा मी ऐकला नाहीय त्याला.'

'तुझा मुलगा आणि गात नाही? लहान असताना त्याला गाणं म्हणायची नाहीस? मला झोपवताना म्हणायचीस तसं. घोड्या मुलीची लहान आई होऊन.'

'नाही ग! तो लहानपणापासून त्याच्या आजीजवळच झोपायचा आणि आजीचा सुरांशी उभा दावा. एक ओळ सुरात म्हणतील तर शपथ! हाही तसाच. माझा मुलगा असून अगदी बेसूर.'

मितूल गुपचूप गाडी चालवत होती. बऱ्याच वेळानं तिनं विचारलं, 'आणि मुली?'

'मोठ्या टिटूचा आवाज मूळचाच खूप छान आहे. पण गायला बसतच नाही. धाकटीचा आवाज चांगला नाही. मात्र इतर विद्यार्थ्यांबरोबर बसवते. पण फार लवकर हिरमुसली होते. इच्छा आहे पण धीर नाही.'

'तू तिला सोडू नकोस. माझ्या मधुर गळ्याची आठवण ठेव.'

'नाही. मी मुळीच धीर सोडलेला नाही. पण खरं सांगायचं तर माझं गाणं ऐकूनच ती गायला कचरते. काही झालं तरी मी तिचं गाणं चालूच ठेवलंय. पण हल्ली अभ्यासाचा किती ताण असतो ना! मग रियाजाला वेळ तो किती मिळणार! आणि किती होमवर्क देतात! अर्ध तर गलाच करून द्यावं लागतं.' थोडं थांबून अपाला म्हणाली, 'मितूल, तुझं घराणंच गाणाऱ्यांचं. किती पुरुषांपासून चालत आलंय ग गाणं? तुझ्या रक्तातच गाणं आहे. सुरुवातीच्या आवाजाचं काय एवढं! उपजत सूर जाणार कुठं! पण आम्ही उपटसुंभ. सासरी तर गाण्याचं नावच काढायला नको. माहेरीही मी एकटीच गाण्याची भक्त. कदाचित माझ्या बाबांना गाण्याचं अंग असावं. ते मी खूप लहान असतानाच वारले. देवघरात बसून रोज संध्याकाळी गायचे. 'तुमि बिबेक हलदि गाये मेखे जाओ छोबे ना तार गंध पेले' ही ओळ मला अजून चांगली आठवते. ह्या ओळीमुळेच 'अंगाला हळद फासली की मगर धरत नाही' अशी माझी खात्रीच झाली होती. आता ह्या गोष्टीचं हसू येतं.

तुझ्या घराशी आमच्या घराची तुलनाच होऊ शकत नाही.'

मितूल म्हणाली, 'अपूदी, मला काही हे पटत नाही बघ.'

'तुला काहीच पटत नाही.'

'कसं पटेल, सांग बरं! कुठलंही घराणं घेतलं तरी त्याची सुरुवात कुणीतरी केलेली असणारच. मग त्या सुरुवातीच्या माणसात तो गुण आला कुठून? विलायत खाँच्या तीन पिढ्यांबद्दल आपल्याला माहिती आहे. पण त्याच्या आधी? उस्ताद अल्लाउद्दीन खाँ तर वेड्यासारखं संगीतावर प्रेम करायचे. ढोलक्यापासून सुरुवात करून सरोद, सूरसिंगारपर्यंत पोहोचले. एवढं ते कसं करू शकले? त्यांच्या वाडवडलांकडून हे आलं, असं तर ऐकिवात नाही.'

अपाला खिडकीच्या बाहेर पाहत म्हणाली, 'खरं आहे तुझं. पटलं. पण मी काही अपाला घराणं तयार करू शकले नाही. कारण मला माहीत नाही.' तिच्या आवाजात विषण्णता होती. टिटूनं तरी गाणं शिकावं असं तिला वाटत होतं. तिनं तिला कितीतरी दिलं असतं.

चित्रपटातील गाणी फारच उत्तम जमली होती. बंदिशी पण रामेश्वर आणि अपाला ह्या दोघांनी मिळून तयार केलेल्या. एवढा सुंदर आवाज! हा आवाज आपल्या सर्व ऐश्वर्यानिशी गाण्यांतून उतरला होता. मितूलच्या गाण्याच्या बाबतीतच मुश्कील झाली होती. चटकफटक गाण्यात किंवा पॉप साँगमध्ये मितूल ठीक होती. तिचा जरा पुरुषी, दाणेदार आवाज ह्या गाण्यांना शोभत होता. फिल्ममधील लोक अशा आवाजाला 'सेक्सी' म्हणत. चटकफटक गाण्यांचं हे एक आकर्षण होतं. पण राग गाताना अपालाच्या गाण्याची खोली, तिचा विलक्षण आवाज हे इतक्या वरच्या पातळीवरचं होतं की म्युझिक डायरेक्टर अडचणीत सापडले. रामेश्वरांवर मात्र काहीच परिणाम झाला नाही. असं होणार हे त्यांना माहीतच होतं. एवढंच नाही तर नजरुलच्या गाण्यांच्या जलशाच्या दृश्यात तिलक कामोदमधील 'सृजन छंदे' हे गाणं सुरात वैचित्र्य आणून अपालानं भजनाच्या अंगानं असं काही म्हटलं की त्यापुढे मितूलचं गाणं टिकणंच शक्य नव्हतं. मितूल म्हणाली, 'हाच गोष्टीचा क्लायमॅक्स असू द्या. हे गाणं ऐकूनच नायिकेला खरं गाणं काय हे प्रथमच समजतं असं दाखवू या. घाबरायचं काहीच कारण नाही.'

दुर्गापूजेच्या सप्तमीला 'आसावरी' रिलीज झाला. पण काही रेकॉर्ड्स आधीच निघाल्या होत्या. अपाला दत्तगुप्तच्या नजरुलगीतीच्या, रागप्रधान गाण्यांच्या, एवढंच नव्हे तर ख्याल, ठुमरी, भजन ह्यांच्या रेकॉर्ड्स पाहता पाहता विकल्या गेल्या. 'भोलो भोलो सृजन छंदे', 'मेरे तो गिरिधर गोपाल, दुसरा न कोई,' किंवा रागप्रधान 'गंगा चितपावनी भवानी शिवरंजनी' अशी बहुतेक गाणी पूजा-मंडपात तारस्वरात वाजत होती.

फिल्म रिलीज झाल्यावर आणि गाण्यांना भरपूर यश मिळाल्याचं नक्की झाल्यावर शिवनाथनं ही बातमी घरी सांगितली. आश्चर्याची गोष्ट म्हणजे मनोहरबाबू म्हणाले, 'एवढी चांगली बातमी एवढ्या दिवस लपवून का ठेवलीत?'

घरात नवा, रंगीत टी. व्ही. आला. सासूबाईंसाठी आणि जावेसाठी भारी साड्या. अपाला सासऱ्यांना म्हणाली, 'बाबा, काही दिवस एखाद्या उस्ताद तबलजींजवळ शिकावं म्हणते.'

मनोहर दत्तगुप्त आश्चर्यचकितच झाले. म्हणाले, 'चाळिशी आली तुझी, तरीही शिकायचंय अजून आणि शिकणार काय तर तबला? विनोदच आहे! आणि इतक्या वर्षांत काही करताना मला विचारलं नाहीस. मग आताच परवानगी लागली?'

अनेक दिवसांनी आज अपालाला खराखुरा आनंद झाला होता. किती दिवसांनी ती मनसोक्त गायली होती आणि तिची गाणी लोकांना आवडलीही होती. एका रात्रीत अपाला दत्तगुप्तचं नाव सर्वांच्या तोंडी झालं होतं. घरातल्या सर्वांना स्वत:च्या पैशातून तिनं किमती भेटी दिल्या होत्या. पण सासऱ्यांच्या वक्तव्यानं तिच्या आनंदावर पाणी पडलं. तिचं तोंड साफ उतरलं. ती त्यांच्या खोलीत येताच तिची सोळा वर्षांची मोठी मुलगी टिटू म्हणाली, 'आई, तुला काय वाटलं की टी. व्ही.ची लाच देऊन तू दादूंकडून पासपोर्ट मिळवू शकशील?' टिटूच्या स्वरात क्लेष होता. अपाला मोठ्या कष्टानं डोळ्यांतलं पाणी आवरत होती. वार अचानकच झाला होता. टिटूच पुढे म्हणाली, 'आई, तुला जे करायचंय ते बोल्डलि कर. कशाला कोणाकडे भीक मागायची?'

टिटू वयाच्या मानानं पोक्त होती. दोन्ही हातांवर हनुवटी ठेवून ती आईच्या समोर बसली होती. पुढे म्हणाली, 'तू घरातलं केवढं काम करतेस! पोळ्या लाटतेस, वाढतेस, कपडे धुतेस आणि हे सगळं करून तू तुझा गाण्याचा क्लास सांभाळतेस. शिवाय स्वत:चं गाणंही. काकी तर घरातलं काम असं फारसं काही करत नाही. एक तर सिनेमाला जाते नाहीतर माहेरी. तिला कोणी तुला बोलतात तसं बोलतात का? तू दादू आणि आजीचं ऐकत राहिलीस तर चढून बसतील. माहीत आहे?'

शिवनाथ म्हणाला, 'ए टिटू, किती बोलतेस, पुरे आता.'

'तुम्ही मलाच गप्प बसायला सांगणार. आम्ही लहान ना! आणि मोठे कसंही वागले तरी त्यांना आम्ही बोलायचं नाही. त्यांनी मात्र हवं तसं वागायचं'.

बनी म्हणाली, 'आई सगळ्यांसाठी खपते. फक्त माझ्या आणि टिटूच्याच वेळी काहीच करत नाही.' बनीच्या आवाजात लाडिक रुसवा होता. 'शूटिंग बघायलासुद्धा नेलं नाही. स्टिरिओ तर दादाच बळकावून बसलाय.'

टिटू म्हणाली, 'बनी, जरा गप्प बसशील का?'

एवढ्यात सासूबाईंची हाक आली. 'सूनबाईऽऽ जेवायला चल.'

अपाला तशीच बसून राह्यली. ती शिवनाथला म्हणाली, 'मला भूक नाही म्हणून सांगा.'

टिटू म्हणाली, 'आई, जेवली नाहीस तर अशक्तपणा येईल. आधीच तू ॲनिमिक. चल बघू. आधी जेवायला आहेच काय! पोळी आणि बटाट्याची चच्चडी[२०]. परवराची भजी बहुतेक दादानं संपवली असावीत. आज कोळंबीचं कालवण आहे. तुला नाही चालायचं. ॲलर्जि आहे ना तुला त्याची. दुसरं काही केलेलं दिसत नाही. थोडं दूध तरी तुझ्या वाटणीला येतंय का बघते.' टिटू उठून निघून गेली.

शिवनाथ काकुळतीनं म्हणाला, 'अपू, जा. थोडं जेव. तुला पाहिजे त्याच्याकडे शिकायला जा. मी आहे ना!'

'मी आहे ना' हे आश्वासक वाक्य खरंच फार मूल्यवान आहे. हे वाक्य धीर देतं, दिलासा देतं. आणखीही बरंच काही देतं. पण शिवनाथचा हा 'मी' भला पण दुबळा होता. अपाला हे समजून चुकली होती. बऱ्याच वर्षांपूवी, तिच्या मनाविरुद्ध, तिला नटवायचा प्रयत्न करून आईनं तिला बळजबरीनंच पाह्यला आलेल्यांसमोर नेऊन उभं केलं होतं. तेव्हा ती खूप रडली होती आणि अखेर रागारागातच तिनं स्वत:ला नशिबाच्या हाती सोपवून देण्याचं नक्की केलं होतं. गाण्याशिवाय तिच्या आयुष्यात दुसरं काही नव्हतंच. ते गाणंच बळजबरीनं तिच्यापासून हिसकावून घेतलं जात होतं. तेव्हा ते एका अर्थी तिचं मरणच होतं. ती मृत नव्हती तर जीवन्मृत होती. ती तिचं बाकी आयुष्य यांत्रिकपणे घालवणार होती. पण निश्चय तडीला नेणं महाकठीण होतं. जीवन एवढंसं आहे असं म्हणतात. पण ते काही अगदीच कमी नसतं. त्यातल्या प्रत्येक दिवसाचे तास असतात चोवीस. चोवीस इन टू साठ मिनिटं. चोवीस इन टु साठ इन टु साठ– एवढे सेकंद. एवढ्या घटका, पळं यांत्रिकपणे घालवणं सोपं नव्हतं. त्या वेळेला तिला मिळालं होतं शिवनाथचं आश्वासन. पण ह्या आश्वासनात काही अर्थ नसल्याचं पुढे तिच्या लक्षात आलं होतं. पहिलं म्हणजे शिवनाथ ऑफिसच्या कामात खूप गुंतलेला असायचा. दुसरं म्हणजे सासरचं वातावरणच असं होतं की पहाटे वा संध्याकाळी रियाज करणं हा चेष्टेचा विषय ठरला असता. अपालाला गाण्यासाठी तोंड उघडायलाच लाज वाटायची. तिच्या सासरी गच्चीजवळची अशी खोली नव्हतीच. अर्थात 'सूनबाई, तू गा' किंवा 'हे काय चाललंय?' असं काहीच कोणीही स्पष्टपणे म्हणत नसे. ती ह्या घरात नवी असताना तिला पाह्यला कोणी आलं तर सासूबाई कधी कधी म्हणायच्या, 'आमची सूनबाई खूप छान गाणं म्हणते बरं का! म्हण ग एखादं.'

तेव्हा सोहमनं भेट दिलेला, हस्तिदंती काम केलेला तो भारी हार्मोनियम घेऊन

समोरच्या पाहुण्यांच्या मनाचा अंदाज घेत ती गाणं म्हणायची. लग्नानंतरच्या काही दिवसांत अशा बऱ्याच संधी तिला मिळाल्या होत्या. 'ओ के गान गेये गेये चले जाय । पथे पथे ओइ नदीयाय' किंवा 'ए की लावण्य पूर्ण प्राण' वा 'क्षमिओ हे शिब आर ना कहिब' वगैरे गाणी तिच्या आवाजात ऐकली की बहुतेकांच्या डोळ्यांत पाणी यायचं. ते म्हणायचे 'हिला गाणं येतं असं ऐकलं होतं. पण ही अशी गाते हे नव्हतं ठाऊक. गाणं असं असतं अशी कल्पनाच नव्हती.'

नणंद आणि तिचे यजमान इथं होते तेव्हा, ते दोघं आले की ती गायला बसायची. ते तिला फरमाइश करून तिचं गाणं ऐकायचे. पण ते व्हेनेज्युएलाला गेल्यावर गाणं - विशेष करून संध्याकाळची दोन-दोन, तीन-तीन तासांची मैफल - जवळ जवळ बंदच पडली. हे झालं गाण्याचं. रियाज काय चीज आहे हे सासरी ठाऊकच नव्हतं. शेजारच्या घरातली एक मुलगी रोज सकाळ-संध्याकाळ सा रे ग रे ग म म म प करून किंचाळायची तेव्हा अपालाचे सासरे म्हणायचे, 'बाप रे! ही लग्न होऊन जाईल तर बरं!'

थंडीच्या रात्री दारखिडक्या बंद करून अपाला शिवनाथला म्हणायची, 'मालकंस ऐकणार?'

शिवनाथ म्हणायचा, 'ऑफकोर्स.'

मग त्या बंद खोलीत मंद्र आणि मध्य सप्तकात मालकंसचे सूर विहरायला लागायचे. भीतीमुळे ती वरच्या पट्टीत गायची नाही. त्रिसप्तकात विस्तारणारं तिच्या अपूर्व आवाजाचं सौंदर्य बंधनात अडकून पडायचं. त्यानंतर पिलू किंवा मिश्र खमाजमध्ये ठुमरी. वरून नेहमी शांत दिसणारा, सौम्य स्वभावाचा शिवनाथ ठुमरी संपता संपता जणू पिसाट जनावर व्हायचा. सुरांनी अनुरणनाऱ्या त्या मध्यरात्री अपालाचं सर्वांग सुरांच्या प्रेमात भिजून जेव्हा शहारायचं, मनातल्या मनात ती अनुवादी सुरांमध्ये हळुवारपणे अवगाहन करून पुन्हा पुन्हा वादीस्वरात परत येऊन स्वत:ला तिथंच धरून ठेवायला पाह्यची, नेमका तेव्हाच शिवनाथ तिच्यावर अघोरी आक्रमण करायचा. जणू टपलेल्या चित्त्यानं शिकारीवर झेप घ्यावी तसं. त्यानंतर तिच्या चिंधड्या चिंधड्या व्हायच्या. ह्या अशा वेळी शिवनाथनं जर तिला व्हायोलिन वाजवल्यासारखं हळुवारपणे, प्रेमानं छेडलं असतं तर कदाचित तिला ते भावलं असतं. पण शिवनाथचा तो रासवटपणा तिला असह्य व्हायचा, रडवायचा. सुखाच्या, आनंदाच्या सीत्काराऐवजी ती वाघाच्या तावडीत सापडलेल्या हरणशावकासारखी विव्हळायची. अपालाची तीनही मुलं अशीच झाली. तरीही तिघांची सुरांशी कट्टी. ह्याशिवाय तिच्या रियाजाला पर्यायच नव्हता. पण हळूहळू तिला उमगलं की नीरव मध्यरात्रीचं गाणं शिवनाथच्या पहिल्या रिपूला नियंत्रणाबाहेर नेतं. त्यानंतर शिवनाथनं कितीही मनधरणी केली तरी ती रात्रीच्या वेळी गायचं टाळायला लागली. शिवनाथ

म्हणायचा, 'तिला एकट्या श्रोत्यापुढे गायला आवडत नाही. शेकडो लोकांपुढे गायची तिला सवय आहे ना!'

अपाला मनातल्या मनात म्हणायची, 'मला खूप गावसं वाटतं. एकटाच काय कोणीही श्रोता नसला तरी मला चालेल.' मोठ्यानं म्हणायची, 'आज नको. फार थकल्यासारखं वाटतंय.' तिनं असं म्हणताच दुसऱ्या दिवशी शिवनाथ व्हिटॅमिनच्या गोळ्या तिच्या हातात ठेवायचा. त्याला करण्यासारखं एवढंच होतं. अखेर, कशीबशी ती खालची खोली मिळाली. धाडस नाही म्हणता म्हणता अपूत धाडस होतंच. काकांच्या कडक विरोधाला न जुमानता तिनं जे करायचं ते केलंच होतं. सासरच्या गाण्याबाबतच्या अज्ञानाला आणि उदासीनतेला मागे टाकून तिनं आपलं गाणं सुरूच ठेवलं होतं. पण संगीतातलं उच्च शिक्षण तिला घेता येत नव्हतं. इतर क्षेत्रांप्रमाणे संगीताच्या क्षेत्रातही शिकण्याला अंत नसतो. एकोणीस-वीस वर्षांपर्यंत असं कितीसं शिकणार! गुरुजी तर म्हणायचे, 'अपू. तू आता अमक्याकडे जा. तमक्याकडून शिकून घे. माझ्याकडे देण्यासारखं जे होतं ते सगळं मी तुला दिलंय.'

सुरुवातीला तिला कॉन्फरन्सना बोलावत. संध्याकाळची सुरुवातीची कलावंत म्हणून. तेव्हा रामेश्वरांचा 'शिक्षक' म्हणून खूप नावलौकिक होता. अपालाकडेही 'उगवती कलावंत' म्हणून पाह्यलं जायचं. व्यासपीठावरून अपालाला दिसायचं की सभागृह अर्धअधिक रिकामं आहे. ये-जा चालू आहे. ह्या लोकांनी तिकिटं काढलेली असायची ती मध्यरात्री जे गायला बसणार आहेत त्यांच्यासाठी. कोण ही अपाला दत्तगुप्त? हिराबाई बडोदेकरांसारखी साडी गुंडाळून बसलेली, काळीसावळी, हडकुळी गायिका? मोहक हावभाव न करता तानपुरा घेऊन शांतपणे गाणारी. पुढे बसलेले काही 'वा!वा!' म्हणून तारीफही करायचे. कधी ती जेव्हा त्रितालात तानेची तीन आवर्तनं घेऊन समेवर यायची किंवा विस्तार करताना एखादी विलक्षण पुकार घ्यायची तेव्हा मागे बसलेले लोक पाणीपुरी खायला उठायचे किंवा कुणी पाणीपुरी खाऊन आत बसलेल्यांसाठी चणे चुरमुरे घेऊन यायचे. कोणाच्या हातात कोल्डड्रिंक्सच्या बाटल्या असायच्या. 'काय रे, काय गायली? नटबिहाग? नवीन राग आहे?' पुष्कळ वेळा लोक शेरा मारायचे, 'षड्जापासून मध्यमपर्यंत जायला किती वेळ घेतला पाह्यलंत ना? अमीराखान साहेबा की नाही!' ह्यामुळे आतल्या आत चिडलेल्या अपालानं एकदा मारव्याचा विलंबित आटोपता घेऊन मध्य लयीत येऊन चटकन सहजपणे बडे गुलाम अलींची कूटतान उचलली. त्यानंतर तारसप्तकाच्या धैवतात बराचवेळ स्वरविलास करून तारसप्तकाचा षड्ज, मग खाली आली मध्यसप्तकात, त्यानंतर मंद्रच्या षड्जामध्ये. सगळा ऑडिटोरियम टाळ्यांच्या कडकडाटानं दणाणला. ह्या वेळी अपालानं स्वत:च्या मूडप्रमाणे पिलूत ठुमरी गाऊन भजन सुरू केलं. 'मत जा, मत जा, मत जा, जोगी...' तिच्या अंत:करणातून

सुरांची कारंजी उसळून फुटत होती. बराच वेळ ती भजन गायली. त्यानंतर श्रोत्यांकडून आणखी ठुमरी गाण्यासाठी, भजन गाण्यासाठी एवढंच नव्हे तर ख्यालासाठीसुद्धा फर्माइश होत होती. दणाणणाऱ्या ऑडिटोरियमकडे पाठ फिरवून ती निघून आली. अपालाच्या गाण्यानंतर एका प्रसिद्ध उस्तादांच्या वादनाचा कार्यक्रम होता. पण तो अजिबात जमला नाही. संयोजक अपालावर वैतागले. कारण तिला दिलेल्या वेळेपेक्षा तिनं जास्त वेळ घेतला होता. प्रसिद्ध उस्ताद काही बंकिमचंद्र[२१] नव्हते, उगवत्या गायिकेला मानपत्र देऊन तिची कदर करणारे. ते होते रागीट, लहरी. ते भयंकर संतापले. ह्याचा परिणाम म्हणजे दुसऱ्या दिवशी वर्तमानपत्रातून टीकेची झोड उठली. सगळे रामेश्वरांच्या विरुद्ध गटातले. 'का ती द्रुत बंदिशीत गेली नाही? लहान वयात नियम मोडण्याइतका कसला उद्धटपणा? शिवाय ती गायली तो मारवा होता का सोहनी? तानेच्या वेळी कोमल रिषभ तर लागलाच नव्हता.' फक्त एका बंगाली साप्ताहिकात तिच्या फोटोसह तिच्या संपूर्ण परफॉर्मन्सची बातमी छापून तिची प्रशंसा केली होती. दुसरं गाणं ऐकायचा मूड यायला मध्यरात्र उजाडावी लागली. ह्या गोष्टीचा उल्लेख करायलाही ते विसरले नव्हते.

ह्यानंतर अपालाला गाण्यासाठी आमंत्रणं येणं बदं झाली. अपाला म्हणजे शेवाळलेलं डबकं किंवा खाऱ्या पाण्याचं तळंच जणू. आतून समुद्राला मिळणारा एक गुप्त रस्ता होता. पण वापर नसल्यानं तो बुजत आला होता. मितूलनं तो रस्ता खुला केला. मितूल तिची गुरुबहीण. कित्येक दिवसांत अपाला मोठ्या कॉन्फरन्समध्ये गाणं ऐकायलासुद्धा गेली नव्हती. त्यांनी तिला कॉम्प्लिमेन्टरि कार्ड पाठवणंही बंद केलं होतं. शिवनाथ म्हणाला, 'हा अपमान आहे. अपाला दत्तगुप्त तिकीट काढून गाणं ऐकायला जाणार! हे शक्य नाही.'

तेव्हा गुरू रामेश्वरांवरून बरीच वादावादी सुरू होती. शांत, कोणाच्या अध्यातमध्यात नसलेल्या अपालासारखीचा निभाव लागणं कठीणचं होतं. पण.... पण... पंडित चंद्रकांतजींना ती आता ऐकू शकत नव्हती. रविशंकर, विलायत, भीमसेन, गिरजादेवी, बिसमिल्ला, निखिल बॅनर्जी - सगळे सगळे तिच्या जीवनातून हरवून गेले. मागे उरली फक्त एक गृहिणी. पोळ्यांची चवड भाजणारी. कारण त्यांच्याकडे नाश्त्याला, डब्यांत, रात्री अशा तिन्हीत्रिकाळ पोळ्या लागत. एक शून्यमनस्क आई-मुलाचे कपडे मुलीला घालणारी, मुलीचं पुस्तक घेऊन मुलाला शिकवायला बसणारी आणि बोलणी खाणारी. घरात आलेली नवी सून बड्या घरची लाडकी लेक होती. रंगानं गोरी होती. तिच्याशी मोठ्या सुनेची तुलना होत होतीच. त्या तुलनेला आता जास्तच जोर चढला. ही नवी सून रोजच्या कामात इकडची काडी तिकडे करत नसे. पण मध्येच एखाद्या दिवशी केक, पुडिंग किंवा मटणाचा एखादा काश्मिरी प्रकार करून सर्वांना चाट करत असे. रणो वैतागून म्हणायचा,

'आई, तुला सिन्थेटिक कपडासुद्धा नीट धुता येत नाही का ग? कफ्सना आणि कॉलरला मळ तसाच आहे.' बनी म्हणायची, 'आई आज आपण सिनेमाला जायचंय. बॉर्न-फ्री लागलाय. आमच्या शाळेत सगळ्यांनी बघितलाय. फक्त मीच राहिलीय.'

अपाला म्हणायची, 'जा ना, जा. बाबांना सांग.'

'नाही, नाही. तूही आलं पाहिजेस.'

टिटू वयाच्या मानानं नेहमीच मोठ्यासारखं बोलायची. ती म्हणायची, 'गाण्यामुळे काय काय होतं ते तुझ्यावरून समजलंय मला. आई, प्लीज माझ्या मागे लागू नकोस गाण्यासाठी. मी आपली आय.ए.एस.च होईन.'

१८

एका मंगळवारी अगदी सकाळीच अपालाला फोन आला. सकाळचे साधारण सहा वाजले असतील. अपालाची नुकतीच अंघोळ उरकली होती. शिवनाथला तिनं कोणाचा फोन आहे असं विचारताच त्यानं लंडनहून फोन आल्याचं सांगितलं.

'कोणाचा आहे? विद्युतदांचा? असा अचानक?' अपालानं घाईघाईनं शिवनाथच्या हातातून रिसीव्हर घेतला. विद्युतदा तिला किंवा तिच्या आईला मधून मधून पत्र पाठवत. गीतालीही लिहायची. पण असा अचानक फोन म्हटल्यावर भीती वाटणं सहाजिकच होतं. दादा पत्र पाठवायचा आणि फोनही करायचा. तो राहायचा कॅलिफोर्नियाला. पण कॉन्फरन्ससाठी कधी लंडनला गेल्यास तिथून फोन करून खुशाली विचारायचा. लग्न करून तो तिकडेच सेटल झाला होता.त्यानं आईलाही तिकडे नेलं होतं. पण तिथं सुजाताबाईंना अगदी एकटं पडल्यासारखं झालं. सतत तोंड मिटून राहणं त्यांना शक्य नव्हतं. त्या परत आल्या. सध्या त्या त्यांच्या घरात एकट्याच राहत होत्या.

अपालानं रिसीव्हर घेताच पलीकडचा आवाज स्वत:ची ओळखबिळख न देता सरळच म्हणाला, 'अपू, तुझ्या भटियार आणि वृंदावनी सारंगच्या रेकॉर्ड्स ऐकल्या. एकदम लाजवाब!'

'कोण? विद्युतदा?'

'काय म्हणालीस? विद्युतदा? विद्युत सरकार उत्तम डॉक्टर असतील पण असा आवाज मिळायला त्यांना बरेच जन्म घ्यावे लागतील.'

आता अपालालाही जाणवलं की पलीकडचा आवाज विद्युतदांचा नाही. विलक्षण भोवोत्कट, पुरुषी आवाज. ती काहीच बोलत नाही असं पाहून पलीकडून आवाज आला, 'काय ग अपू, तुला हल्ली विद्युतबिद्युत सगळेच अग-तुग करायला

लागलेत वाटतं? बरीच प्रगती झालेली दिसते.'

'कोण सोहम? सोहम! तू बोलतोयस?'

'या, मॅडम! धिस इज सोहम चक्रवर्ती - द इनफेमस गजलिया, स्पीकिंग.'

'कुठून बोलतोयस?'

'विद्युतदांच्या घराजवळूनच. केन्टहूनच. बर्ले अॅव्हेन्यू.'

अचानक अपालाला प्रश्न पडला, 'इनफेमस का म्हणालास रे?'

'अहो मॅडम, इनफेमस होतो म्हणूनच तुम्ही लोकांनी ट्रान्सफर केली ना माझी! माझ्या भानगडींचे चटकदार, रोमँटिक किस्से पेपरमधून येत नाहीत? नाविकाप्रमाणे माझीही प्रत्येक बंदरात एक बायको आहे वगैरे..वगैरे.'

काही गोष्टी अपालाच्या कानावर आल्या होत्या. पण अपाला एकाच सोहमला ओळखत होती. बाकीच्यांशी तिचा काहीही संबंध नव्हता. ती एवढंच म्हणाली, 'मला ते काही माहीत नाही. गाण्याबजवण्याच्या पॉलिटिक्सपासून मी दूरच असते.'

'पॉलिटिक्सपासून दूर असशील तर इट्स ओ. के. बाय मी. पण गाण्यापासून दूर राहू नकोस. 'आसावरी' च्या रेकॉर्ड्समध्ये मला पूर्वीची अपाला भेटली. पण मधली काही वर्षं कुठं हरवली होतीस?'

'एवढं सगळं फोनवर कसं सांगता येईल? तुझं फोनचं बिल वाढत नाही?'

'बिलाची फिकीर मला नाही. ते देईल माझा होस्ट. तुला मात्र माझ्याशी बोलायला आवडेनासं झालंय असं दिसतंय! भलतीच प्रूडिश झालीयस वाटतं!'

'काही तरी बोलू नकोस. पण काय रे, तू गझलिया कसा काय झालास?'

'फार मोठी गोष्ट आहे ती! इतक्या दुरून, फोनवर नाही सांगता येणार. पण अपू, तुझं ठीक आहे ना? आणि तुझा तो मदनाचा पुतळा नवरा? मुलंबाळं किती?' शेवटचा प्रश्न सोहमनं हेल काढून बायकी आवाजात विचारला. अपालाचं उत्तर ऐकताच म्हणाला, 'तीन! सांगतेस काय? भारत सरकारच्या लिमिटपर्यंत पोहोचलीस. तू एवढी ही असशील असं वाटलं नव्हतं बुवा! वरून काय साळसूदपणाचा आव आणायचीस.'

'ए सोहम, बघ हं आता!'

'अच्छा! ठेवतो. लवकरच भेटू.'

अपालाचा चेहरा एकदम उजळला. तोंडासमोरचा पेपर बाजूला करत शिवनाथनं विचारलं, 'सोहम? वा! इतक्या दिवसांनी? तुझा एक नंबरचा मित्र ना?'

रणो उठून आजोबांच्या खोलीतून बाहेर येत होता. त्यानं शिवनाथचं बोलणं ऐकून विचारलं, 'कोणाचा फोन? सोहम चक्रवर्ती? गझल? ओ फॅन्टा! पण त्यानं तुला का फोन केला?'

'तो मित्र आहे माझा!'

‘तुझा बॉयफ्रेंड? आय कान्ट रियलि थिंक ऑफ इट.’

‘सोहम माझा गुरुबंधू आहे. आम्ही दोघं लहान असल्यापासून रामेश्वरजींकडे गाणं शिकलो.’ अपाला गंभीरपणे म्हणाली.

‘आई हल्ली मला तू मॅजिशनच वाटतेस. टोपीतून एकामागून एक ससे बाहेर काढतेस. मितश्री ठाकूर.... सोहम चक्रवर्ती... अजून किती आहेत टोपीत?’

आनंदाच्या भरात अपालानं आज चहात साखरेऐवजी चुकून रवाच घातला. मनोहरबाबू म्हणाले, ‘सूनबाई, मला मधुमेह झालाय हे आताच कळतंय.’

अपालाला काहीच कळलं नाही. ती आ वासून पाहतच राहिली. ते पाहून तिचा धाकटा दीर- विश्वनाथ म्हणाला, ‘वहिनी, चहात साखर नाही.’

अपालानं जीभ चावली आणि ती घाईघाईनं स्वयंपाकघराकडे वळली. मागून पुन्हा विश्वनाथचा आवाज आला, ‘वहिनी, चहात काहीतरी घातलंय. पण ती साखर नाही. कपाच्या तळाशी फुलून आलंय.’

हे ऐकताच सासूबाई म्हणाल्या, ‘अरे, तिनं चुकून रवा घातला वाटतं चहात. दोन्ही डबे सारखेच आहेत आणि शेजारी शेजारी ठेवले होते ना!’

मग एकच हास्यकल्लोळ उडाला.

विश्वनाथचं लग्न होण्याआधी तो वहिनीचा भक्त होता. त्याला तिची गाणी ऐकायला आवडायची. अर्थात क्लासिकलपासून तो दूरच राह्यचा. पण अपाला सर्व तऱ्हेची गाणी म्हणायची. तो मित्राचा टेप-रेकॉर्डर आणून अपालाची गाणी रेकॉर्डही करायचा. तिला चांगल्या कॅसेट्स, रेकॉर्ड्स भेट द्यायचा. रेडिओवर किंवा दूरदर्शनवर तिचं रेकॉर्डिंग असल्यास तिच्या बरोबर जायचा. नोकरी लागताच पहिल्या पगारातून त्यानं तिला स्वरमंडल घेऊन दिलं होतं.

पण... विशूनं लग्न उशिरा केलं आणि लग्नानंतर तो पार बदलून गेला. विशूची बायको श्रीमंताकडची होती. खूप गोरी आणि गुटगुटीत होती. मग काय विचारता! तिच्या आतेसासूबाईंच्या शब्दांत सांगायचं तर ‘घराला योग्य अशी सुंदर सून’ घरात आली होती. तिचं वागणं तसं व्यवस्थित आणि मर्यादशील होतं. पण अपालाशी ती फटकून वागायची. अपालानं तिच्या जवळ जायचा प्रयत्न केला. पण ती अंतर ठेवून राह्यची. खरं तर, आपणहून असं कुणाच्या जवळ जाणं अपालाच्या स्वभावातच नव्हतं. पण ही विशूची बायको होती. तिची धाकटी जाऊ. शिवाय अपालाला बहीण नव्हती. म्हणून ती तिला आपुलकी दाखवायची. विशू सुरुवातीला वहिनीला मानायचा. पण एक दिवस संध्याकाळी धाकट्या जावेनं गंमतच केली. संध्याकाळच्या चहाला विशू, मनोहरबाबू आणि रणो टेबलापाशी बसून बोलत होते. अपाला प्लेट्स भरत होती. एवढ्यात धाकटी जाऊ तिथं आली. तिनं अपालाच्या हातातलं भांडं जवळ जवळ हिसकावूनच घेतलं. एकच प्लेट भरली आणि आपल्या

नवऱ्यापुढे नेऊन ठेवली. मग तुरुतुरु जाऊन एकच कप चहा आणला आणि तोही नवऱ्यापुढे ठेवला. अपाला गोंधळून बघतच राहिली. पूर्वी विशू जेवताना खूप गप्पा मारायचा. दादा आणि वहिनीशी निरनिराळ्या विषयांवर चर्चा करायचा, वाद घालायचा. पण लग्नानंतर हळूहळू सगळं पालटलं. त्याचा जास्तीत जास्त वेळ त्याच्या खोलीतच जायचा. बाहेर आलाच तर जयाही बरोबर असायची. कुठंही जायचं तर जोडीनंच.

आज बऱ्याच दिवसांनंतर तो वडिलांबरोबर चहा घेत होता. कारण भावाच्या लग्नाच्या तयारीसाठी जया माहेरी गेली होती. बऱ्याच दिवसांनी त्यानं तिला 'वहिनी' म्हणून हाक मारली होती. अपालाच्या मनात आलं की एकेक दिवस सुख घेऊनच उगवतो. ह्या सुखशांतीचा, आनंदाचा स्वाद किती आगळा आहे हे तिच्याशिवाय कोणाला कसं कळणार!

१९

'आसावरी' चित्रपटातील शेवटचं गाणं होतं द्वंद्वगीत. अपालानं आणि मितश्रीनं गायलेलं. ललतमध्ये सुरुवात करून हळूहळू आसावरीत विलीन होणारं. ह्या गाण्याला अपूर्व यश मिळालं. एकीकडे मितश्रीचा स्पॅनिश गीटारसारखा भारी ताकद असलेला, खरखरीत दाणेदार पोताचा रुंद गळा तर दुसरीकडे अपालाचा सूरबहार. अपाला अगदी मनापासून गायली होती. कधी बेंबीच्या देठापासून, कधी हृदयातून, कधी गळ्यातून तर कधी मस्तकातून सुरांच्या धारा झरल्या होत्या. कधी त्या दोघी मिळून गायल्या होत्या तर कधी एकेकट्या. पण दोघींच्या आवाजातील वेगळेपण स्पष्ट जाणवत होतं.

'आसावरी' नं एकच धमाल उडवून दिली. मार्ग संगीताच्या पायावर आधारलेल्या चित्रपटाला एवढं यश मिळेल असं कोणाच्याही चुकूनसुद्धा मनात आलं नव्हतं. मार्ग संगीताच्या रेकॉर्ड्स विक्रीचंही रेकॉर्ड झालं. एके काळी चित्रपटामुळे रवीन्द्र संगीताला लोकांच्या मनात स्थान मिळालं तसंच ह्या चित्रपटामुळे शुद्ध शास्त्रीय संगीत लोकांची मनं जिंकून गेलं. चित्रपटाच्या प्रारंभीच्या कथेबरहुकूम चित्रपट काढला असता तर असं झालं असतं की नाही कोण जाणे! कथेत अनेक वेळा बदल केले गेले. बरीच फिल्म वायाही गेली. पण स्वतःचं समाधान होईपर्यंत मितूल कुणाचंच ऐकायला तयार नव्हती. तिची सर्जनशीलता, कल्पनाशक्ती आणि दिग्दर्शन गौरांग सिन्हापेक्षा किती वरच्या पातळीवरचं होतं हेच ह्यावरून सिद्ध झालं. रामेश्वरांची बंदिशींची समर्पक निवड आणि अपालाच्या अद्भुत कंठलावण्याची अभिव्यक्ती हेच खरं चित्रपटाच्या साफल्याचं गमक होतं. मितूलनं तिच्या जीवनातील

स्खलन, पतन, त्रुटी, कल्पना, जिद्द, सफलता, ग्लॅमर असं जे काही तिला दाखवायचं होतं ते चित्रपटाच्या सुरुवातीला दाखवलं होतं. अपालाबरोबर तिच्या गाण्याची जुगलबंदी हा होता चित्रपटाचा क्लाइमॅक्स. आरंभी त्यांनी नेहमीचंच टेक्निक वापरायचं ठरवलं होतं. दोघींची चढाओढ दाखवायची. पण अपालासारख्या दर्दी गायिकेच्या गाण्याशी टक्कर घेणं म्युझिक डायरेक्टरलाही जमेना. मितूलनं इथंही शक्कल लढवली. तिनं चढाओढीऐवजी जलसा दाखवला. त्या जलशात ती लोकप्रिय पॉप-सिंगर म्हणून आलेली असते असं दाखवून गाण्याबरोबर नाचून मितूलनं स्वत:ची नाचायची हौस भागवून घेतली. तिचं हे नृत्य भरताच्या नाट्यशास्त्राला धरून नव्हतं की बॅलेच्या नियमांना. कधी सुराबरोबर हावभाव, कधी मुखराग व अंगप्रत्यंग अभिनय, कधी मंचावर नुसतंच तरंगणं, कधी पदन्यास, कधी कथ्थकचा भास तर कधी बॅलेची लपेट. तिच्या ह्या विचित्र खिचडी नाचाचा इम्पॅक्ट पाहून डायरेक्टर असेच आणखी काही नाच चित्रपटात घालायला निघाले होते. पण मितूल ह्या गोष्टीला तयार झाली नाही. इतर काही गाण्यांबरोबर तिनं हस्तमुद्रा, कटिभंगी, पदन्यास, नेत्रपल्लवी केली होती. पण ते तेवढ्याच पुरतं होतं. त्याला नाच म्हणता आलं नसतं. तरीही असा नाच आधी दाखवला तर क्लाइमॅक्स दृश्याचा परिणाम व्हायला पाहिजे तसा होणार नाही, असं तिचं म्हणणं होतं. प्रत्येक गोष्टीची योग्य ती जागा पारखण्यात मितूल जन्मापासूनच तरबेज होती आणि मितूलचा अंदाजच अगदी बरोबर असल्याचं दिसून आलं. चित्रपटातलं दृश्य असं होतं की नायिकेच्या नृत्यगाण्याला टाळ्यांचा प्रचंड कडकडाट. प्रत्यक्ष चित्रपट पहातानाही प्रेक्षकांची प्रतिक्रिया अशीच व्हायची. उत्स्फूर्त टाळ्या. त्यानंतर अपालाचं गाणं. अभिनय केला होता पंचावन्न-छप्पन्न वर्षांच्या एका नावाजलेल्या अभिनेत्रीनं. टाळ्यांच्या कडकडाटानंतर ती रुबाबात, आत्मविश्वासानं पण शांतपणे, भिम्याचालीनं रंगमंचावर येऊन बसते. साजिंदे सावकाशपणे आपापली वाद्यं जुळवतात. मग अतिशय धीरगंभीरपणे ती गायिका कौशिकी कानडा आळवायला सुरुवात करते. आश्चर्य म्हणजे ह्या गाण्याचा सिक्वेन्स जवळजवळ वीस मिनिटांचा होता. आलाप, गाणं, सूरविस्तार, तऱ्हेतऱ्हेची लयकारी, सरगम व शेवटी भजन 'दुसरो ना कोई मेरे तो गिरिधर गोपाल.' आधीचं मितूलचं नृत्य व गाणं साफ विसरून प्रेक्षक हे गाणं तल्लीन होऊन ऐकताहेत असं दाखवलं होतं. हे गाणं संपतं तेव्हा दिव्यांच्या झगमगाटात वाद्यांच्या करामतीसह गाण्याच्या तालावर नायिकेनं केलेल्या नृत्याचा झंकार पार विरून गेलेला असतो. ह्या शास्त्रीय संगीतावर आधारलेल्या गाण्यानंतर नीरव स्तब्धता. ना टाळ्यांचा कडकडाट ना पार्श्वसंगीताचे सूर. गायिका हात जोडून, नम्रपणे वाकून श्रोत्यांना नमस्कार करत असते आणि श्रोतेही तिला तसंच अभिवादन करत असतात. ह्या दृश्याच्या वेळी कॅमेरा जवळून, वरून, समोरून

फिरवला होता. वरून शॉट घेताना ह्या दृश्यातले प्रेक्षक ईदच्या नमाज पढणाऱ्यांसारखे दिसत होते. त्यानंतर दिग्धा दिग्दिग् तै ह्या बोलाच्या तिहाईवर, कॅमेरा संपूर्ण दृश्यावर फिरवून अखेर समेवर ऑडिटॉरिअममध्ये बसलेल्या मितश्रीवर स्थिर झाला होता. जणू उद्देशहीन जीवनाच्या गरगरणाऱ्या चक्रधारचा अंत होऊन जीवन एका अर्थपूर्ण, मूल्यवान समेवर येऊन थांबलं होतं. ह्या दृश्यामागची मितूलची कल्पना ही अशी होती. ह्यानंतर अपालाची अनेक गाणी. भटियार, वृंदावनी सारंग वगैरे रागांतील. तिलक कामोदच्या अखेरीला मध्येच तिनं नजरुलगीती म्हटली होती. नायिका खूप आळवणी आणि साधना करून अखेर ह्या गायिकेचं अनुसरण करते, असं दाखवलं होतं. ही गायिका साधीसुधी गायिका नसते. साधिका गायिका असते.

निर्जन पर्वतराजीत दोघींचं गाणं. प्रथम ललतमध्ये, नंतर आसावरीत. अर्ध्या तासाचा सिक्वेन्स. आलाप, विलंबित, द्रुत मग वाद्यसंगीतातल्या 'झाला' च्या पद्धतीत गाणं. एकीची द्रुत तान तर दुसरीची मींड. मींड घेताना आवाजात ओतप्रोत भरलेला दर्द. आर्त मींड. नंतर द्रुत लयीतील गाणं चौगुनमधून आरंभीच्या विलंबितमध्ये येऊन संपणारं. ह्या गाण्याबरोबर बरीच दृश्यं. नायिकेच्या जीवनातील महत्त्वपूर्ण प्रसंग, दु:ख, शोक, आनंद, भाव व्याकुलता वगैरे. गाण्याच्या सुराबरोबर अलगद सरकत जाणारी दृश्यं. मग अंधकार फिटून पंचपंच उष:काल. हिमकणांनी सुशोभित केलेल्या शिखरांवर नाना रंगांची उधळण करत झालेला सूर्योदय. चित्रपटात हे दृश्य-काव्य होतं म्हणून तो गाजला असं म्हणता आलं नसतं. लोकांनी तो उचलून धरला तो त्यातील गाण्यांसाठी. मार्ग संगीतावर आधारलेला चित्रपट लोकांना एवढा आवडेल, ह्याची कोणालाच कल्पना नव्हती. अर्थात ह्याचं सर्व श्रेय मितश्रीला होतं. गौरांग सिन्हांसह सर्वांनीच हे एकमतानं कबूल केलं होतं. चित्रपटाचं इंग्रजी सबटायटल होतं, 'द म्युझिक ऑफ ॲस्पिरेशन.' देशात आणि परदेशांतही ह्या चित्रपटाला पुष्कळ पुरस्कार मिळाले. 'श्रेष्ठ गायिका' म्हणून देण्यात येणारा पुरस्कार मिळाला अपाला दत्तगुप्तला. पण मितूलचा फायदा झाला होता तो वेगळ्याच बाबतीत. तिचं तिच्या अपालादीवर लहानपणापासून प्रेम होतं. अपालादीच्या यशानं तिला आनंद होणं स्वाभाविकच होतं. पण इतक्या वर्षांनंतर का होईना आपल्या आवडत्या माणसासाठी आपण काहीतरी करू शकलो हे समाधान फार मोठं होतं. दुसरं म्हणजे रामेश्वर ठाकुरांना आता संगीत दिग्दर्शनासाठी बोलावण्यावर बोलवणी यायला लागली होती. त्यांनी ह्या चित्रपटात रागसंगीताबरोबरच पार्श्वसंगीताची पण जबाबदारी सांभाळली होती. त्यांचं पार्श्वसंगीतही अप्रतिम ठरलं होतं आणि तिसरं म्हणजे मितूलची ह्या काळात पुष्कळ दिवसांपासून असलेली नृत्याची हौस तर पूर्ण झालीच पण तिला आत्मभानही आलं.

नृत्याच्या कॉम्पझिशनसाठी शेखरन नावाच्या एका प्रसिद्ध कलावंताला घेण्यात

आलं होतं. चित्रपटातील बाकीच्या नाचाची कॉम्पझिशन त्यानं स्वत:च्या मनाप्रमाणे केली होती. मात्र मितूलचा क्लायमेक्सच्या दृश्यातला नाच पाहून तो म्हणाला होता, 'हे तर वेगळंच प्रकरण दिसतंय! तुलना करायचीच झाली तर अमेरिकन मॉडर्न डान्सशी थोडीफार करता येईल. पण ह्या नृत्यात मी काहीच करू शकत नाही. मला काही करण्यासारखं नाहीच. इट इज परफेक्ट इन इट्स ओन वे. मितश्री, कुणाकडे शिकलात आपण?'

मितूल हळूच हसून म्हणाली, 'कुणाकडेही नाही. फक्त पाहून आणि वाचून.'

शेखरननं चकित होऊन विचारलं, 'आर यू सिअरिअस?'

'ओ, यस.'

'माझ्याकडून शिकाल का? मी काही वर्षांतच आपल्याला तयार करेन. आपली बॉडी तर फारच फ्लेक्झिबल आहे. शिकाल?'

शेखरन होता दाक्षिणात्य ब्राह्मण. त्याच्या कांतीवर सरसूच्या शुद्ध तेलानं येते तशी चमक होती. अंगावर उपरण्यासारखं काहीतरी टाकून आपल्या लांब केसांची झुलपं उडवत तो जेव्हा अस्सल तंजावर स्टाइलनं नाचायचा तेव्हा त्याच्या शरीरातील पेशीन पेशी लयबद्ध हालचाल करायची. ते पाहून मितूलच्या अंगावर रोमांच यायचे. डायरेक्टर सिन्हाबद्दल सुरुवातीला वाटलेली शारीरिक ओढ चित्रपट तयार होता होता हळूहळू पार विरून गेली होती. सिन्हाला अजिबात कल्पनाशक्ती नव्हती. थोडक्यात सांगायचं तर तो अगदी बुद्दू होता. शिवाय अनेक क्लृप्त्या करून तो मितूलला केजरीवालकडे ढकलायला पाहत असे. त्यामुळे ह्या माणसाबद्दल आपल्याला कधीकाळी आकर्षण वाटलं होतं हे आठवताच तिला स्वत:च्याच थोबाडीत मारून घ्यावंसं वाटायचं. एकदा केजरीवाल तिला अगदी लगटून बसला होता. त्यानं आपल्या थलथलीत शरीराच्या उजव्या बाजूचा सर्व भार मितूलच्या अंगावर टाकला होता. दोघांच्याही हातात ग्लास होते. मितूलच्या ग्लासमध्ये जिंजर बीअर तर केजरीवालच्या व्हिस्की. मितूलनं वरवर गोड हसून विचारलं, 'विच ब्रँड ऑफ आफ्टर शेव्ह डू यू युज, मिस्टर केजरीवाल?'

मितूलच्या गालाला जवळ जवळ स्वत:चा गाल घासत, केजरीवालनं उत्तर दिलं, 'व्हाय शुड आय डिस्क्लोज माय सीक्रिट, मितसिरी?'

आता मितूल जरा मोठ्यानं हसून म्हणाली, 'नो. आय वॉज वन्डरिंग इफ इट वॉज मेड ऑफ काउ डंग!'

हा प्रसंग घडला तेव्हा चित्रपट जवळ जवळ पुरा होत आला होता. आता केजरीवाल काहीच करू शकत नव्हता. सिन्हाला खोलीत बोलावून मितूल म्हणाली, 'गौरांग, आता जर मी सर्वांच्या समोर तुमच्या थोबाडात दोन ठेवून दिल्या तर?' गौरांग अक्षरश: हातापाया पडला. मितूल चिडून निघून गेली असती तर एवढा खर्च

केलेलं प्रॉजेक्ट साफ आपटलं असतं.

पण शेखरन मात्र तिच्या मनातून जात नव्हता. तिच्या स्वभावातल्या ह्या खोडीची शेखरनला मुळीच कल्पना नव्हती. त्याचं तिच्याशी विशेष कामही नसायचं. ते मुंबईच्या एका आलिशान हॉटेलमध्ये उतरले होते. मितूलनं शेखरनला आपल्या खोलीत बोलावून घेतलं. काही मिनिटांतच शेखरन मितूलच्या खोलीत हजर झाला. त्यानं फेडेड जीन्स आणि ढगळ हवाई शर्ट घातला होता. त्याच्या चालण्यातही ताल होता. त्याच्या कमरेवर अजिबात चरबी नसल्यामुळे शर्ट कुठेही न अडकता त्याच्या पावलाबराबेर उजवीकडे डावीकडे झुलत होता. मितूलनं आज चामुंडी जॉर्जेट नेसली होती. केस मोकळे सोडले होते आणि काहीही प्रसाधन केलं नव्हतं. ओठांवर साधी लिपस्टिकसुद्धा फिरवली नव्हती.

शेखरन बंगाली उत्तम बोलायचा. अडीच वर्षं तो नृत्य शिकण्यासाठी शांतिनिकेतनमध्ये येऊन राह्यला होता. सोफ्यावर बैठक मारून त्यानं पायावर पाय टाकला आणि दोन्ही हात सोफ्याच्या पाठीच्या कडेवर 'उदयशंकरी मुद्रे'प्रमाणे दोन्ही बाजूला पसरून तो म्हणाला, 'हं! बोला.'

कोणाही नर्तकानं कपडे घातले की त्याचं देहसौष्ठव झाकलं जातं. व्यायामपटूसारखंच. परंतु शेखरन अय्यरचा चेहराही देखणा होता. भुवया जोडलेल्या, सरळ, धारदार, नाक, डोळे बोलके. ओठ थोडे जाड, बाकदार, जिवणी काहीशी पसरट.

मितूल त्याच्याकडे एकटक पाहत म्हणाली, 'आपणच बोला.'

'मी?'

मग? आपणच तर म्हणालात ना की माझ्यात नाचाचा टॅलन्ट आहे, एक-दोन वर्षांत मी तयार होऊ शकेन म्हणून.'

'हे पाहा मितश्री, प्युअर क्लासिकलच्या दृष्टीनं पाह्यलं तर आपल्या डान्समध्ये अनेक चुका दिसतील. म्हणजे असं की कथ्थकच्या पदन्यासांत पायाचा तळवा सरळ टेकायला पाहिजे. तिथं आपण टाच उचललीत. शिवाय कथ्थकच्या पदन्यासाबरोबर आपण ज्या मुद्रा केल्यात त्यांतल्या बहुतेक भरतनाट्यमच्या होत्या. थोडक्यात काय, आपण बरीच लिबर्टि घेतलीत. म्हणूनच मी विचारलं की आपण कुठं शिकलात? पण एक मात्र मानायलाच पाहिजे की आपण अनयुजुअल क्रिएटिव्ह आहात. पाह्यल्याबरोबरच ओळखलं मी ते. त्या नाचात आपण थोडं बॅलेच्या अंगाने नाचून इम्प्रव्हाइस केलंत, त्यात मला काही खटकलं नाही. एवढी कॅथलिसिटि माझ्यात आहे. इव्हन दो आय बिलाँग टू द कट्टर तंजोर घराना.'

'ह्या वयात मी नव्यानं नाच शिकू शकेन असं वाटतं आपल्याला?'

'दॅट डिपेन्ड्स..'

'जरा समजावून सांगा.'

'आपल्याला अगदी प्युअर क्लासिकल डान्सर व्हायचंय का?'

'मला काहीच व्हायचं नाही. आपणच म्हणालात... म्हणून....'

'हो. मी म्हणालो... पण ते एका वेगळ्या संदर्भात.'

'म्हणजे?'

'हे पाहा, मी स्वत:सुद्धा क्रिएटिव्ह आहे. काही स्टाइल्सची वैशिष्ट्यं घराण्यासाठी तशीच ठेवणं आवश्यक असतं हे मला पटतं. पण शांतिनिकेतमध्ये असताना बऱ्याच नृत्यनाट्याच्या कोरिओग्राफि करताना.... विशेषत: उदयशंकरांचे 'कल्पना' पाहून– माझ्या मनात बऱ्याच आइडियाज् आल्यात. भरतनाट्यम हे संपूर्ण भाव व नाट्य नृत्य आहे. पण थोडंफार इनिशिएशन नसेल तर सामान्य प्रेक्षकांना अक्षरश: दरदरून घाम फुटतो. परदेशातले प्रेक्षक तर अंगप्रत्यंग, साजशृंगार आणि नाचाचं अपील एवढंच बघतात. त्याच्या बाहेर ते जात नाहीत. माझी अशी काही नृत्यनाट्यं कम्पोझ करण्याची इच्छा आहे. काही महाप्रलयासारख्या मिथ्सवर आधारित आणि काही मॉडर्न थीम्सवर... म्हणजे बर्लीन वॉल, भारताच्या स्वातंत्र्ययुद्धातील काही घटना. रवींद्रनाथांची 'चार अध्याय' ही माझ्या डोक्यात आहे. ह्यात सर्वप्रकारचे फॉर्म्स वापरायचे, मिसळून. पण मनाला वाटेल तसं करता येणार नाही. भावाला अनुसरून करावं लागेल. म्हणजे आपण 'आसावरी'च्या क्लाइमॅक्स सीनमध्ये केलंत तसं. जर आपण भारतीय क्लासिकल डान्स आणि फोक डान्स शिकलात तर अधिक रिच करू शकाल.'

'बाप रे! हे तर फार मेहनतीचं काम आहे.'

'हो. आहे थोडंसं. बट यू आर आइडियलि सुटेड फॉर धिस काइन्ड ऑफ थिंग. आपण युरोपची टुरसुद्धा ॲरेंज करू. बाय द वे, ह्यात अपालादीला घेता येईल?'

मितूलच्या मनात अगदी सूक्ष्म खळबळ माजली. मनातली उलथापालथ तिची तिलाच जाणवली. पण उघडपणे ती एवढंच म्हणाली, 'नाही, अपालादी संसारी बाई आहे. मला नाही वाटत ती तयार होईल म्हणून.'

'मलाही तसंच वाटतं. शी इज क्वाइट डेफिनिट्लि ए जिन्यस.'

'मी पाहून पाहून शिकलेला एक तिल्लाना दाखवू?'

'दाखवा.'

एका प्रसिद्ध नर्तकापुढे मितूल आपली हौस दाखवत होती. पण ती अजिबात बिचकली नव्हती. तिनं साडीचा पदर खोचून केसाला एक रबरबँड बांधला. शेखरननं आदिताल धरताच ती नाचायला लागली. काही वेळ नाचल्यावर ती शेखरनजवळ जाऊन बसली. तिच्या उजव्या खांद्याला शेखरनच्या बोटांचा स्पर्श होत होता.

'फॅन्टॅस्टिक! हे फक्त पाहून शिकलात? आपल्याला नृत्याची प्रतिभा जन्मजातच असावी. गाताही छान. रिच व्हॉइस. पण नृत्यच केलं असतंत तर एव्हाना वर्ल्ड-फिगर झाला असतात. बरं, पण हे आपण मला का दाखवलंत? चॅलेंज म्हणून ? का प्युअर क्लासिकलकडे जाण्यासाठी कडक हिन्ट दिली म्हणून?'

मितूल बालिशपणे म्हणाली, 'आपण सावेरीत गाणं म्हटलंत तर मी पल्लवीही करून दाखवेन. फक्त पाच मिनिटांच्या रेस्टनंतर. लगेच.'

शेखरन हसून म्हणाला, 'मला पाह्यला आवडेल. पण त्याची गरजच काय? मला आपल्याबद्दल खात्री आहे. माझ्या प्रॉजेक्टमध्ये आपण इन्ट्रस्टेड असलात तर फारच चांगलं. इन्टेसिव्ह रिहर्सल दिली तर सहा महिन्यांत तयार व्हाल. द टुर इट सेल्फ मे टेक, से, टू इयर्स.'

'माझी स्वत:ची करिअर आहे.'

'म्हणूनच विचार करा म्हटलं.'

मितूलनं थोडा विचार केला. एका 'आसावरी'नं तिला बराच पैसा मिळवून दिला होता. दोन वर्ष बाबांना सोडून राहावं लागणार होतं. दोन कसं, अडीच. त्याबद्दल अपूदीशी बोलायला हवं. दीपालीदीच्या दीदीच्या म्हणजे मितालीदीच्या क्लासमध्ये एवढे दिवस आ करून बसल्याचं फळ आता मिळत होतं. मितूल मान हलवत म्हणाली, 'डन.'

शेखरन उठून उभा राह्यला, 'मेनि मेनि थँक्स. माझ्या काही कोरिओग्राफी तयार आहेत. मॉडर्न थिम्सवर काम करतोय. आपण बोलावलंत तेव्हा तेच करत होतो.'

तो जायला निघालेला पाहून मितूल गडबडली. घाईघाईनं म्हणाली, 'अॅट लिस्ट हॅव्ह सम ड्रिंक्स शेखरन.' तिच्या स्वरात काय होतं कोण जाणे! पण शेखरननं मान वळवून पाह्यलं. त्याच्या नजरेला नजर भिडताच, आयुष्यात प्रथमच, मितूलनं नजर खाली वळवली.

शेखरनं अतिशय नरमाईनं म्हणाला, 'ओ. के. लेट्स हॅव समथिंग हॉट. कॉफी चालेल.'

मितूलनं फोनवरून कॉफीची ऑर्डर दिली. तिच्या देहाला सूक्ष्म कंप सुटला होता. तानपुऱ्याची खर्जाची तार छेडली तर 'जोडाची तार' जशी हळूच झंकारली जाते तसाच तिचा देह झंकारत होता. शेखरन अचानक विषयांतर करत म्हणाला, 'मितश्री, आपल्याला माहीत नसेल की आय वॉज मॅरिड व्हेन आय वॉज ट्वेन्टी. तेव्हा माझ्या बायकोचं म्हणजे सावित्रीचं वय पंधरा होतं. आता मी बेचाळीसचा आहे. सावित्री माझी बालमैत्रीण होती म्हणा ना! अनफॉर्च्युनिटलि वुइ आर चाइल्डलेस. सावित्रीनं एका मुलाला अडॉप्ट केलंय. ती माझ्या आई-वडिलांबरोबर चेन्नाइला असते. एरुक्वानचेरीला. गाणं, नृत्य ह्याची तिला फारशी जाण नाही. बट शी इज

व्हेरि स्वीट अँड गुड. मी तर सतत बाहेर असतो. बट व्हेन आय ॲम इन चेन्नाइ आय ॲम ऑल हर्स. ए गुड, ड्युटिफुल, रिस्पॉन्सिबल ॲण्ड लव्हिंग हजबंड. घरात नाच-गाणं काही नसतं. पण गंमत म्हणजे त्या वेळातच मला नवीन नवीन कल्पना सुचतात, इन्स्पिरेशन मिळतं.'

कॉफी आली होती. थरथरत्या हातानं मितूलनं शेखरनच्या कपात कॉफी ओतली. शेखरन बेचाळीस वर्षांचा आहे? तिला तो तीस-बत्तीसचा वाटला होता. कशी एवढी तब्येत सांभाळलीय! मॅरिड? मॅरिड टु ए टॅमिल हाऊसवाइफ. काळी कुळकुळीत, दोन्ही नाकपुड्यांत चमक्या, केसात फुलांचा भला मोठा घोस, बैंगणी कांजिवरम् नेसून इडल्या उकडणारी. शेखरननं कॉफीचा घोट घेऊन विचारलं, 'ॲण्ड व्हॉट अबाउट यू?'

प्रथम मितूलनं उत्तरच दिलं नाही. शेखरनचं हे विनाकारण विषयाला सोडून किंवा हेतुपूर्वक विषय बदलून बोलणं..... तिच्या पायाखालची जमीनच सरकली. त्यानंतर अंगात भडकला राग. फक्त राग. तिचा चेहरा लाल झाला. ती म्हणाली, 'बाबा म्हणजे रामेश्वर ठाकूर सोडून माझं असं कुणी नाही. आय लव्ह हिम अँड हिम अलोन. मी पाच वर्षांची असाताना माझी आई बाबांच्या एका मुसलमान शिष्याबरोबर पळून गेली. त्याचं नाव सांगितलं तर आपण नक्की ओळखाल. पण सध्या तो आईबरोबर राहत नाही. मोस्ट प्रॉबब्लि, माय मदर इज द सोर्स ऑफ माय टॅलन्ट इन डान्स. मी लग्न केलं नाही आणि करणारही नाही. आय हेट मेन.'

शेखरननं पाह्यलं, मितूलच्या डोळ्यांना धारा लागल्या होत्या. खालचा ओठ किंचित थरथरत होता.

शेखरन स्वत: एक कलावंत होता. त्याचं तनमन सूर-ताल-छंद ह्यात बांधलेलं होतं. तो खूप संवेदनशीलही होता. पण त्याच्या स्वभावाला आणखी एक पैलू होता. तो होता वैराग्याचा. त्याच्यासारखी एखादी कला जाणणारी पत्नी, मुलं किंवा आणखी अशाच काही गोष्टी न मिळाल्यामुळे, त्यानं जाणूनबुजून आपल्यात वैराग्याची भावना रुजवली होती आणि आयुष्याची वाटचाल शांतपणे सुरू ठेवली होती. त्यामुळे बऱ्याच वेळा त्याची प्रतिक्रिया उदासीन असे. त्याला समजलं होतं की ह्या रडणाऱ्या कलावतीचं सांत्वन करायचा प्रयत्न केला तर दोन देहांना पिळवटून टाकणारा बागेश्री रोमारोमात निनादायला लागेल. थोडंफार आईच्या विश्वासघाताच्या दु:खानं आणि थोडंफार तिच्या परिपूर्ण जीवनात शेखरनच्या रूपानं आलेल्या विश्वासघातामुळे ती रडतेय हे त्याला कळून चुकलं होतं. फक्त कळलं नव्हतं ते या विश्वासघाताचं प्रमाण.

शेखरननं स्वत:ला मोठ्या कष्टानं आवरलं. तो म्हणाला, 'प्लीज, कलेक्ट युवरसेल्फ, मितश्री. आघात, निराशा, दु:ख ह्यांच्या प्रचंड माऱ्यातूनच कलावंत

घडतो. मीही बरंच सोसलंय. बऱ्याच प्रसंगांतून गेलोय.' बोलत बोलतच तो खोलीतून बाहेर पडला.

काय हवं होतं आणि काय मिळालं! उपदेश, सांत्वना! कशाला हे? मितूलचा राग तिलाच जाळत जाळत शेवटी विझला. ही आग ना तिच्या डोळ्यांतल्या पाण्यानं विझली, ना शेखरनच्या बोलण्यानं. तिलाही उमजलं नाही ती कशानं विझली ते! तिनं खोलीतल्या भल्यामोठ्या पलंगावर स्वत:ला झोकून दिलं-जॉर्जेटच्या साडीसह. तिच्या देहातला तिल्लाना विझला होता. बागेश्री निनादत नव्हता. तिला झोप येत होती. गाढ झोप. जणू सुषुप्ती. त्या झोपेत आठवणी नव्हत्या, स्वप्नं नव्हती, एवढंच नाही कोणाविषयी तक्रारही नव्हती.

२०

'आसावरी'मुळे अपालाचं आयुष्य, थोडं का होईना बदललं. तिला जलशांची आमंत्रणं यायला लागली. कॉलेजच्या सोशलसाठी किंवा क्लबच्या फंक्शनसाठी लोक तिला बोलावण्यासाठी धडपडायला लागले. बहुतेक आमंत्रणं ती नाकारीतच असे. पण बंद हॉलमध्ये होणाऱ्या मध्यम प्रकारच्या संगीतसभेसाठी आमंत्रण आल्यास रामेश्वर तिला होकार द्यायला भाग पाडत. ह्यामुळे घरात मात्र नाराजीचं वातावरण पसरायचं.

अपाला कुठल्याही कार्यक्रमाला गेली तरी प्रेक्षक तिला कौशिकी कानडा किंवा आसावरी गाण्याचा आग्रह करत. भटियार आणि वृंदावनी सारंग ह्यांच्यावर आधारित गाण्यांचीही जोरदार फर्माइश होत असे. शुद्ध शास्त्रीय संगीताच्या मैफलीसाठी तिला आमंत्रण आलं ते जवळ जवळ एक वर्षानंतर. हल्ली तिनं शिकवण्या कमी केल्या होत्या. ती रामेश्वरांकडे त्यांच्या सॉल्ट लेकच्या घरी नियमित जायला लागली होती. तिथंच ती इम्तियाझ खाँ ह्या अतिशय जाणकार तबलजींकडून कूटतालाचे धडे घेत होती.

ह्या वेळच्या शास्त्रीय संगीताच्या मैफलीत तिला मध्यरात्रीची वेळ दिली होती. असा हा तिचा पहिलाच कार्यक्रम होता. थोडीशी आलापी करून तिनं तिलक कामोदमधील गाणं सुरू केलं. 'कैसे जीवन राखूँ ए री सखी । अब तो प्राण राखो ना जाय । निशिदिन हृदय भरे विरहामें । दरस बिन मेरो नयन दुखाय ॥' त्यानंतर तराणा गाऊन तिनं भजन सुरू केलं. 'पग घुंगरु बाँध मिरा नाची रे ।' भजनातील शब्दांवर ती विशेष लक्ष द्यायची. मींड, तुकडे ह्यांत शब्द अस्पष्ट होणार नाहीत, हरवणार नाहीत हे ती पाहायची. 'विषका प्याला राणाजी भेजा । पीवत मीरा हासि रे ।' ही ओळ जेव्हा ती वेगवेगळ्या तऱ्हेने पुन:पुन्हा म्हणायला लागली तेव्हा संपूर्ण

ऑडिटोरियम डबडबला. 'सहज मिले अविनाशी रे' ही शेवटची ओळ ती एकदाच गायली. पुन्हा मागे फिरली नाही. जणू एखाद्या अविनाशीमध्ये विरून जाऊन ती अनश्वर होऊ पाहत होती. असं भजन श्रोत्यांना बऱ्याच दिवसांत ऐकायला मिळालं नव्हतं. आणखी काही भजनं म्हणण्याची तिला फर्माईश झाली. आग्रहही झाला. पण नंतरच्या कलावंतांवर अन्याय होतो, त्याची गैरसोय होते म्हणून अपालानं नम्रपणे नकार दिला. पूर्वी एका कॉन्फरन्समध्ये दीर्घ आलापी आणि रागाची बढत ह्यावरून तिनं भरपूर शिव्या खाल्ल्या होत्या. त्या अनुभवावरून ती शहाणी झाली होती. भरभरून रागदारी गाणं एकटं असताना किंवा गुरुजींच्या घरीच शक्य आहे, हे तिला कळून चुकलं होतं. आज ती थोडंच गायली आणि श्रोत्यांना आणखी ऐकण्याची तृष्णा जाणवून देऊन परत फिरली. पूर्वी तिच्यावर झालेल्या अन्यायाची तिनं जणू अशाप्रकारे परतफेड केली होती. कितीही शांत, अनासक्त स्वभावाचं माणूस असलं तरी अशा रंगलेल्या मैफलीची रंगतच आगळी! 'सहज मिले अविनाशी रे।' ह्या ओळींतून पाझरणारे रसाळ सूर मनाशी घोळवत ती ग्रीनरूममध्ये शिरली. ती आत येताच एक गृहस्थ उठून उभे राह्यले. उंचपुरे, बांधेसूद, गोरेपान, दाट पण विस्कटलेले केस. ते लांब लांब पावले टाकत झपाट्यानं तिच्यापाशी आले. 'अपूऽ, अपूऽ' समोर चाळिशी ओलांडलेल्या देहाच्या कपटवेषातून पूर्वीचा सोहम डोकवत होता. त्यानं आपल्या दोन्ही हातांत तिला गोळा केलं. 'अपू, अपू.... किती दिवसांनी... किती दिवसांनी...'

दोघांचेही डोळे ओले झाले होते. ग्रीनरुममध्ये बरेच लोक होते. गायक, वादक, संयोजक, दोन चार वेळा 'क्लिक', 'क्लिक' असा आवाजही झाला. दारात टिटूला घेऊन शिवनाथही पोहोचला होता. त्यानं पाह्यलं की अपाला व सोहम एकमेकांच्या घट्ट मिठीत विसावले आहेत. अपालाचे लहानखुरे स्तन सोहमच्या रुंद छातीवर चुरडले गेलेत. अपालाचं डोकं सोहमच्या खांद्यावर तर सोहमचं डोकं अपालाच्या पाठीवर. दोघांच्याही डोळ्यांत आसू आणि हसू. ह्यापूर्वी अपालानं कधीच असं स्वतःला आलिंगनात समर्पित केलं नव्हतं.

टिटूनं पाह्यलं की आई रडता रडता हसतेय. आईच असं रूप ह्या आधी तिनं कधीच बघितलं नव्हतं. सोहम चक्रवर्तीला तिनं पाह्यलं होतं ते फोटोत. बरेच वेळा. तिचा तो हॉट फेव्हरिट होता. तिनं त्याला लगेच ओळखलं. प्रद्योतमामू दोन वर्षांतून एकदा यायचा. कधी कधी आणखीही उशिरा. मग भाऊ-बहिणीचा आनंद काय वर्णावा! पण प्रद्योतमामूपेक्षा सोहममामू आईला जास्त जवळचा वाटतोय, असं दिसतंय. वाटणारच. गुरुभाऊ आहे ना! एक नातं रक्ताचं तर दुसरं हृदयाचं, मनाचं, संस्कार-शिक्षण-आवड ह्यातून जन्मलेलं.

सोहम म्हणाला, 'मी मुद्दामच तुला आधी सांगितलं नाही. ह्या लोकांनाही माझं

नाव अनाउन्स करू दिलं नाही. चंद्रकांतजींची तब्येत अचानक बिघडली म्हणून मला संधी मिळाली. आज पुष्कळ दिवसांनी मी ख्याल गाणार आहे. जरा नाटकीपणा करणार आहे. डोण्ट माइन्ड. थांबणार ना?'

'थांबणार नव्हते. पण आता थांबावंच लागेल.' शिवनाथकडे हसून पाहत अपाला पुढे म्हणाली, 'या ना! सोहम, हे माझे...'

'यजमान.' गालातल्या गालात हसत सोहमनं वाक्य पूर्ण केलं.

'ग्लॅड टु मीट यू.' हसल्यासारखं करत कोरडेपणानं शिवनाथ म्हणाला.

'सोहम, ही माझी मोठी मुलगी टिटू.' अपाला ओळख करून देतच होती.

सोहम प्रेमानं टिटूचे केस विस्कटणार होता. पण तो थांबला. 'अहं! तुला आवडणार नाही, हो ना? शिवाय तू हेअरस्टाईल केलीयस.'

टिटू काहीच बोलली नाही, फक्त हसली.

शिवनाथ घड्याळाकडे पाहत म्हणाला, 'दीड वाजलाय. मला आज थांबता येणार नाही. उद्या लवकर जायचंय. ऑफिसमध्ये बरंच काम आहे. प्लीज डोण्ट माइन्ड, टिटू थांबेल. इतक्या रात्री तिला घेऊन जाणं मला अवघडच आहे. टिटू तू आईबरोबर ये. अपू तू तुझ्या मित्राबरोबर पाहिजे तेवढ्या गप्पा मार.' असं म्हणून शिवनाथ हळूच हसला. 'अच्छा मि. चक्रवर्ती, पुन्हा भेटू.' असं म्हणून तो घाईघाईनं बाहेर पडला.

'चंद्रकांतजींच्याऐवजी मला बसायचंय गायला. तेवढ्यात जमेल तेवढं बोलून घेतो. मी थंडीच्या सिझनभर क्लासिकलचे प्रोग्रॅम्स करणार आहे. गझल गावी लागलीच तर गाईन शेवटी. मला जुगलबंदी करायचीय तुझ्याबरोबर.' सोहम घाईघाईनं आपला बेत सांगत होता.

'म्हणजे?' अपालानं विचारलं.

'म्हणजे आणखी काय! बिसमिल्ला-विलायत जुगलबंदी होऊ शकते. रविशंकर-अली अकबरखाँ होऊ शकते. मग सोहम-अपाला का नाही? तुझा सपोर्ट हवा. बडा ख्याल गाण्यासाठी लागणारा कॉन्फिडन्स डळमळलाय माझा. अच्छा! मग बोलू. आता जातो.'

मुलीबरोबर पहिल्या रांगेतल्या टोकाच्या खुर्चीवर बसून अपाला कित्येक दिवसांनंतर सोहमचं गाणं ऐकत होती. तो शंकरा गात होता. फार पूर्वी एका कार्यक्रमात तो शंकराच गायला होता. तेव्हा अपालाला ते गाणं ऐकता आलं नव्हतं. आज ती ऐकत होती. सोहमचा शंकरा. त्याचा आवाज पारच बदलला होता. खूपच मुलायम झाला होता आणि ख्याल गाताना खरंच तो अवघडल्याचं जाणवत होतं. ठुमरीत मात्र त्यानं कमाल केली. पिलूत आध्धा तालात त्यानं 'छोडी मोरी बैंया' लाजवाब गायली.

सोहमचं गाणं संपताच, संयोजकांपैकी एकांनी तिला सोहम आत बोलवत असल्याचं सांगितलं. तेव्हा कार्यक्रमातील शेवटच्या कलावंतानं सनईवर ललत आळवायला सुरुवात केली होती. पाखरांची आळस झटकून उठण्याची ती वेळ. टिटूचे डोळे जड झाले होते. सोहम म्हणाला, 'चल अपू! बरोबरच जाऊ. तुला आधी सोडतो. माझं घर काही तुझ्यापासून फार लांब नाही.'

'तू तुझ्या पूर्वीच्याच घरी उतरलायस ना?'

'हो. का? तुला काय वाटलं? मधला दादा दिल्लीला असतो. माहीत आहे ना? मोठा दादा जर्मनीला सेटल झालाय आणि छोटा... गॉन. मच मच बिफोर हिज टाईम. आता हे घर माझंच. बाबा पार थकलेत. मध्येच कधी पटकन... बरेच दिवस बॉम्बे, लखनौ, लंडन, पारी झालं. आता मी कोलकात्यातच गाणार आहे. पण अपू, एक सांगतो, हल्ली माझ्यात गाण्याबरोबर चलाखीही आलीय. शोमॅन झालोय. आता माझ्या प्रत्येक प्रोग्रॅममध्ये तू असायला हवंस. असशील ना?'

'प्रत्येक? जमेल मला? अरे, मी एक संसारी बाई. मुलांची आई.'

'तुझी ही मुलगी तर एकदम इन्डिपेन्डन्ट दिसतेय आणि अपू, सर्वप्रथम तू कलावंत आहेस. काही कॉन्फरन्समध्ये गायलीस तर तुझ्या पत्नीपणाला आणि आईपणाला काही धक्का लागणार नाही. मोघूबाई, हिराबाई.... सगळ्यांनीच संसार केला. नाजनीन बेगमनीसुद्धा!'

'सोहम, तू ठुमरीत पक्का तयार झालायस. तुझ्या 'हमारी पिया जो मानत नाही' ची व्हेरिएशन्स अजून घुमताहेत माझ्या कानात.'

'हो. तुझ्याकडूनच चोरलंय.'

'हे आता आणखी काय नवीन?'

'अग, नाजनीन बेगमच्या तालमीशिवाय माझ्या गळ्यातून असं काही निघालं नसतं. ते ऐकूनच तू मला तयार म्हणतेयस ना? त्यांची फेक काय विलक्षण! सहजसुंदर उच्चार आणि लयीचा डौल अद्‌भुतच! माझ्या आवाजाला ते शोभणारं नाही. तू त्यांना ऐकलंस ना, तर हे पूर्वांग का उत्तरांग, पंजाबी सुरांचा स्पर्श आहे की शुद्ध बनारसी लचाऊ ठुमरी.. हे सगळं विसरूनच जाशील. सुरांच्या इंद्रजालात, सुरांच्याच भाषेत गाऊन, नाचून, रडवून त्या आशा-निराशेच्या झुल्यावर झुलवतात आणि सगळं सगळं विसरायला लावतात. व्हॉइस कन्ट्रोल आणि मोड्युलेशन्स तरी किती! कधी नुसती फिसफिस. तरीही कण अन् कण स्पष्ट ऐकू येईल असा. कधी गंभीर सूर तर कधी मत्त कुरंगिणीची साद. त्यांना दिवस अन् दिवस ऐकणं हीच मस्त अनुभूती होती. अपू, तू खूप काही मिस केलंस. खू....प...का...ही आणि तू मिस केलंस म्हणून मला मिळालं. अर्थात सगळंच्या सगळं नाही घेऊ शकलो. मी कधीच ही गोष्ट विसरणार नाही. कधीच.'

'काहीतरीच हं तुझं! अरे, माझ्या नशिबात नव्हतं म्हणून मला मिळालं नाही. पण गुरुजींच्या एका तरी शिष्याला मिळाली ना संधी! त्यातच समाधान.'

'तू काहीही म्हण पण मला सतत अपराधाची बोच असते. अपू! मी नाही विसरू शकत.'

अपूचं घर आलं. अपू गाडीतून उतरली. तिचा तानपुरा सोहमच्या हातात होता. टिटूनं बेल वाजवली.

'तुझ्या 'आसावरी'च्या ड्युएटवरून मला आपल्या ड्युएटची कल्पना सुचली. शेवटी 'झाला' टाइप गाण्याची कल्पना कोणाची?'

'अर्थात गुरुजींची.'

'तेही एक दुर्दैवी! केवढी प्रतिभा! पण आयुष्याचा बराच काळ डोंगर पोखरून उंदीर काढण्यातच गेला. अपू, समुद्रात मिठाची पुरचुंडी विरघळून जावी, तसं तू सूरसागरात विरघळून टाकलंस बघ! 'सब सखी अनमिल मंगल गाओ, सदारंगे जगत दुलारे ।' मधूनच बंगालीचं मिश्रण करण्याची कल्पनाही फारच छान हं ।'

'माझं गाणं आवडल्याचं सांगतोस. पण मितूलचं काहीच बोलत नाहीस.'

'मितूलनं फक्त सपोर्ट केलंय तुला. गायलीय बरी. अशी गाईल असं कधी वाटलं नव्हतं. गिधाडासारखा आवाज होता. एनि वे, फोन करेनच.'

गल्लीच्या वळणावर सोहमची गाडी दिसेनाशी झाली. आता अपूचं घर नजरेआड झालं होतं. अपूसाठी त्यानं ठिकठिकाणहून खूप गोष्टी आणल्या होत्या.... साडी, सेन्टस्, दुर्मिळ बंदिशी, शॅम्पू, इलेक्ट्रॉनिक्सच्या वस्तू वगैरे वगैरे. पण त्या तिला कशा द्याव्यात हे त्याला कळत नव्हतं. जसंजसं आयुष्य जात होतं तसतशी सोहमची खात्री पटत चालली होती की लखनौच्या अनुभवानं आणि तालमीनं त्याचं जीवन पार बदलून टाकलंय आणि त्या मागे होती अपूची केविलवाणी माघार, भविष्यापुढे अगतिकपणे स्वत:चा दिलेला बळी. ह्याहूनही महत्त्वाची गोष्ट म्हणजे त्या भ्रमिष्ट अवस्थेतून तिनं त्याला सावरलं नसतं तर तो कधीच लखनौला पोहोचू शकला नसता. तेव्हा किती लहान होती अपू! पण त्याचं नेमकं दुखणं आणि त्यावरचा उपाय तिनंच बरोबर ओळखला होता. त्याचं नशीब म्हणूनच तो कुठल्याही नावाजलेल्या साइकाइट्रिस्टच्या हातात पडला नाही. अपूच्या प्रयत्नानं तो सुधारला नसता तर त्याच्या वडिलांनी त्याला मानसोपचारतज्ज्ञाकडे नेलं असतं. मग स्ट्राँग औषधं, इलेक्ट्रिक शॉक्स ह्यामुळे तो झाला असता एक जिवंत मुडदा. अपूचं माहेर जुन्या विचारांचं, कर्मठ, त्यातून तिचं लग्न काही दिवसांवर येऊन ठेपलेलं. पण सगळ्यांकडे दुर्लक्ष करून, विरोधाला न जुमानता ती धीटपणे त्याच्यासारख्या भ्रमिष्टाजवळ आली, विश्वासानं गात राहिली. तिच्या त्या अमृतधारांसारख्या सुरांनी त्याला नवजीवन दिलं.

अपूत एवढं धाडस आलं तरी कुठून? स्वतःच्या बाबतीत तिनं हे धाडस दाखवलं नाही. कंटाळवाणं, एकसुरी आयुष्य पचनी पाडून घेतलं. मग फक्त त्याच्याच बाबतीत ती एवढी धीट कशी झाली? कोणाच्याही रागालोभाला तिनं अजिबात मानलं नाही. स्वतःच्या काकांच्या रागाचीही पर्वा केली नाही. दीपालीचंही तिनं भलं केलं. आता दीपालीच्याच नशिबात नव्हतं त्याला ती काय करणार! पण दीपालीची बहीण तर सुखात आहे ना! 'आसावरी' केवढा चालला! पण अपू नसती तर हे शक्य झालं असतं?

सोहमनं अपूकडे 'एक स्त्री' म्हणून कधीच पाह्यलं नव्हतं. अपू म्हणजे त्याचा अगदी जवळचा, आवडता मित्रच होता. अपूकडे तो 'एक माणूस' म्हणून पाहत होता. पण अपूचं गाणं मात्र त्याला अद्भुत रीतीनं हलवून टाकायचं. तिच्या सुरात सूर मिळवता आला नाही तर त्याला विरहाचं दुःख सोसत असल्यासारखं वाटायचं. लखनौनंतर त्याच्या आयुष्यात अनेक स्त्रिया आल्या. पहिलंवहिलं प्रेम म्हणजे मितूल. पण त्या बीभत्स घटनेनंतर त्याला तिच्यात रस उरला नव्हता. मितूलला खूप नावलौकिक मिळाला होता. ती दिसायलाही फारच देखणी होती. 'आसावरी' पाहिल्यानंतर मितूल स्वतःचं सौंदर्य, गाणं लोकांपुढे मांडण्याच्या सर्व क्लृप्त्या शिकली आहे हेही त्याच्या लक्षात आलं होतं. मितूल कधी गाऊ शकेल, असं मात्र त्याला वाटलं नव्हतं. 'दिलीप सिन्हाजवळ ती सतार शिकतेय' ह्या दीपालीच्या बोलण्यावर त्यानं विश्वास ठेवला होता. एवढंच नव्हे, तर दीपालीनं सांगितलेल्या सर्वच गोष्टींवर. पण आता असं वाटतंय की दीपालीचा अंदाज चुकला होता किंवा परिस्थितीच पालटली होती. गुरुजींनी त्याला सरळच विचारलं होतं, 'मितूलचं गाणं कसं वाटलं रे?' मागच्या सर्व गोष्टी चुटकीसरशी बाजूला सारून ते त्याला असं विचारतील, असं त्याला स्वप्नातही वाटलं नव्हतं. पण गुरुजींचं असंच होतं. त्यांच्या बाबतीत बांधलेले अंदाज, केलेल्या अपेक्षा नेहमीच चुकीच्या ठरत. त्यानं उत्तर दिलं होतं, 'तिचा आवाज फारच छान तयार झालाय. वेस्टर्न धाटणीचा. तिनं क्लासिकल गायलं तर गिटारवर आपलं शास्त्रीय संगीत वाजवल्यासारखा पिक्युलिअर इफेक्ट होईल. पण गिटारपेक्षाही तिचा आवाज जास्त दाणेदार आहे.'

गुरुजींच्या भरघोस दाढीतून एक सरळ, सहज हसू बाहेर डोकावलं. 'सोहम, अरे, तो माझा चॅलेंज होता. तिच्या गळ्यात सूर होता. पण आवाज अगदीच वाईट. फार मेहनत घेतली आणि तिलाही घ्यायला लावली.'

'तिला वाद्यांकडे घातलं होतंत असं ऐकलं होतं.'

'नाही रे! कधीच नाही. पण काय माहिती आहे का, बजवय्याला थोडं गाणं यावं लागतं ना! तसंच गायकाचंही आहे. एखादं वाद्यं थोडंफार आलेलं बरं! नाही तर इष्ट साध्य होत नाही. मुळात दोन्हींत काही फरक नाहीच. एकात गळ्यातून

सूर काढावा लागतो तर दुसऱ्यात बोटातून. फरक काय तो एवढाच! असं म्हणतात की उस्ताद काले खाँसाहेब बीनवरच्या गायकाला अशक्य वाटणाऱ्या लरजदार ताना सहज घ्यायचे. तरी मितूल शुद्ध शास्त्रीय संगीताकडे गेली नाही. गेली असती तर आणखी पुढे गेली असती.'

गुरुजींचं हे बोलणं ऐकल्यावर, सोहमनं त्यांच्या सॉल्ट लेकच्या घरावर बारीक नजर टाकली. त्याच्या मनात आलं की मितूल शुद्ध शास्त्रीय संगीताच्या मागे लागली असती तर तिची अशी भरभराट होती ना! घर म्हणजे जणू काही तैलरंगातील चित्रच. दोन गाड्या, आरसे लावलेला गान-महाल. वय झालेल्या गुरुजींना सर्वप्रकारचा आराम.

सध्या मितूल शेखरन अय्यरबरोबर फ्रान्सच्या दौऱ्यावर गेली होती. ती त्या ट्रुपमध्ये डान्सही करायची म्हणे! सहा महिने नृत्याची इन्टेन्सिव्ह तालीम घेतली होती. कितीही मेहनत केली तरी सहा महिन्यांत नृत्य येतं? सोहमला हे नवीनच होतं. अर्थात शेखरन अय्यर त्याच्या नृत्यनाट्यात तिचा कसा उपयोग करून घेतो त्यावर सर्व अवलंबून होतं. अचानक खरखरीत आवाजातले लाडिक शब्द सोहमच्या कानात घुमायला लागले, 'सोहमदा, आलारिपू पाहायचाय? बघ हं मी कसा करते ते! सलामी आणि तत्कार दाखवते. हे सगळं मी मीतालीदीच्या क्लासमध्ये बसून बसून शिकलेय.'

सध्या गुरुजी घरात एकटेच होते. म्हणजे तसे नोकरचाकर, ड्रायव्हर, गडी होते. अपाला आठवड्यातून तीन दिवस यायची. फोनवरून सतत विचारपूस करायचीच. आता सोहमही आला होता. त्यामुळे गुरुजींची सर्वच सोय झाली होती. हल्ली ते सोहमला त्यांच्याकडे राहण्याचा आग्रह करत. त्यांच्याकडे सर्व वाद्यं होती. तो पाहिजे तेव्हा पाहिजे ते वाजवू शकत होता. एकदा ते त्याला स्पष्टच म्हणाले, 'मला एकटेपणाचं नाही काही वाटत. मितूल इथं असली तरी ती काही माझ्याजवळ फार वेळ नसतेच. कलावंतांच्या जीवनात एकटेपणा म्हणजे कलेचा केंद्रबिंदू. मी एकटा आहे म्हणून तुला बोलावतोय असं नाही. पण तू इथं राह्यलास ना तर गाणं माझ्याजवळ राहील.'

सोहम म्हणाला होता, 'मी तर आहेच, गुरुजी. दुसरं काही काम नसेल तेव्हा इथंच येऊन बसत जाईन. मी आणि अपू इथंच रियाज करत जाऊ. मग मी इथं राहिलो नाही तरी काय झालं?'

खरं तर सोहम मितूलच्या घरी राह्यला संकोचत होता. घरात सगळीकडे– अगदी कानाकोपऱ्यात– मितूलचे नाना तऱ्हेचे, निरनिराळ्या पोझेसमधले फोटो, सुंदर, शोभिवंत वस्तूंप्रमाणे लावलेले होते. ह्या मुलीत नार्सिसिझम होता ह्यात शंकाच नव्हती. मितूलनं स्वत:ला एका सुंदर शिल्पात पालटलं होतं. प्रत्येक

फोटोत तिच्या कपाळावर आणि हनुवटीपाशी डाग स्पष्ट दिसत होते. हे फोटो आपल्याला वाकुल्या दाखवत आहेत असंच सोहमला वाटायचं. जणू ते हसत म्हणत, 'अरे नीच माणसा, माझं रूपच नव्हे तर मलासुद्धा संपवू पाहत होतास नाही का? आणि तेही क्षुल्लक द्वेषापोटी. झालं काही? आलं का तुला काही करता? मी केवढी लहान होते! तेव्हा माझ्या आईवडिलांबद्दल वाईटसाईट बोलताना शरम नाही वाटली? मी तुमच्या ह्या नीतिमत्तेची, माझ्या आईवडिलांच्या असल्या परिचयाची अजिबात पर्वा करत नाही. मला चॉकलेट्स आणि महागाच्या वस्तू भेट म्हणून देत होतास. तुला काय वाटलं दरिद्री शिक्षकाच्या मुलीला असं विकत घेता येईल? लक्षात ठेव. मीच माझी ओळख. मला तुझीही पर्वा नाही आणि जगाचीही. तू दिलेल्या महागड्या वस्तूंपेक्षाही भारी वस्तू आता मी तुझ्या तोंडावर फेकू शकते, समजलं?'

अर्थात ही सगळी सोहमची कल्पना. त्या घटनेनंतर कितीतरी पाणी वाहून गेलं होतं. त्यानंतर त्या दोघांची भेटसुद्धा झाली नव्हती. तीच शेवटची भेट. रागीट चेहरा, हातात सुरी आणि तोंडात शिव्या. मग लखनौ, मुंबई, दिल्ली, अमेरिका, ब्रिटन पण तरीही त्याला मितूलला भेटणं अतिशय आवश्यक होतं. तिला काही तरी लाखमोलाचं असं द्यायचं होतं.

रात्र होती. कोलकात्याच्या निर्जन रस्त्यावरून त्याची गाडी धावत होती. अपालाच्या तिलक कामोदचे स्वर त्याच्या कानात गुंजत होते. आता तो अमेरिकेत भेटलेली क्लॅरिस, स्कॉटलंडची वृंदा आगरवाल, मुंबईची लक्ष्मी पटेल ह्यांना विसरला होता. नाजनीन बेगमनी त्याला सावध करून बनारसच्या तिहरबाईकडे पाठवलं होतं. त्या तिहरबाईही मनाच्या कोपऱ्यात दडी मारून बसल्या होत्या.

नाजनीन बेगम... बासष्टीच्या. नेहमी पांढरी सिल्कची साडी. त्या साडीत बसऱ्याच्या गुलाबाचा रंग मधून मधून डोकवायचा. नाकात हिऱ्याची चमकी. कानात हिऱ्यांची कुडी, अंगठीतही हिरे. हातातल्या बांगड्याही हिऱ्याच्याच. निवडक श्रोत्यांनाच त्या त्यांचं गाणं ऐकवायच्या. पण जेव्हा गायच्या तेव्हा प्रत्येक श्रोत्याला वाटायचं की त्या आपल्यासाठीच– फक्त आपल्यासाठीच - गाताहेत. आळवणी, कळकळ, रुसवा, विरहाची तीव्र पण मधुर व्यथा, रागरुसव्याचा व्याकुळ, स्वप्नवत आविष्कार, मीलनाची ओढ आणि तरीही दिसून येणारा मान-अभिमान. काय म्हणून नसायचं त्यांच्या गाण्यात! अशावेळी त्यांना भोवतालच्या जगाचं भान नसायचं. आपल्या शिष्यांनाही एक महत्त्वाचा मूलमंत्र त्या आवर्जून सांगायच्या. 'ठुमरी आहे शुद्ध प्रेमाचं गाणं. त्यात ईश्वरी प्रेम आलं तर ते भजन होईल. हा किसन एक माणूस आहे बरं! राधाही तशीच. 'पिया मिलनकी आस' म्हणजे प्रेमात खोल बुडालेल्या एका मानवी जीवाला दुसऱ्या तशाच प्रेमीजिवाला

भेटण्याची लागलेली ओढ. 'तन, मन, धन सब उनपर वारू.' हा प्रणयव्याकुळ जीव अखेर ईश्वरच आहे असं जरी मानलं तरी प्रेमाची सुरुवात माणसापासूनच होते.' असं म्हणून त्या हसत. मग हळूच म्हणत, 'ठुमरी फार धोकादायक'. त्या समोरच्या भिंतीकडे किंवा खिडकीतून दिसणाऱ्या निळ्याशार आकाशाकडे पाहून गात. जणू काही ती निळाई म्हणजे एकत्र जमून साखळलेला त्यांचा विरहच. ठुमरी पेश करण्याचा त्यांचा लहजाही अनोखा होता. चेहेऱ्याच्या पेशीपेशीतून, नेत्रकटाक्षातून, झुकलेल्या पापण्यांतून, लहान मोठ्या हस्तमुद्रांतून भाव उमलून यायचे. पण ह्या सगळ्यांत एक अपूर्व संयम असायचा. त्या आपल्या शिष्यांना नेहमी बजावून सांगायच्या की बाई आणि पुरुष ह्यांची ठुमरी गायची ढब वेगळी हवी. त्या दोन्हीतील वेगळेपणाही दाखवायच्या. पुरुषी पुकार तर बायकी नखरा. त्यांचा गळा असा होता की त्या आवाज चटकन बदलू शकायच्या. अशा ह्या असामान्य प्रतिभेच्या गायिकेनं जाहीर कार्यक्रमातून गाणं सोडून दिलं आणि आपला देश एका बहारदार गाण्याला मुकला. मात्र काही शिष्य आणि गुणिजन भाग्यवान होते म्हणूनच त्यांना ते गाणं ऐकायला मिळालं. भारतातील यच्चयावत गुणिजनांचं गाणं सोहमला ऐकायला मिळालं ते नाजनीन बेगमकडेच. नाजनीन बेगमनी सोहमच्या कल्पनाशक्तीला अधिक मोकळं केलं. त्यांच्याकडे शिकताना सोहमच्या मनात यायचं की ठुमरी आणि गझल ह्या दोन्हींतूनही व्यक्त होतं मानवी प्रेम, पण गझलमधून पुरुषी भाव अधिक चांगले व्यक्त होतात. गझलमध्ये दिवाणेपण जास्त आहे. तो अवकाश, फिरत, सामान्य हलक ही ठुमरीची अंगं मिसळून गझल गायला लागला. अर्थात गझलमधील शब्दांचं भान तो ठेवत असे. त्याचं असं गाणं ऐकताच बेगमनी भारावून जाऊन अक्षरश: माघार घेतली. त्या सोहमला म्हणाल्या, 'शाबाश बेटा! तुम तो बावरेकी तरह गा रहे हो! तुम्हारे दिल का दर्द तो सबके दिलतक पहुँचता है□।'

त्यांनी शाबासकी दिल्यावर सोहमनं आपली इच्छा त्यांना बोलून दाखवली. ती ऐकून त्या म्हणाल्या, 'बगीचेमें गानेवाला बुलबुल भी मर्दही है□। मगर तुम्हारा दिल जो चाहे सो करो!'

सोहमच्या गझलगायनानं लखनौ, दिल्ली, मुंबईला अक्षरश: वेड लावलं. कॅसेट्स, रेकॉर्ड्स निघाल्या. सिनेमातही तो गायला. नंतर परदेश. तिथं आशियातील लोकांनी त्याला आणि त्याच्या गाण्याला डोक्यावर घेतलं. पण अपालासारखी गायिका त्याला कधीच, कुठंच भेटली नाही. नाजनीन बेगमच्या तालमीत अपाला तयार झाली असती तर कुठल्या कुठं पोहोचली असती.

अपालाची गाण्याची धाटणी अगदी शांत. गाण्याला खोली खूप. छानछोकी कमी. जी काही ऐट वा डौल येऊन जायचा तोही अवडंबर न माजवता इतक्या

सहजपणे की सामान्य श्रोत्यांच्या तो लक्षातही यायचा नाही. गाणं पेश करण्याचाही एक थाट असतो. त्यासाठी नाचावं-उडावं लागतं असं नाही. हातांची थोडी हालचाल, चेहेऱ्यावरील भाव— विशेषत: तबलजीला तानक्रीडेत, लयकारीत स्नेहभावानं दाद द्यायला हवी. पण अपाला दीर्घ तान घेऊन समेवर पोहोचली तरी तबलजीकडे हसूनसुद्धा पाह्यची नाही. साधी मान हलवायची नाही. ती अशी कशी गाऊ शकते, ह्याचं सोहमला नवल वाटायचं. नाजनीन बेगमनी पेशकारी तिला शिकवली असती. किंबहुना तालीम घेताना ती आपोआपच शिकली असती. 'आसावरी'तील गाणी एवढी पॉप्युलर व्हायचं एक कारण पेशकारी हेच होतं. त्या जाणत्या गुणी अभिनेत्रीनं एखाद्या कसलेल्या गायिकेसारखा अभिनय केला होता. दीर्घ आलापाच्या वेळी हात समोर पसरला होता. आलंकारिक तानांच्या वेळी तिनं बोटांच्या सुंदर हालचाली केल्या होत्या. भावमुद्रेतून तिनं गाण्याचा अंतरातील भाव स्पष्ट केला होता. त्यामुळे रेकॉर्ड्स ऐकताना तीच डोळ्यांसमोर उभी राह्यची. अर्थात सोहमसारख्या जाणकारांना ह्याची आवश्यकता नव्हती. त्यांना अपालाचं श्रेष्ठत्व तिच्या गाण्यातूनच पटत होतं. 'आसावरी' ची कॅसेट ऐकताना त्याला आठवला तो दरबारी कानडा आणि त्या रात्री स्वत:चा मृत्यू समोर दिसत असताना - स्वत:च्या लग्नाला अपाला मृत्यूच समजली होती - त्याच्याजवळ हिरव्या कार्पेटवर बसून, कधी तानपुरा छेडून तर कधी हार्मोनियम घेऊन, 'घुंघट का पट खोलो रे' म्हणत तिनं आपली आर्ती त्याच्यापुढे मांडली होती. तो औषधाच्या गुंगीतच होता, अर्धवट शुद्धीत. त्याच्या मनावरचा संस्कार, शिक्षण, सभ्यता ह्यांचा कृत्रिम पट दूर सरला होता आणि त्या अनावृत, स्वच्छ मनाच्या द्वारावर धक्के देत होता दरबारीचा आंदोलणारा कोमल गंधार. शुद्ध मध्यम पंचम पार करून अती कोमल धैवतात आंदोळून कोमल निषादात पोहोचणारा आणि तिथून मध्यमाच्या षड्जावर येऊन स्थिर होणारा स्वर. कितीतरी वेळ! कितीतरी वेळ! अपालाचं आलाप अंग अगदी तयार. वाद्यासारखा आलाप. मध्यलयीतला आलाप, मागोमाग द्रुत लयीत जाऊन 'झाला' सारखा आलाप. तिचं गाणं तृप्त करूनच थांबायचं. शेवटचा तीव्र स्वर तिच्या धमनीच्या एखाद्या दुखऱ्या, हळव्या जागेला स्पर्श करत असावा. म्हणून ती पुन्हा मध्यमाच्या वर जायची नाही. तिच्या त्या कोमल किणकिणाऱ्या ताना, तराणा, घुमत राहणारा मंद्र सप्तकातला आलाप आणि रिषभात येऊन स्थिरावणं हे सोमहच्या मस्तकाच्या पेशीपेशीत कायमचं भरून राह्यलं होतं. बर्ले ॲव्हेन्यूच्या किंवा ॲशफोर्ड मिडोच्या फ्लॅटवर तो पोहोचायचा तेव्हा सबंध दिवस गाऊन आणि दमवून टाकणाऱ्या भेटीगाठींमुळे थोडा एक्साइट आणि बराचसा थकून गळून गेलेला असायचा. वटवाघुळं अलगद झाडावर उतरावीत तशा त्याला डुलक्या येत असायच्या. तेव्हा आतून कोणीतरी मंद्र पंचमाला स्पर्श

करून कोमल धैवतात जायचं. त्याला वाटायचं की फ्लॅटचं छत एखाद्या डब्याच्या झाकणाप्रमाणे उघडतंय. मग दिसायचं आकाश. उघडं पडलेलं आकाश. मग आकाशाचा निळा पडदाही घुंगट सारल्याप्रमाणे बाजूला व्हायचा आणि त्यातून डोकवायचा एक गूढ, रहस्यमय चेहरा. थकवा, ताप दूर करणारा. ते दृश्य खरोखर अलौकिक असायचं. पण तो चेहरा स्पष्ट दिसण्यापूर्वीच तो गाढ झोपेच्या अधीन व्हायचा. त्याच्या जीवनाचं 'थीम म्युझिक' म्हणून काही असेलच तर ते होतं 'दरबारी कानडा.' अपालाच्या दरबारीनं त्याला नवजीवन दिलं होतं.

२१

घरात रगड पैसा येत होता. मोठ्या सुनेमुळे पैशाचा ओघ वाहायला लागला होता. तब्बल पंधरा वर्षांनंतर वेणीनंदनमधील दत्तगुप्तांच्या घरात नवीन बांधकाम, दुरुस्ती आणि रंगरंगोटी होत होती. इतक्या वर्षांत फक्त वरवरची डागडुजी आणि आतून चुना फासणं. बाहेरून घराचा अवतारच. पैशापेक्षा दृष्टी नसल्यामुळेच हे असं होत होतं. ह्या गल्लीतल्या प्रत्येक घराची स्थिती दत्तगुप्तांच्या घरापेक्षा वेगळी नव्हती. खिळखिळी झालेली घरं, ओल आलेल्या भिंती, जागोजागी कचऱ्याचे ढीग. कोणाला दुरुस्तीची गरजच वाटत नव्हती. मनोहरबाबू घर काय बरोबर घेऊन जाणार होते? तेव्हा ते त्यांच्या दोन्ही मुलांना म्हणाले, 'तुम्ही दोघांनी तुम्हाला हव्या तशा सुधारणा करून घ्या.'

अपाला शिवनाथला म्हणाली, 'माझी खालची गाण्याची खोली प्लॅस्टर वगैरे करून पॉश करून द्या. द्याल ना?'

शिवनाथ म्हणाला, 'देईन तर!'

पण त्या खोलीला फार ओल धरायची. त्यामुळे तिथं काही करणं अवघडच होतं. मिस्त्रीच्या मते विटा चांगल्या वापरल्या नव्हत्या. खरं तर हे घर हळूहळू वाढवलं गेलं होतं. संसार वाढत गेला तसं घर वाढत गेलं होतं. झाड जसं जागा मिळेल तशा आपल्या फांद्या पसरत जातं ना? अगदी तसंच. मुलं लहान होती तेव्हा ह्या घरावर खूष होती. कारण लपंडाव खेळायला, दंगामस्ती करायला पाहिजे तशी जागा होती. पण आता मोठी झाल्यावर तीच मुलं घराला नाकं मुरडायला लागली होती. सिलिंगकडे बघवत नव्हतं. लोखंडाच्या सळ्या, लाकडी तुळया, जुना, लोंबकळणारा डी.सी. फॅन. मनोहरबाबूंच्या थोरल्या मुलाला ह्याचं काहीच वाटायचं नाही. तेच ते अंगण, लहानपणीच्या आठवणी जपणारा निंब, लाल सिमेंटची चकचकीत फरशी, परसातली फुलझाडं, अनंत, लिंब हे सगळं त्याला आवडायचं. अपाला उदासीनच होती. तिला गाण्यासाठी निवांत जागा मिळाली की पुरे!

रणो इतक्या दिवस त्याच्या आजोबांच्या खोलीतच झोपायचा. पण आता मात्र त्याला स्वत:ची खोली हवी होती. स्वतंत्र खोली. टिटूचं आणि बनीचंही हेच मागणं होतं. त्यांनाही खोली हवी होती.

ह्या घराकडे पाहून प्रथम नाराजी दाखवली ती मनोहरबाबूंच्या धाकट्या सुनेनं - जयानं. ती विशूला नेहमी ऐकवायची, 'तुमची करिअर आणि नोकरी बघून मी हो म्हटलं. नाहीतर ह्या घरात राह्यची कोणाला हौस होती! आहे काय ह्या घरात?'

विशूच्या वाट्याला दोन खोल्या आल्या होत्या. तो स्वत: आर्किटेक्ट होता. लहान खोलीत त्याची कागदपत्रं आणि कामाची इतर साधनसामग्री असायची. संपूर्ण घराचं काम काढायचं म्हणताच विशूनं स्वच्छच सांगून टाकलं, 'आफ्टर ऑल, मला मूल नाही तेव्हा खर्चात माझा वाटा कसा?'

त्याचं बोलणं ऐकून मनोहरबाबू चकितच झाले. 'अरे, असं कसं? घरात तुझी अर्धी वाटणी आहे. मग खर्चाची जबाबदारी नको उचलायला?'

विशू म्हणाला, 'पुढे हे घर दादाकडेच जाणार. तेव्हा दादानंच काय ते पाहावं. माझा काय संबंध? मी असा पाण्यात पैसा घालणार नाही.'

पारुलबाई मध्येच म्हणाल्या, 'त्याचं एका परीनं बरोबरच आहे. शेवटी संसार असा असणार तो शिवूचाच. पण विशू, तू एक कर. तुझ्या दोन खोल्यांच्या खर्चाचे पैसे देऊन टाक. कसं सूनबाई?'

तिथं अपाला आणि जया दोघीही होत्या. सासूबाई कोणत्या सुनेला उद्देशून हे म्हणाल्या ते कोणाला कळलंच नाही. जया घरातल्या मोठ्यांसमोर फारसं तोंड उघडायचीच नाही. तिच्या तोंडावर नेहमीच हसू असायचं.

शिवनाथ म्हणाला, 'एवढ्या मोठ्या घराच्या दुरुस्तीचा, रंगाचा खर्च बराच होणार. मी एकट्यानंच सगळा...'

पारुलबाई अगदी नरमाईच्या सुरात आपल्या मोठ्या मुलाला म्हणाल्या, 'शिवू, तुझा एक हात नाही तर दोन हात मिळवते आहेत. लक्ष्मीसारखी बायको असल्यावर काळजी कसली?'

हे ऐकताच शिवनाथचा चेहरा एकदम पडला. बंगाली मध्यमवर्गीय, जुन्या विचाराच्या लोकांच्या काही कल्पना होत्या, काही समज होते. बायकांचा - विशेषत: बायकोचा पैसा घेण्यात त्यांना कमीपणा वाटायचा. शिवनाथही त्या लोकांतच मोडणारा होता. हल्ली त्याला अपालासमोर अपराध्यासारखं वाटायचं. न्यूनगंड वाटायचा. अपू आपल्या मिळकतीतले काही पैसे सासूला हातखर्चासाठी तर द्यायचीच पण घरातही सढळ हातानं खर्च करायची. दुसऱ्यांना द्यायला तिला मनापासून आवडायचं. ह्यामुळे शिवनाथ आणखीनच खजील व्हायचा. अपाला कधीच काही बोलायची नाही. आजही प्रत्येकाच्या पानात पोळी वाढून ती स्वयंपाकघरात

निघून गेली.

स्वत:च्या खोलीत येताच शिवनाथच्या दाबून ठेवलेल्या रागाचा एकदम भडका उडाला. 'अपू, ऐकलंस ना आईचं आणि विशूचं? असं कसं बोलतात ती दोघं? सगळा खर्च मीच करायचा?'

टिटू तिथंच होती. ती म्हणाली, 'बाबा, तुम्ही एकट्यानंच का करायचा. आईनंही करायला पाहिजे. तिला किती स्वातंत्र्य मिळतंय! म्हणून देशभर नाव झालं तिचं. सासरचा पाठिंबा आहे म्हणूनच जमलं ना हे तिला? नाहीतर परवा परवापर्यंत अपाला दत्तगुप्त शंख फुंकायची. तीच तिच्या दमाची परीक्षा आणि प्रॅक्टिसही. ह्या सगळ्याची किंमत मोजायला नको?'

एरवी शिवनाथनं तिला हळूच का होईना दटावलं असतं. पण आज तो दुखावला गेला होता. त्याचा पाणउतारा झालाय असंच त्याला वाटत होतं. त्यामुळे त्याच्या तोंडून शब्दच फुटला नाही. टिटू पुढे म्हणाली, 'परवाच मनिरुल मिस्त्रीनं दादूंना खर्चाचा अंदाज दिलाय. डिस्टेम्पर, कुठं कुठं मोझेइक टाइल्स, बाहेरच्या बाजूला स्नो-सेम, गच्चीत एक खोली. एवढं करायचं तर... एक करा. आईला विकून टाका. लिलाव करा तिचा. सध्या किंमत चांगली येईल...'

'टिटू, गप्प बस बघू!' अपालानं टिटूला दटावलं.

टिटू आज गप्प बसायला तयार नव्हती. ती पुढे बडबडतच राहिली. 'एवढं काही करायला नकोच. आमच्यासाठी काही नको. बनी तर लवकरच लग्न करेल आणि मला गव्हर्मेन्ट क्वार्टर्स मिळतीलच. मी मुळी वेस्ट बेंगॉलमध्ये पोस्टिंग घेणारच नाही आणि दादा... तो तर ह्या घरातला लाडका मुलगा. सगळं समजण्याइतकं वय झालंय त्याचं. वेळ आली की बरोबर समजेल त्याला. आता फक्त गच्चीतली खोली बांधा आणि आईची गाण्याची खोली व्यवस्थित करून द्या म्हणजे झालं! केवढे मोठे मोठे लोक येतात आईकडे. ती खोली नीट हवीच, नाहीतर लाज वाटते.' तेवढ्यात बाहेरून विश्वनाथनं हाक मारली, 'दादाऽऽऽ'

'काय? बोल' शिवनाथच्या आवाजात काळजी होती. तो खोलीबाहेर येताच विश्वनाथ म्हणाला, 'माझ्या वाटणीच्या दोन खोल्यांच्या रंगरंगोटीला तीन-एक हजार लागतील. मी हिशोब केला. उद्याच देऊन टाकतो तुला.'

शिवनाथ म्हणाला, 'तू तीन हजार द्यायची गरज नाही.'

'ॲज यू प्लीज!' असं म्हणून विश्वनाथ निघून गेला.

हल्ली दोघा भावांचं चांगलंच बिनसलं होतं. बाहेरच्यांना ते दिसत नसलं तरी घरात लपून राहणं आता शक्यच नव्हतं. अपाला म्हणाली, 'बाबांचं किती दिवसांपासून 'डिस्टेम्पर', 'डिस्टेम्पर', चाललंय. लावून टाका. हॉलची फरशी खराब झालेय. तीही करून घ्या आणि स्वयंपाकघर फार जुनं झालंय. नवीन पद्धतीचं करून घेऊ

या. गच्चीत रणोसाठी खोली हवीच. ह्यासाठी लागेल तेवढा पैसा माझ्या खात्यातून काढा. मी विचार करतेय तो टिटू आणि बनीच्या खोलीचा. त्यांच्या खोलीचं काहीतरी करायला हवंच.'

शिवनाथनं एक लांब सुस्कारा सोडला. दोन मुलींची लग्नं, मुलाला त्याच्या पायावर उभं करणं म्हणजे तोंडाला फेस येणार होता. अपालाच्या मिळकतीची खात्री नव्हती. ती नियमित येणारीही नव्हती. आता बरा पैसा मिळत होता पण तो सतत तसाच मिळेल ह्याची खात्री नव्हती. अपाला मितूलसारखी कर्तृत्ववान आणि उद्योगी नव्हती. अपाला म्हणाली, 'एक करता येईल, खालचा गाण्याचा हॉल तसा बऱ्यापैकी मोठा आहे. त्याचे दोन भाग करा. एक माझी गाण्याची खोली आणि दुसरी टिटू-बनीची खोली.' शिवनाथ गंभीरपणे म्हणाला, 'नाही, अपू! ते जमणार नाही. जीव गेला तरी मी माझ्या मुलींना खाली हाकलणार नाही.'

'का? त्या आता झोपतात तशाच आजीजवळ झोपतील. खालची खोली इतर वेळी वापरतील. मैत्रिणी आल्या तर... गप्पागोष्टी करायला किंवा अभ्यास करायला त्यांना स्वतंत्र खोली असली म्हणजे बरं!' अपालाला तिच्या माहेरची कीर्ती मित्रलेनमधली गच्चीतली खोली डोळ्यांसमोर होती. पुष्कळ वेळा गाता गाता ती तिथंच झोपून जायची. मग आई तिला उठवून खाली न्यायची. आईजवळ खूप मिनतवारी करूनही अपालाला कधीच स्वत:ची हक्काची खोली मिळाली नव्हती.

तिचे काका मात्र दोन खोल्या वापरत. त्या खोल्या चांगल्या मोठ्या होत्या. त्यातली एक त्यांनी दादाला दिली असती तर तिला अनायसेच गच्चीतली खोली मिळाली असती. आता तिच्या आईला घर खायला उठत होतं. घरात माणसंच नव्हती. पण तिला हवी होती तेव्हा खोली मिळाली नव्हती. कसेतरी दिवस ढकलावे लागले होते. तिनं आपला राग कधी बोलून दाखवला नव्हता. म्हणूनच तिच्या माहेरच्या घराचा एकटेपणा अधिक वाढला होता का? टिटू म्हणाली, 'खालच्या खोलीचे दोन भाग केले तर तुझी गाण्याची खोली लहान होईल. तुझ्याकडे एकाच वेळी बरेच लोक आले तर तुझी गैरसोय नाही का होणार, आई?'

'कशाला होईल? मितूलमावशीसारखं पार्टिशन आणायचं. गरज पडली की सरकावून ठेवता येईल.' बनीनं तोडगा शोधला.

टिटू जरा कडवटपणेच हसत म्हणाली, 'मितूलमावशीसारखं.. बनीचं म्हणजे....'

सिनेमाला वाहिलेल्या एका मासिकाचं पान उघडून जया म्हणाली, 'एक खूप गमतीची गोष्ट दाखवू? काय असेल ओळखा बरं!'

विश्वनाथ त्याच्या कामात मग्न होता. तो म्हणाला, 'मला नाही ओळखताबिळखता येत. दाखवायचं असेल तर दाखव.' घरातल्या गोष्टींमुळे त्याच्या मनात झगडा

चालू होता. त्याच्या सदसद्विवेकबुद्धीला स्वत:चं वागणं पटत नव्हतं. आपण घरात चुकीचं वागतोय, बोलतोय हे कळत होतं पण हिशेबी मन ऐकायला तयार नव्हतं. घराचा जास्तीत जास्त भाग आई-बाबा आणि दादाचं कुटुंब वापरत असताना आपण निम्मा खर्च का करायचा?

जयानं मासिक उघडून त्याच्यापुढे ठेवलं. एक मस्त ब्लो-अप. एक स्त्री आणि एक पुरुष घट्ट मिठीत. दोघांच्याही डोळ्यांत पाणी. फोटो अगदी स्पष्ट होता. खाली लिहिलं होतं, 'किती दिवसांनी भेटलास रे!' मग प्रसंगाचं सविस्तर वर्णन - गुरुभगिनी गुरुभावाला वीस एक वर्षांनंतर कार्यक्रमात अचानक कशी भेटली, ह्या आकस्मिक भेटीमुळे त्यांना वाटलेलं आश्चर्य आणि झालेला आनंद वगैरे वगैरे. फोटोत फोकसच्या बाहेरही काही लोक दिसत होते. जयानं त्यातून शिवनाथला बरोबर ओळखलं. तिची हसून हसून मुरकुंडी वळली. विश्वनाथनं मात्र स्वत:ला सावरलं. हळूच हसून तो म्हणाला, 'दादा अगदी नेभळट आहे म्हणून; नाहीतर असं झालं असतं? घरादाराला काही अब्रूबिब्रू आहे की नाही! छे!'

जया म्हणाली, 'आता का? तुम्हाला तर तुमच्या वहिनीचा फार अभिमान होता ना? 'आसावरी'तील गाणी ऐकून तुमची छाती तर अभिमानानं फुलली होती! वहिनींनी तुमच्या घराचं नाव काढलं ना!'

विश्वनाथचं तिच्या बोलण्याकडे लक्षच नव्हतं. तो आपल्याच विचारात होता. त्यामुळे तो एवढंच म्हणाला, 'जया वाट्टेल ते बोलू नकोस. कोणाला वेणीनंदनचं आमचं घर माहीत होतं? अपाला दत्तगुप्त इथं नसती तर कोणी ह्या घराची साधी चौकशीही केली नसती, समजलं? सध्या आपली सगळ्यांची ओळख म्हणजे अपाला दत्तगुप्त. हा अपाला दत्तगुप्तचा दीर, ही जाऊ. वहिनी खरी अतिशय शांत आणि अदबीनं वागणारी आहे. हा फोटो तिच्या स्वभावाशी अजिबात जुळणारा नाही.'

'मितश्रीला पाह्यलंत ना? कसे कपडे घालते? कशी वागते! वहिनींची फास्ट फ्रेन्ड आहे ती!'

'तुला काय म्हणायचंय? संगतीचा परिणाम? ह्या वयात? तू काहीही म्हण पण मितश्रीच्या देखणेपणाला तोड नाही.'

जया चिडली. वेडावून दाखवत म्हणाली, 'म्हणे देखणेपणाला तोड नाही! वा! वा! मग व्हा ना तुम्हीही तिचे दास. वहिनींना सांगा तुमच्या. त्या लगेच सोय करून देतील. माझं काही म्हणणं नाही. मी काय लगेच गळ्याला दोरी बांधून आत्महत्या करणार नाही.'

'काहीतरी बोलू नकोस.' असं म्हणून विश्वनाथ ड्राफ्ट तयार करण्यात गढून गेला.

जयानं बनीला हाक मारून मासिक तिच्या हातात देत म्हटलं, 'बनी, ह्या मासिकात तुझ्या आईचा किती छान फोटो आलाय बघ! घरातल्या सगळ्यांना दाखव आणि आईलाही दाखव.'

आपल्या खोलीत येऊन मासिक उघडताच बनी चक्रावलीच. फोटो तर अगदी सिमेनाच्या पोस्टरसारखा आला होता. तिची आई आणि तो... तो तर प्रसिद्ध गायक सोहम चक्रवर्ती. बनी गोंधळली आणि तिनं टिटूला हाक मारली. 'टिटूऽऽ टिटूऽऽ हे बघ.'

फोटो पाहताच टिटू म्हणाली, 'हो, अग! सोहममामा आईला वीस एक वर्षांनंतर भेटला बहुतेक. त्याला समोर पाहून आईचाही स्वतःच्या डोळ्यांवर विश्वास बसला नाही. तोच आला धावत. 'अपू', 'अपू' करत आणि आईला मिठी मारली. आम्ही सगळे तिथंच होतो ना!'

'पण पोझ अगदी रोमँटिक फिल्ममधल्यासारखी आलीय. हो ना?' बनी म्हणाली.

'बनी!' टिटूच्या स्वरात राग होता. तेवढ्यात शिवनाथ तिथं आला. त्यानं टिटूचा आवाज ऐकला होता. म्हणून त्यानं विचारलं, 'का रागवतेस बनीला, टिटू?'

दोघीही ह्या प्रश्नाला तयार नव्हत्या. बनीच्या हातात फिल्मी मॅगेझीन पाहून शिवनाथनं विचारलं, 'हे आणखी कुठून मिळवलंस?'

बनी मासिक लपवायला लागताच शिवनाथ म्हणाला, 'पाहू पाहू काय लपवतेस ते?' बनी 'नाही, नाही' म्हणत लाजेनं लाल झाली. टिटूनं धमकावलं, 'ए बनी, दाखव ना!'

शिवनाथनं तिच्या हातातून मासिक हळूच काढून घेतलं. तिनं उघडलेल्या पानात त्यानं खुणेसाठी बोट ठेवलं होतंच. पान उघडून फोटो पहाताच त्याला कोणीतरी त्याच्या तोंडात जोरात ठेवून दिल्यासारखं वाटलं. जेव्हा हे सगळं प्रत्यक्ष घडलं तेव्हाच तो ओशाळा झाला होता. पण तो शहाणा होता. त्याला गाणं समजत होतं आणि आवडतही होतं. घनिष्ट मैत्रीत असं होणं स्वाभाविक आहे अशी त्यानं आपल्या मनाची समजूतही घातली होती. ते दोघं एकाच गुरूकडे शिकले होते. त्यांचं नातं बहीण-भावासारखं होतं. पण फोटोला असे मागचे-पुढचे संदर्भ नव्हते. ब्लोअप. अपूच्या तोंडावर हसू आणि डोळ्यांत पाणी. तिची मान सोहमच्या रुंद खांद्यावर विसावली होती. अपूचं इतकं सुंदर रूप शिवनाथनं क्वचितच पाह्यलं असावं. सोहमचे कुरळे केस अपूच्या पाठीवर विखुरले होते. भावावेगानं त्यानं डोळे मिटले होते. त्याचा चेहरा केसांनी जवळजवळ झाकला गेला होता. पण त्या झाकल्या गेलेल्या चेहऱ्यावर शिवनाथला आता बरंच काही दिसत होतं. त्यानं

आपल्या मुलींकडे पाह्यलं. त्याही ओशाळ्या दिसत होत्या. त्यानं मोठ्या प्रयत्नांनं स्वत:ला सावरलं. पण त्याचा चेहरा पांढराफटक पडला होता. टिटूनं बोलायचा प्रयत्न केला. 'बाबा, आईचा फोटो किती छान आलाय ना? तुमचाही आलाय. फक्त माझाच नाही. मी तुमच्या तिथंच तर उभी होते.'

शिवनाथ काहीच बोलला नाही. त्यानं मासिक बनीला परत दिलं आणि तो खोलीबाहेर निघून गेला. वडिलांचं काहीतरी बिनसलंय हे त्या दोघींच्या लक्षात आलं. बनीला अपराध्यासारखं वाटत होतं. टिटूनं तिला हटकलं, 'बनी, असं का केलंस?'

'आता काय होईल ग? बाबा आईला खूप रागवतील का?'

'कोण जाणे! माझं काही अजून लग्न झालेलं नाही. तुझ्यासारखे मला पुष्कळ बॉय फ्रेन्डस्ही नाहीत. मी काय सांगणार? पण हे मासिक तुला मिळालं कुठं?'

'काकीनं दिलं.'

टिटू हुशार होती. काकी लाइब्ररितून गुपचूप मासिकं, पुस्तकं आणायची आणि गुपचूप वाचून परत करायची. त्यांना हवं असलं तरी कधी मासिक वा पुस्तक द्यायची नाही आणि हे मासिक मात्र मुद्दाम तिनं बनीला दिल होतं. टिटू दातओठ खात म्हणाली, 'बीच!'

'काय म्हणालीस?' बनीनं विचारलं.

'काही नाही.' मग तिनं तो फोटो काळजीपूर्वक कापून घेतला आणि मासिक बनीच्या हातात देत ती म्हणाली, 'जा काकीला परत दे आणि सांग की आईचा फोटो फारच छान आला होता म्हणून काढून घेतला. 'आईचा फोटो फारच छान आलाय' हे सांगायला विसरू नकोस.'

रात्रीचे साडेदहा वाजले होते. खाली गाडीचा आवाज आला. आज अपालाचा सॉल्ट लेकला जायचा दिवस होता. तिला बहुधा मितूलची गाडी पोहोचवून द्यायची. कधी कधी सोहमही पोहोचवायचा. आज सोहमच असावा. गाडीचं दार लावल्याचा आवाज झाला. त्याच्याबरोबर सोहमचा आवाज ऐकू आला आणि त्या पाठोपाठ अपालाचं 'अच्छा!'

टेबलावर जेवण झाकून ठेवलं होतं. सासूबाई टेबलापाशी येऊन बसल्या. अपालानं विचारलं, 'आई, तुमचं जेवणं झालं ना?'

'अग, तुला टाकून मी कशी जेवेन?'

'साडेदहा वाजलेत. तुम्ही असं उपाशी बसून... तुमचं आता वय झालंय. चला बघू. तुम्हीही बसा.'

'हो बसते.'

'तुम्ही अशा थांबणार असलात ना, आई, तर मला गुरुजींकडूनच जेवून यावं लागेल. ते तर रोजच आग्रह करत असतात.'

'मग जेवत जा. पण घरच्या सुनेनं घरीच जेवलेलं बरं असं मला वाटतं. तू घरी जेवलीस तर मला बरं वाटेल.'

'मलाही तेच आवडेल... म्हणून.... तर....!'

अपालाला तिच्या घराची रीत मोडायची नव्हती. घरच्या सुनेनं अर्धा दिवस घराबाहेर राहून बाहेरूनच जेवून येणं तिलाही पटत नव्हतं. त्याशिवाय त्यांचं एकत्र कुटुंब असल्यामुळे जेवणही अगदी परंपरेप्रमाणे ठराविक, साधंच असायचं. ह्या उलट मितूलच्या घरचा बावर्ची एकदम उस्ताद होता. मितूलकडे मितूलच्या मित्र-मैत्रिणी आणि गुरुजींच्या ओळखीच्या लोकांची सतत ये-जा असे. गुरुजी स्वत: रात्री दूध किंवा चिकन सूप आणि ब्रेडचे दोन तुकडे एवढंच खात. तरी इतरांसाठी त्यांच्याकडे रोजचं स्पेशल जेवण असे. अपाला आठवड्यातून तीन दिवस गुरुजींकडे जायची. एक दिवस इम्तियाजबरोबर व दोन दिवस सोहमबरोबर ती रियाज करायची. पण तिथं जेवायला तीही तयार नसायची आणि सोहमही नसायचा. आजसुद्धा बावर्ची म्हणाला होता, 'दीदी, पनीरचा मलाईकोफ्ता बनवलाय आणि मटण व्हिन्दालु. थोडं खाऊन जा ना!'

पण अशावेळी अपालाला आपल्या मुलांची आठवण यायची. पोरं ठरलेलं बेगुनभाजा किंवा पटोलभाजा आणि ठराविक माशाचं कालवण खाणार आणि आपण मात्र नवीन नवीन स्वादिष्ट पदार्थ खायचे! ते जेवण तिच्या घशाखाली उतरलं तरी असतं का? हल्ली ती तिन्ही मुलांना पैसे द्यायची आणि बाहेर चांगलंचुंगलं खायला सांगायची. वाटेल ते अरबटचरबट खायचं नाही म्हणूनही बजावायची. पण ती तिचं किती ऐकत होती कोण जाणे! पोरांना सोडून एकटीनं असं खाणं तिला नको वाटायचं. पण सासूबाईंचा हा एक वेगळाच हट्ट. सगळे जेवल्याशिवाय त्या जेवत नसत. रणो तर कधी कधी खूप उशिरा यायचा. विश्वनाथ आणि जयाचंही तसंच. ते कोणाला काहीही न सांगता बाहेर जात आणि वाटेल तेव्हा परत येत. त्यामुळे एकेक दिवशी जेवणं आटपायला रात्रीचे बारासुद्धा वाजत. तोपर्यंत सासूबाई बसून राहत. आपला मुलगा रात्री खूप उशिरा येतो हे लक्षात आल्यावर अपाला एकदा त्यांना म्हणाली, 'मी थांबते त्याच्यासाठी. तुम्ही जेवून घ्या.'

'अग बाई, ते कसं जमेल? रणोजी आल्याशिवाय माझ्या घशाखाली घास उतरणार नाही.'

आज जेवताना अपालानं ठरवून टाकलं की ह्या पुढे गुरुजींकडेच जेवून यायचं. बावर्चीला गुरुजींसारखंच सॅलड, चिकन सूप आणि ब्रेड ठेवायला सांगायचं. म्हणजे

सासूबाईंना थोडा आराम तरी मिळेल.

आईचा आवाज ऐकताच बनी आणि टिटू तिथे आल्या. अपालानं बनीला विचारलं, 'बनी, नवीन पलटे दिले होते, झाले का तयार?'

'कसे होणार? रिया, बिल्टू, काकली सगळ्या येऊन बसल्या होत्या ना!'

'पहाटे उठत नाहीस. दुपारी मैत्रिणी. मग करणार तरी कधी?'

'अग, तुझं गाणं ऐकलं ना की मला गायला बसावंसं वाटतच नाही. तुझा गळा कसा भोवऱ्यासारखा फिरतो. कसा फिरतो ग असा?'

'तुझा आवाज हळूहळू सुधारतोय. चांगला होतोय. चांगला दाणेदार आवाज आहे तुझा. क्लासिकल गायचं नसेल तर रवींद्र-संगीत गा. बेस तयार कर म्हणजे झालं. त्या दिवशी, 'आकाशभरा सूर्यतारा' किती छान म्हटलंस.... रणो कधी आला?'

'मघाशीच. किती वाजले होते ते नाही पाह्यलं. गाल फुगवूनच वर गेला.'

अपालाला घास कडू लागायला लागला. मुलं लहान होती तेव्हा प्रश्न नव्हता. शिवाय स्वत:च्या मुलांवर तिचा कधी हक्क नव्हताच. त्यांचे आजोबा-आजी होते ना! आता मात्र प्रत्येकाचे प्रश्न वेगळे होते. टिटूचा आवाज खरंच खूप चांगला होता; पण 'गायचं नाही' अशी भीष्म प्रतिज्ञाच तिनं केली होती. ती तिच्या वडिलांवर गेली होती. तिला आकड्यातच रस होता. 'आय. ए. एस. होणार,' असं तिनं जाहीरच करून टाकलं होतं. कधीतरी ती अपालाच्या गाण्याचा मुखडा गुणगुणायची किंवा सोहमच्या गझलेतली एखादी ओळ, नाहीतर नजरुलच्या गाण्यातले काही शब्द. असं काही ऐकलं की अपाला तिला आग्रह करायची, 'गा ना ग! पुरं गाणं गा. किती छान म्हणतेस!' पण अपालानं असं म्हणताच टिटू एकदम गप्प व्हायची. फारच आग्रह केला की म्हणायची, 'पुढचं येत नाही मला.'

गाण्याप्रमाणेच तिचा आईवरही राग - अनुराग होता की काय कोण जाणे.

आणि रणो! रणजय कोण? कोणाचा मुलगा? अपालाला काही कळत नव्हतं आणि सांगताही येत नव्हतं. सुरुवातीला तर तो अपालाला 'सूनबाई' म्हणूनच हाक मारायचा मग तिच्या सासूबाईंनीच त्याच्या मागे लागून त्याला 'आई' म्हणायला शिकवलं होतं. पण तिला 'आई' म्हणायला त्याला लाज वाटत असावी. त्याला आजीनंच वाढवलं होतं. त्याला रागवण्याचा, बोलण्याचा अधिकार कोणालाच नव्हता. रणो कसाबसा बी.कॉम. झाला होता. त्यानं कधी धड अभ्यासच केला नव्हता तर त्याला चांगले मार्क्स मिळणारच कसे! त्यामुळे प्रयत्न करूनही त्याला एम.कॉम.ला ॲडमिशन मिळाली नव्हती. तो नक्की काय करत होता तो त्याचं तोच जाणे! हल्ली तो आजोबा-आजीलाही दाद देईनासा झाला होता. मग वैतागून ते शिवनाथला आणि अपालाला म्हणायचे, 'अरे, तुमचं पोर. लक्ष कसं नाही? तो

वाया जातोय.'

शिवनाथ आणि अपाला दोघंही बोलण्यात पक्के नव्हते. नाहीतर त्यांनी उत्तर दिलं असतं की तो तुमच्या लाडानंच बिघडलाय. रणो तर आईवडिलांना अजिबात किंमत देत नसे. अपाला मनातल्या मनात म्हणायची, 'देवा, तू मला गाण्याशिवाय काहीच दिलं नाहीस. मला धड बोलता येत नाही. मला व्यक्तिमत्त्व नाही. मी चांगली मुलगी, पत्नी किंवा आई होऊ शकले नाही. कारण माझ्याकडे त्यासाठी लागणारे गुणच नाहीत ना! रणोला गाण्याची भाषा समजत असती तर मी त्याला मालकंस ऐकवला असता. त्याला, त्याच्या तनमनासकट खूप उंच नेलं असतं. तिथून जग त्याला एखाद्या खेळण्यासारखं दिसलं असतं. ढग, तारे, आकाशाची निळाई त्याला खूप जवळची वाटली असती. असं निसर्गात त्याचं मन रमलं असतं ना, तर त्यानं कधीच चेन स्मोकिंग करून आपले ओठ जाळून काळे करून घेतले नसते, वाया गेलेल्या मित्रमैत्रिणींबरोबर गप्पा छाटून आपल्या तारुण्यातील मोलाचा काळ वाया घालवला नसता. पण रणोला मालकंसची भाषा कधीच समजली नव्हती. समजणं शक्य नव्हती. ती मुलासाठी काहीच करू शकत नव्हती. म्हणून तिचं मन तडफडत होतं.

असा विचार करत करतच अपाला खोलीत आली. टिटूनं आणि बनीनं तिला 'गुड नाइट' करताच ती हसून म्हणाली, 'अजून झोपला नाहीत? माझ्यासाठी थांबला आहात? जा. झोपा आता.'

शिवनाथ भिंतीकडे तोंड करून झोपला होता. अपाला फक्त हात धुऊन घाईघाईनं जेवायला बसली होती. कारण सासूबाई तिच्यासाठी जेवायचं थांबल्या होत्या. आता मात्र झोपण्यापूर्वी तिनं बाथरूम गाठली. हातपाय, तोंड साबणानं स्वच्छ धुतलं. डोळ्यांवर पाण्याचे हबके मारले. कपडे बदलले. तिच्या मुली आणि जाऊ रात्री नाईट गाऊन घालत. पण अपालाला त्याची सवय नव्हती. ती एक जुनी, रंग गेलेली मऊ साडी नेसायची. पावडर लावून सैल ब्लाऊज घालायची. ह्याच कपड्यात तिला आराम वाटायचा. एक घट्ट वेणी घातली की ती झोपायला तयार.

आज रियाज फारच छान झाला होता. सोहमनं आखलेल्या कार्यक्रमाला तिनं पूर्ण साथ दिली होती. दोघंही आपापली खासियत राखून पण परस्परांना समजून घेऊन गात होती. आज त्यांनी संपूर्ण कार्यक्रम टेप करून ऐकला होता. म्हणून तर तिला आज घरी परत यायला उशीर झाला होता. शिवनाथ झोपून गेला होता. पण सकाळी उठल्याबरोबर आजच्या रियाजाबद्दल, त्यामुळे मिळालेल्या समाधानाबद्दल ती त्याच्याशी भरभरून बोलणार होती. तिनं तसंच ठरवलं होतं. आज तिला तिच्या नणंदेची आणि तिच्या यजमानांची खूप खूप आठवण आली. ते इथं असते तर किती बरं झालं असतं! उगाचच गेले ते व्हेनेज्युएलाला.

अपाला बिछान्यावर आडवी होताच शिवनाथनं घसा खाकरून कूस बदलली. अपाला म्हणाली, 'अहो, तुम्ही झोपला नाहीत अजून? आज आमचा रियाज खूपच छान झाला हं! जुगलबंदीत परस्परांना समजून घेऊन जमवून घ्यावं लागतंच. मला आणि सोहमला इतके दिवस ते जमत नव्हतं. आमचा दोघांचा लहेजाच वेगळा....'

शिवनाथनं अपालाला इतक्या जोरात आवळलं की तिला वाटलं आपली हाडं आता मोडणार. ती विव्हळली, 'आई गऽऽ अहो, असं काय करताय!' शिवनाथ पुटपुटला, 'तू काय करतेयस ते सांग आधी.' मग तिला बोलायला संधी न देताच पूर्वीच्या तरुण शिवनाथनचं जणू तिच्यावर झडप घातली. अपालाला हे सगळं फारच भयंकर वाटलं. भीतिदायक वाटलं आणि नवरा वाटला पिशाच्च, रानटी. ती हुंदके देता देताच पुटपुटली, 'तुम्ही मला असा का त्रास देता हो? का? का?' भरून आल्यानं तिला पुढे बोलवेना. टिटूला पलीकडे दबलेला हुंदका ऐकू आला आणि तिच्या अंगावर सरकन काटा उभा राह्यला. असं काही तरी होणार असं तिला वाटतच होतं.

शिवनाथ मात्र एकही शब्द बोलला नाही. त्यानं तिची समजूत घातली नाही की शांतही केलं नाही. तिला प्रेमानं जवळही घेतलं नाही. तो न बोलता पाठ फिरवून झोपून गेला. अपाला बराच वेळ लहान मुलीसारखी हुंदके देत रडत होती. जणू ती बनीपेक्षाही लहान होती. ती मनातल्या मनात आक्रंदत होती, 'आई ग! आई!'

ही आई तिची जन्मदात्री आई नव्हती. खऱ्या आईनं अडचणीच्या वेळी तिला कधीच मदत केली नव्हती, पाठीशी घातलं नव्हतं. तसा प्रयत्नसुद्धा केला नव्हता. ही आई वेगळी होती. युगानुयुगं असहाय माणसं तिचा धावा करत आली होती, कष्ट-मग ते मानसिक असोत वा शारीरिक - सहन होण्यापलीकडे गेल्यावर माणसं ह्याच आईला साद घालतात. ही 'आई' कोण आहे, कशी आहे, ती हाकेला धावून येते का ह्याचा कोणी विचार करत नाही. फक्त अगतिक होऊन, व्याकुळतेने तिला साद घालतात. 'आई! आई ग!' त्या विश्वमातेनं ह्या आर्त हाकेला ओ दिल्याचं ऐकिवात नाही. अपवाद फक्त काही साधुसंतांचा. तरीही असहाय माणूस काकुळतीनं तिला हाक मारतोच. 'आई! आई ग!'

२२

हॉल तुडुंब भरला होता. मुंगी शिरायलासुद्धा जागा नव्हती. चाळीसच्या दशकातील प्रॉडिजि, प्रसिद्ध गायक व वादक रामेश्वर ठाकुरांच्या दोन बिनीच्या शिष्यांची जुगलबंदी होती. सोहम चक्रवर्ती आणि अपाला दत्तगुप्त. ह्या दोघांनीही इतर उस्ताद, प्रतिभावंत गुरूंकडे तालीम घेतली होती. त्या सर्वांची नावं वाचून

दाखविण्यात आली. पण आज सोहम आणि अपाला, प्रामुख्यानं, त्यांचे पहिले गुरू-रामेश्वर ठाकूर ह्यांच्या तालमीतून मिळालेलं गाणं गाणार होते.

ह्या कार्यक्रमाला कोलकात्यातील संगीत रसिक तर आले होतेच. पण निमंत्रित म्हणून कलाकार आणि गुणिजनही उपस्थित होते. रंगमंच विशेष तऱ्हेनं सजवला होता. मुख्य कलाकार अर्थातच अपाला आणि सोहम होते. पण ते आठ-साडेआठच्या आधी गायला बसणार नव्हते. म्हणून आधी दोन नवीन कलावंतांचं कथ्थक ठेवलं होतं. त्यांनी कालियामर्दन आणि अहिल्योद्धार सादर केलं. नवीन असूनही त्यांच्या नैपुण्यानं प्रेक्षक खूष झाले. त्यानंतर मंचावर साजिंदे आले. सारंगी, दोन तानपुरे, दोन हार्मोनियम, तबला-डग्ग्याची जोडी. अपाला आज चंदनाच्या रंगाची लाल काठाची कांजिवरम् नेसली होती. ही साडी तिला सोहमनं भेट म्हणून दिली होती. डोक्यात फुलं, कपाळावर मरून टिकली. मोठी टिकली लावायला आणि फुलं घालायला अपाला तयार नव्हती. पण सोहम हट्टालाच पेटला होता. त्यानं स्वत: एम्ब्रॉइडरी केलेला, बदामी रंगाचा टसरचा झब्बा-पायजमा घातला होता. त्याच्या उजव्या हाताच्या दोन बोटांत दोन हिरे चमकत होते.

रामेश्वरांना एका खास मऊ सोफ्यावर बसवलं होतं. त्यांना काही हवं-नको पाह्यला त्यांचे दोन शिष्य सज्ज होते.

सोहमनं उंच पण मोकळ्या आवाजात सुरुवात केली. दरबारी. तो मनानं खूप वर्षं मागे गेला होता. आवाजात तोच पुरुषी दमदारपणा. जणू त्यान स्वरांना घट्ट पकडून ठेवलं होतं. गजलिया सोहम नदीच्या तरंगाबरोबर वाहत होता. खयालिया सोहम समुद्राच्या तळाकडे निघाला होता. सुरांचा सूर मारत होता. त्याच्या मागोमाग अपालाच्या घंटेसारख्या किणकिणणाऱ्या सुरांनी समुद्रतळातले मोती एकेक करून वेचून आणले.

आज कार्यक्रमाला घरातील बहुतेक सगळे आले होते. शिवनाथ, अपालाच्या दोन्ही मुली, एवढंच नव्हे तर सासूबाई आणि आईसुद्धा. आला नव्हता फक्त रणो. रणो नव्हता.

सध्या रणोनं अपालाला काळजीत टाकलं होतं. त्याच्याच एका जवळच्या मित्रानं अपालाला सांगितलं होतं की रणो एका पंजाबी मुलीच्या नादी लागलाय. तिचं घर फार बडं होतं. मोठ्या उद्योगपतीच्या घरातली होती ती. रणोसारख्यांना नोकर म्हणून ठेवू शकतील एवढे बडे!

रणो कधी कधी रात्री खूप उशिरा यायचा. आजोबांनी 'उशीर का झाला?' म्हणून विचारलं तर चिडायचा. म्हणायचा, 'कम्प्युटरची परीक्षा म्हणजे काही खायची गोष्ट नाही.' ह्याशिवाय त्याला जास्त काही विचारण्याची किंवा बोलण्याची कोणाचीच हिंमत नव्हती. त्याच्या कपाळावर हल्ली सदोदित आठ्यांचं जाळं असे.

अपालाच्या सुरासुरातून व्याकुळता पाझरत होती. 'पट खोल' असं म्हणत जी मींड ती घेत होती त्यात छाती फाडून टाकणारं आक्रंदन होतं. 'रणो, रणो, कुठं चाललायस तू? ज्यांना तू जुने आणि जवळचे मित्र मानतोस ते तुझ्याबद्दल काय वाटेल ते बोलतात. तू एकटा पडलायस रे! तुला कुणी दोस्त उरला नाही रे!'

अपाला सुरांच्या आळी-आळीतून शोध घेत घेत फिरत होती. तेवढ्यात सोहमनं एक मस्त जोरदार हलक तान घेतली. आता लयकारीची वेळ आलीय हेच तो अपालाला दाखवून देत होता का? तुझ्या ह्या ताना, मींड आता नकोत असं सांगत होता का? अपाला भांबावून सुरांच्या मागे धावपळ करायला लागली... 'रणो, अरे, घरातच तुझी, अगदी जवळची माणसं नाहीत का? मग तू कुणाशीच का बोलत नाहीस रे? कोणावरच तुझा विश्वास नाही? रणो, ऐक आम्ही तुला समजावून घेऊ. कुणी नाही घेतलं तरी मी घेईनच. नक्की घेईन, रणो' अपालाला भरून आलं. डोळ्यांत पाणी तरारलं. तिचा हा गदगदलेला सूर श्रोत्यांना फारच मधुर वाटला. त्यानंतर सोहमनं द्रुत बंदिश सुरू केली. त्यानं हॉलचा कोपरा-न्-कोपरा गमकांनी भरून टाकला. अपालाच्या आवाजातून तर जणू मधच गळत होता. तिनं पुढच्याच क्षणी एक सपाटतान घेतली. कूटतानांच्या चक्रात फिरून फिरून अखेर ती रिषभावर येऊन स्थिरावली. सोहम आता तापला होता. त्याच्या गळ्यातून सुरांची आवर्तनांवर आवर्तनं निघत होती. मोठमोठ्या तिहाई. सोहम जिथून सुरुवात करत होता तिथूनच सुरुवात करून आणि स्वरात किंचित बदल करून अपाला एक वेगळंच सूरसौंदर्य निर्माण करत होती. 'रणो, रणो, तू कुठंही गेलास तरी मी तुला शोधून काढेनच. देवा, अरे, तू जी जबाबदारी माझ्यावर टाकलीस ती मी टाळली का कधी? तिच्यात कसूर केली का कधी?' तिच्या फिरतमधली चूक ती बारकाईनं शोधत होती. ती चूक कशी सुधारणार होती! 'देवा, मी प्रेम केलं नाही? रणोवर माझं प्रेम नाही? गाण्यावर असं आणि इतकं प्रेम करणं स्वार्थीपणाचं आहे का रे? मला लग्न नको होतं, नवरा नको होता, मुलं नको होती. खऱ्या प्रेमाचा, वात्सल्याचा, रतिसुखाचा आनंद मला गाण्यातून चाखायला मिळाला होताच. गाण्यातूनच तू मला भेटला होतास. नाही. नाही. अजून भेटतोस. नव्या नव्या रूपात पुन्हा पुन्हा भेटतोस. दुसऱ्याच क्षणी हरवूनही जातोस. हरवण्याची ही व्यथा किती मधुर असते! पण देवा, ह्या ऐहिक जगातल्या माणसांच्या आशा-आकांक्षांची समज तू मला दिलीस तीही अपुरी. खरं तर हे मला काहीही नको होतं. पण तू माझ्या पदरात घातलंस. घातलंस तर घातलंस तेही अर्धवट आणि त्याच्याबरोबर प्रचंड गुंतागुंत. मी माझ्या नवऱ्याला ओळखू शकत नाही, मुलांना ओळखू शकत नाही. विश्वनाथ एवढा उदास का? जया इतकी थंड का? मी एवढा आटापिटा करते तरी सासरे कठोर का? सासू सारखं डावं उजवं का करते? सांग

ना देवा, माझा रणो कुठं निघालाय? जर मी त्याच्यावर प्रेम करत नसते तर मला एवढे कष्ट झाले असते?' आता सोहमनं ठुमरीला सुरुवात केली होती. नाजनीननं तालीम दिलेली ठुमरी. 'आज मुरली बजाइ सुनाइ रे । चलो सखी वृंदावन जाइ ।' त्याचा आवाज एकदम मुलायम झाला होता. तो नाजनीन बेगमसारखं गात होता. त्यामुळे ठुमरीतील आर्ती प्रत्येकापर्यंत पोहोचत होती. अपालाही मधून मधून त्याला साथ देत होती. तो एक गोरज मुहूर्ताचा दुर्लभ क्षण. दिवेलागणीचा मधुर क्षण. हा क्षण डोक्यावर घेऊन नाचायला श्रोते अधीर झालेले. न विसरता येणारा क्षण. ठुमरीनंतर अपालाचं भजन. 'जागिये रघुनाथ कुंवर, पंछी बन बोले!' 'तुझा जागं होण्याचा क्षण आलाय, रणो! पक्षी साद घालताहेत. ऐकू नाही का येत तुला? ही तामसी निद्रा सोडून दे, रणो!' चंद्रकिरण शीतल भई...' चंद्रकिरण! अरे, ते तर तुझ्या आईचं प्रेम... तसंच शीतल, दिलासा देणारं. नाही का रे उमजत तुला?' 'तुलसीदास अतिआनंद, निरखी के मुखारविंद'.. तुलसीदास आनंदात आहेत कारण त्यांचा रघुनाथकुंवर एक आदर्श बालक, एक आदर्श पुरुष, एक आदर्श राजा होण्याच्या तयारीत आहे ना! पण मी? मी नाही आनंदात, रणो! 'दीननाथ देत दान भूषण बाहू मुले ।' रणो, तुला हवं तरी काय? भलतं काही मागू नकोस, रणो! आगीत हात घालू नकोस रे! 'जागिये रघुनाथ कुंवर, पंछी बन बोले!'

कार्यक्रम संपला. वाटलं संपूर्ण सभागृहच सुरांचं एक शिल्प झालंय. त्याचे खांब, छत, मंच, आसनं - हे सगळं वेगवेगळे सूर आणि श्रुती ह्यांच्यामधून निर्माण झालंय. श्रोतेही वाजून वाजून वाद्यंच झालेत. फर्माइश करण्याचं श्रोते विसरूनच गेले. हृदयातील सगळे सूर, सगळी आळवणी अपालानं भजनात ओतली होती. तिनं सर्वांनाच तृप्त केलं होतं. ह्या गाण्याचे रेंगाळणारे सूर कानात भरूनच श्रोत्यांना परत जायचं होतं. 'पंछी बन बोले!'

रणो म्हणाला, 'सुमन, सुमी, तू मला असं टॅन्टलाइज करू नकोस. प्लीज.' सुमीनं हसून रणोच्या खांद्यावर डोकं टेकलं... एक वेडावून टाकणारा सुगंध... वेडा-पिसा करणारा स्पर्श. 'व्हॉट डू यू मीन बाय टॅन्टलाइज? तू आहेस एक थर्स्टि पार्टि ॲण्ड आय ॲम ए मॅजिक स्प्रिंग. इज दॅट सो! तर मग डिफाइन एग्झॅक्टलि व्हॉट यू आर थर्स्टि फॉर.'

रणोनं आपलं तोंड सुमीच्या तोंडावर वाकवलं. सुमी खिदळली आणि बाजूला होत म्हणाली, 'ओ! यू आर टिंकलिंग मी? हाऊ मेनि डेज हॅव्ह नॉट यू शेव्ह्ड्?'

'मी शेव्ह करायला अजून सुरुवातच केली नाहीय. नुसतं ट्रिम करतो. सुमी, डोण्ट यू लाइक इट? मला हे शोभतं, चांगलं दिसतं, असं बऱ्याच जणांनी सांगितलंय.'

बांगड्या वाढवल्याप्रमाणे खळखळत सुमी हसली. 'कोण म्हणतं असं? सम गर्ल फ्रेन्ड? आय बेट देअर्स नो अदर गर्ल इन युअर लाइफ बट मी. यू आर सेईंग धिस सिम्पली टू मेक मी जेलस.'

रणो म्हणाला, 'वायफळ गप्पा पुरे, सुमी! तू फक्त एकदा हो म्हण. मग बघच.'

'मी होकार देऊन काही उपयोग नाही रणो! माझे डॅड आहेत, अंकल आहेत. त्यांच्यासमोर तुला बोलता येईल?'

'व्हाय नॉट? यू मे बी स्टिंकिंग रिच. कारण तुमचा बिझिनेस आहे. बट वुइ आर मोअर कल्चर्ड पीपल. माझे वडील रिस्पेक्टेबल गव्हर्मेंट ऑफिसर आहेत. आई फेमस सिंगर. नुसतं तिचं नाव घ्यायचा अवकाश. सगळे ओळखतात.'

'आय नो. पण तू? तुझं काय? तुझं स्टेट्स?'

'अरे, मी तर डब्ल्यू.बी.सी.एस. करतोय की! एम.बी.ए. चा डिप्लोमा पण करतोय. काही ना काही हाताला लागेलच. यू कान्ट एक्स्पेक्ट ए यंगमॅन ऑफ आय एज टु बी ए बिझिनेस मॅग्नेट. कॅन यू?'

'माझा दादा.. म्हणजे माझा कझिन. बावीस वर्षांचा असतानाच कंपनीचा डिरेक्टर झालाय. इम्पोर्टेड एअरकन्डिशन्ड कारमधून फिरतो.'

'तुझ्या डॅडींनी आणि अंकलनी एवढा बिझिनेस वाढवला म्हणून त्याला जमलं हे. रेडिमेड करिअर मिळालं त्याला.'

'रणो, माझ्या बाबांना असाच मुलगा हवाय माझ्यासाठी.'

'आणि तुलाही ना? तुझं म्हणणं काय आहे ते सरळ सांगून टाक ना! एवढ्या दिवस मीच तुझा चॉइस असल्यासारखी वागलीस.'

सुमीनं पुन्हा रणोच्या खांद्यावर डोकं टेकलं. मग अचानक मान उचलून त्याच्या गालाचा तिनं मोठ्यानं आवाज करत मुका घेतला. 'ओ रणो! माय रणि बॉय, यू आर सो स्वीट! इथंच... इथंच उतरते मी. थांबव ना प्लीज! लाऊडन आलं.'

रणो आतल्या आत कापत होता. रडत होता. त्याला फक्त रागानं रडू यायचं. बाकी रडणं त्याला ठाऊक नव्हतं. त्यानं कसाबसा आवंढा गिळला आणि विचारलं, 'पुन्हा कधी भेटशील?'

'थर्स डे. नेक्स्ट वीक, सेम टाइम, सेम प्लेस.'

ती पटकन दार उघडून टॅक्सीतून उतरूनही गेली. रणोनं टॅक्सी वळवून घेऊन थिएटर रोडच्या वळणावर सोडून दिली. तो चालतच घरी निघाला. आता त्याला कुठं जायचं नव्हतं, काही कामही नव्हतं. त्याचा फुकटचा राग आणि रडू शांत होईपर्यंत त्याला चालायलाच हवं होतं. कदाचित पुढच्या आठवड्यातील गुरुवारपर्यंत. आता तरी त्याचं मन अगदी रिकामं होतं... विचार, भावना, शब्द काही काहीच

नव्हतं. आठवत होता सुमीचा स्पर्श. विलक्षण मुलायम पाकळीसारखा ओलसर स्पर्श आणि सुंदर वास– कपड्यांचा आणि देहाचा पण. कशा काय मुली इतक्या नाजुक, लुसलुशीत आणि सुगंधी असू शकतात बरं? हा सुगंध किंवा लुसलुशीतपणा जन्मजात नाही. प्रसिद्ध कंपन्यांच्या महागड्या प्रसाधनांची ही करामत आहे हे त्याला कळत होतं. सुमन कपूरच्या सौंदर्याची जादू रासायनिक होती. रणोच्या गालांना गुदगुल्या करणाऱ्या तिच्या बटा ही ब्युटिपार्लरची करणी होती. रणो आज सुमीला घेऊन कलामंदिराजवळून गेला होता. पण ह्या उत्साहानं सळसळणाऱ्या हॉलमध्ये आपली आई गातेय, हे त्याच्या अजिबात मनात आलं नव्हतं. स्वत:चा मोठेपणा दाखवण्यासाठी, आपण कल्चर्ड फॅमिलीतले आहोत हे पटवण्यासाठी मात्र त्यानं सुमन कपूरपुढे छाती पुढे काढून आईचं नाव घेतलं होतं. त्याची आई आज तिच्या आयुष्यातलं सर्वोत्तम, शंभर नंबरी, अव्वल दर्जाचं गाणं गात होती. ते ऐकायला कोलकात्यातील नावाजलेले लोक आले होते. श्रोत्यांत त्याच्या वयाची मुलंमुलीही होत्या. त्यात काही हौशी होते. जवळचा मुबलक पैसा ते असा खर्च करत होते. पण बरेच संगीताचे चाहते होते. ते विश्वविख्यात गायक सोहम चक्रवर्ती आणि भारतप्रसिद्ध अपाला दत्तगुप्त ह्यांची जुगलबंदी ऐकायला आले होते. सांस्कृतिक क्षेत्रातला हा कपिलाषष्ठीचा योग होता. आजचे श्रोते एक अविस्मरणीय अनुभव गाठीला बांधून परत जाणार होते.

रणोच्या आजोबांनी दार उघडलं. 'रणो, अरे आज फारच उशीर झाला तुला?'

'काहीतरी बोलू नका' रणो तुसडेपणानं म्हणाला.

मनोहरबाबू कपाळाला आठ्या घालत म्हणाले, 'काहीतरी बोलू नका म्हणजे? साडेदहा वाजलेत. समजलं?'

'म्हातारे झालायत. तेव्हा म्हाताऱ्यांसारखंच राहा.' असे म्हणून दोन-दोन पायऱ्या एकदम ओलांडत रणो वर, त्याच्या खोलीत गेलासुद्धा. गच्चीत त्याची नवीन खोली होती. आज घर असं रिकामं आणि शांत का, ते त्याच्या लक्षातच आलं नाही. आज आजीसकट सगळे आईचं गाण ऐकायला गेलेत, हे तो पार विसरूनच गेला. खालूनच आजोबांनी त्याला हाक मारली. ते म्हणाले, 'जेवण झाकून ठेवलंय, जेवून घे.'

'टु हेल वुइथ युवर जेवण!' रणोचा भयाण चेहरा पाहून मनोहरबाबूंसारखा माणूसही घाबरला. ते अजूनही जिन्यापाशीच उभे होते. रणो घाणेरड्या शिव्या द्यायला लागला. 'सन ऑफ ए बिच! ब्लडि बास्टर्ड!....' मनोहरबाबू थक्क झाले होते आणि घाबरलेही होते. त्यामुळे जागच्या जागी खिळल्यासारखे ते उभे होते. रणो शिव्या देतोय तरी कुणाला? त्यांनाच का?

इतक्यात रणोच्या खोलीतून जड वस्तू फेकून द्यावी तसा मोठा आवाज झाला.

नंतर सगळं चिडीचूप. मनोहरबाबू नाइलाजानं स्वत:च्या खोलीकडे वळले. पण त्यांना गप्प बसवेना. चैन पडेना. वर काय पडलं असावं बुवा? धाकट्या मुलाच्या खोलीतून खालच्या आवाजात बोलणं चाललं होतं. मनोहरबाबू त्यांच्या खोलीच्या दाराशी जाऊन उभे राह्यले. 'सातशे रुपये स्क्वेअरफीट म्हणजे टू मच.' हा आवाज विशूचा होता.

'वा! एवढे पैसे नाहीत वाटतं तुमच्याकडे? दोघांना अशी किती जागा लागणाराय?'

'एक गेस्ट रूम नको का?'

'असू दे. मला तोच आवडलाय, प्लीज.'

ह्या बोलण्याचा अर्थ मनोहरबाबूंना अजिबात समजला नाही. त्यांनी विशूला हाक मारताच आतलं बोलणं एकदम थांबलं.

विश्वनाथ बाहेर आला. त्याला मनोहरबाबूंनी दोन खोल्या दिल्या होत्या. धाकट्या सुनेच्या माहेरकडून त्या छान सजवून दिल्या होत्या. पण विशूच्या लग्नापासून आजपर्यंत मनोहरबाबूंनी त्या खोल्यांत कधी पाऊल टाकलं नव्हतं. दाराला जाड पडदा लावलेला असे. कोणी हाक मारताच विश्वनाथ बाहेर येऊन दार अडवून उभा राह्यचा. कधीच कोणालाही आत बोलवायचा नाही. गाडी भरभरून जयाच्या माहेरची माणसं यायची तेव्हा पारुलबाई अगदी हसतमुखानं पुढे होऊन विचारत, 'सूनबाई, चहा की कॉफी? आणि किती कप?' जया दाराच्या चौकटीवर हात ठेवून म्हणायची, 'आई, काही करू नका. हे आणतील दुकानातून काहीतरी.'

'अग, ते आणू दे त्याला. पण चहा-कॉफीही बाहेरूनच मागवणार का?' हे सगळं अगदी बारीक आवाजात चालायचं.

मग नाइलाज झाल्यासारखं करून जया म्हणायची, 'ठीक आहे. करा चहा! ती तिच्या खोलीतून एक छान डबा आणायची आणि त्यातला चहा चमच्यानं मोजून सासूला द्यायची. वर बजावायला विसरायची नाही,' तीन मिनिटांपेक्षा जास्त मुरवू नका.'

विश्वनाथनं बाहेर येऊन विचारलं, 'काय झालं, बाबा?'

'रणोचं काही तरी बिनसलेलं दिसतंय. परत आला तोच रागावून. वरती काहीतरी जड वस्तू पडावी असा आवाज झाला मघाशी. जरा बघतोस का?'

'रणो आता चांगला मोठा झालाय. दाढी मिशा फुटल्यात. आंजरण्यागोंजरण्याचं काही कारण नाही. अती लाडानं डोक्यावर बसलाय तो. आधी लाडावलात आता करा सहन. मला मध्ये घेऊ नका.'

'तसं नाही रे! जरा मोठा, विचित्र आवाज झाला म्हणून म्हटलं जरा बघितलं असतंस...'

विश्वनाथनं खांदे उडवले आणि तो वर गेला. रणोची नवी खोली मस्तच

होती. अपाला दत्तगुप्त वरून जेवढी साधी, सोज्वळ दिसते तेवढी आतून नाही! लेकाची खोली बघा कशी बांधलीय! एवढीशी खोली पण मोझेइक टाइल्स. प्लॅस्टिक पेन्ट, मल्टिपरपज कॅबिनेट, बॉक्स टाइप कॉट. रणोनं कपडे तर बदलले नव्हतेच. पण बूटसुद्धा काढले नव्हते. तो आला तसाच कॉटवर पसरला होता. विश्वनाथला त्याच्या बुटांचे तळवे तेवढे दिसत होते. त्यानं जरा कडकपणेच विचारलं, 'काय पडलं रे, रणो? खाली आवाज आला.'

'दिसतंय ना काय पडलं ते?'

'नाही, नाही दिसत म्हणून तर विचारतोय.'

'सुरई फुटली.'

आता कुठं विश्वनाथच्या लक्षात आलं की खोलीत पाणीच पाणी झालंय. सुरईचा आणि काचेच्या ग्लासचा चक्काचूर झालाय. विश्वनाथनं न राहून विचारलं, 'अशी कशी फुटली रे?'

'फुटली.'

'पाणी पुसायला पाहिजे नाहीतर घसरशील आणि काचाही लागतील.'

'लागू देत. मरू दे. नोबडी हॅज टू बॉदर अबाऊट मी ॲण्ड माय अफेअर्स.' झोपूनच त्यानं काकाला सुनावलं.

सपातांचा आवाज करत विश्वनाथ खाली आला. मनोहरबाबू जिन्यापाशी उभेच होते. विश्वनाथ त्यांना म्हणाला, 'वाया गेलेला वाह्यात मुलगा! कोणाशी कसं बोलावं हेही कळतं नाही. पुन्हा मला असलं काही सांगू नका.' असं म्हणून वडिलांच्या समोरच त्यानं आपल्या खोलीचं दार धाडकन बंद केलं. असं दार लावणंही गैर आहे, असभ्यपणाचं आहे हे काही त्याच्या डोक्यात आलं नाही. आता मनोहरबाबूंना गप्प बसण्याशिवाय मार्गच नव्हता. साधारण पाऊण तासानं सर्वजण कार्यक्रमाहून परत आले. घरात येताच त्यांचा सुरेल मूड बदसूर झाला. अलौकिक शांतीची धुंदी खाडकन उतरली.

अपाला म्हणाली, 'मी अशीच जाऊन पाहून येते.'

बनी पटकन बोलून गेली, 'आई, तू जाऊ नकोस, प्लीज. दादाला तू डोळ्यांसमोरसुद्धा नको असतेस.'

शिवनाथ म्हणाला, 'मीच जातो.'

त्यानं दारावर बऱ्याच थापा मारल्या. पण आतून काहीच हालचाल झाली नाही. त्यानं खाली येऊन सांगितलं की दाराच्या फटीतून पाणी बाहेर येतंय. हे ऐकताच टिटू म्हणाली, 'त्यानं नक्कीच सुरई फोडली असणार. ही सुरई फोडण्याची दुसरी वेळ. आता त्याला उठवू नका. उद्या प्लॅस्टिकचा जग आणून द्या त्याला.'

अपाला सहजासहजी रडणाऱ्यातली नव्हती. लोकांसमोर तर ती कधीच रडत

नसे. पण आज मूर्च्छना, मींड घेताना तिचे डोळे पाणावले होते. गळा भरून आला होता. भजनाच्या वेळी तर डोळ्यांना धारा लागल्या होत्या. लोकांना ही सुरांची किमया वाटली होती. सूरच गायिकेला असं रडवू शकतात! हा एक विलक्षण अनुभव होता. कोलकात्यातले रसिक बरेच दिवस हे गाणं विसरणं शक्यच नव्हते. सोहम चक्रवर्ती आणि अपाला दत्तगुप्तची अविस्मरणीय जुगलबंदी. जणू गुलाम अलींनी आणि अमीर खाँनी पुनर्जन्मच घेतला होता ह्या दोघांच्या रूपानं.

पण अपालाच्या प्रत्येक सुरांचं आवाहन आज फक्त एकट्या रणजयसाठीच होतं. हे कोणाला कळणार होतं! रणजय... तिचं पहिलंवहिलं मूल... तिनं तिच्या पुरतं त्याचं नाव ठेवलं होतं 'हिंदोल'. तिला त्याची खूप काळजी वाटत होती. त्याच्यासाठी तिचं मन रडत होतं. तिच्या हृदयाला पीळ पडत होता. मन पिळवटून टाकणारी तिची व्याकुळता थोड्या वेळापूर्वीच सूर होऊन पाझरली होती. अश्रू होऊन वाहिली होती. ह्या सुनाट रात्री ती एकटीच तिच्या खोलीत आली. अंबाड्यावरची अनंताची फुलं म्हणजे तिला एक क्रूर थट्टा वाटली. चंदनी रंगाच्या साडीचे गडद लाल काठ म्हणजे भयंकर अतिशयोक्ती. दरबारीचा पंचम कानात घुमण्याऐवजी सुरई फुटल्याचा आवाज घुमत होता आणि हृदयाला घायाळ करणारे शब्द 'आई, तू जाऊ नकोस. प्लीज. दादाला तू डोळ्यांसमोरसुद्धा नको असतेस.'

२३

पुढच्याच गुरुवारची गोष्ट. विवेकानंद पार्कमध्ये रात्रभर चालणारी मैफल ऐन भरात आली होती. सोहम आणि अपाला शुद्ध कल्याण गात होते आणि इकडे रणो दोन तासांपेक्षा जास्त वेळ सुमनची वाट बघत मेट्रोच्या स्टेशनपाशी उभा होता. अखेर कंटाळून तो जायला वळणार इतक्यात एक इम्पोर्टेड कार येऊन थांबली. तिच्यातून आधी जाहिरातीतील मॉडेलसारखा दिसणारा एक तरुण उतरला. मग त्यानं सुमनला उतरायला मदत केली. प्रथम सुमननं रणोला पाहून न पाह्यल्यासारखं केलं. ते दोघं स्टेशनकडे निघाले. पण मग अचानक सुमन मागे फिरली आणि म्हणाली, 'हाय रणो! तू इथं? केव्हा आलास?' बोलता बोलता तिनं डोळा मारला. तिच्या चेहऱ्यावर खट्याळ हसू होतं. बरोबरच्या तरुणाचं त्यांच्याकडे लक्षच नव्हतं. सुमननंच त्याचा हात धरून मागे खेचल्यासारखं केलं. रणोला दाखवत ती त्याला म्हणाली, 'मीट रणो. वन ऑफ माय ब्लाइन्ड ॲडमायरर. आणि रणो, धिस इज संजय. डॅडींच्या पार्टनरचा मुलगा. मुंबईहून आलाय. मोस्ट प्रोबेब्लि वुइ आर गोईंग टु बी एन्गेज्ड सून.'

आताही संजयनं रणोकडे पाह्यलं नाही. काहीतरी तोंडातल्या तोंडात

पुटपुटल्यासारखं करून सुमनच्या पाठीवर हात ठेवून तो तिला घेऊन स्टेशनमध्ये शिरला.

बऱ्याच दिवसांनंतर एवढ्या प्रचंड संख्येनं जमलेल्या श्रोत्यांसमोर बडा राग गायला मिळाल्यानं सोहमला अगदी समाधान वाटत होतं. त्याला चटकन् द्रुत लयीत जाण्याची सवय होती. अपाला मोठ्या नेटानं आणि विलंबितमधील तिच्या सुरवैचित्र्यानं त्याला आवर घालत होती. आजचं अपालाचं गाणं म्हणजे निळंभोर आकाश. ह्या आकाशात ढग होते, तारे होते, त्यांचा सुंदर खेळ होता, शिवाय सूर्योदय, सूर्यास्त, चंद्रोदय, चंद्रास्तही होता. ह्या सगळ्यांतून स्पष्ट होत होती, घनदाट नीलिम्याची व्याप्ती. ह्या उलट सोहमचं गाणं म्हणजे समुद्र. सुरांचा समुद्र. सतत भरती-ओहोटी, अंतराअंतरानं येणाऱ्या सुरांच्या लाटा. त्यात एकसारखेपणा नव्हता. कधी सूर रांगत रांगत यायचे. दूरवरून येणारा कल्लोळ जवळ यायला लागल्यावर अधिक स्पष्ट ऐकू यावा तसे. तर कधी उसळून फुटणाऱ्या फेसाळ लाटांप्रमाणे फेस पसरविणारे, जोरात येऊन फुटणारे. त्याच्या ह्या सुरांच्या सागरावर अपाला ज्योत्स्नेच्या आदिम झारीतून रुपेरी पाणी शिंपडत होती. 'मंदरवा बाजे रे....' सोहम त्या चांदण्याच्या राशी फेसाच्या मुकुटांवर, लाटांच्या माथ्यावर साठवत होता. हलकवर हलक. ख्यालानंतर तराणा, नंतर तिलंग ठुमरी. मग श्रोत्यांच्या फर्माइशीनुसार त्याच्या काही लोकप्रिय ठुमऱ्या. 'भजन! अपाला दत्तगुप्तांचं भजन' काही श्रोत्यांनी आरडाओरड केली. लोकांच्या आग्रहास्तव अपालानं दोनच भजनं म्हटली. 'ना तिरथमें ना मुरतमें मैं तो तेरे पासमें' आणि 'साधो साधो मनका मान तियागो । कामक्रोध संगत दुर्जनकी । इनसे अवनिशि भागो ।' श्रोते आणखी भजनं म्हणायचा आग्रह करत होते पण तिनं लक्ष दिलं नाही. घशाला त्रास होतोय, असं सांगून तिनं त्यांची माफी मागितली. आज ते दोघं चार तासांपेक्षा जास्त वेळ गायले होते. ह्या कार्यक्रमाला काही ना काही कारणं पुढे करून अपालाच्या घरच्यांनी यायचं टाळलं होतं. घरातलं कोणीच आलं नव्हतं.

ग्रीनरूममध्ये आल्यावर सोहमनं विचारलं, 'अपू, तुझ्या मिस्टरांना माझा मत्सर वाटतो की काय ग?'

'चल. काहीतरीच.'

'नाही. म्हणजे इतके प्रोग्रॅम्स आपण केले त्याला ते आले, नेटानं शेवटपर्यंत थांबले, प्रत्येक वेळी तुला घेऊन आले, गुरुजींकडेही मधून मधून येत होते आणि आजच आले नाहीत म्हणून म्हटलं!'

'तू एक विसरतोस, सोहम! माझ्या गाण्यामुळेच तर त्यांनी मला पसंत केलं ना! त्यांना गाणं फार आवडतं.'

'मी यायच्या आधी तुझे जे कार्यक्रम झाले त्याला ते असेच शेवटपर्यंत

थांबायचे का?'

'अरे, तू येण्याआधी असे कार्यक्रम झालेच किती! अगदी हाताच्या बोटांवर मोजण्याइतके.'

'लेट्स होप फॉर द बेस्ट, अपू! मला वाटतं... रागावू नकोस... पण शिवनाथदा वरून दिसतात तेवढे साधे सरळ नाहीत.'

हे तर अपालालाही ठाऊक होतं.

सोहम पुढे बोलतच राह्यला. 'ही साडी तुला कोणी दिली? गरद[२२]?'

'आणखी कोण देणार? ह्यांनीच घेतली. ह्या कार्यक्रमासाठी मुद्दाम. ही गरद नाही. कडियाल आहे.'

'मग माझा अंदाज बरोबरच आहे. एडिम्बरोला वृंदाबरोबर माझं छान जमायचं. गझलचं वेडच होतं तिला. इंग्लंडमध्ये ती माझी इम्प्रिसारिओ म्हणूनच काम करत होती असंच समज. तिचा नवराही अगदी असाच. ऑल्दो ही हिमसेल्फ वॉज ए नंबर वन डॉन जुयान.'

'हे तसे नाहीत हं, सोहम! असं बोलू नकोस ह्यांच्याबद्दल. मला नाही आवडत.'

'सॉरी अपू! वृंदाच्या नवऱ्याच्या सर्वच गोष्टींशी मी शिवनाथदांची तुलना नाही करत. खरं सांगू का अनेक ठिकाणच्या अनेक माणसांशी संबंध आल्यानं मी पक्का झालोय बघ! एकदम वस्ताद. तू मात्र अगदी विशीतलीच राह्यलीयस बघ! 'सुरेर आमि, सुरेर तुमि, ताइ दिये जाय चेना' आपण दोघं सुरांत बुडालेलो म्हणून असं ओळखू शकतो.'

'खरं आहे तुझं. तुझ्यासारख्या मला मनातल्या गोष्टी बोलून दाखवता येत नाहीत.'

'पण मी मैफलीत, सर्वांसमोर, भावना अनावर होऊन रडत तरी नाही.'

अपालानं मान खाली घातली. सोहम रात्रभर थांबणार होता. अपालानं त्याच्या आग्रहाकडे दुर्लक्ष केलं आणि ती घरी आली.

घरात सामसूम होती. टिटूनं दार उघडलं. अपालानं विचारलं, 'रणो आला?'

'केव्हाच. अग आई, साडेबारा वाजलेत.'

'जेवला?'

'माहीत नाही.'

'का? का माहीत नाही?' जरा चिडून आणि बऱ्याचशा उताविळीनं अपालानं विचारलं.

'वा ग! जेवणबिवण हे आजीचं डिपार्टमेंट नाही का? मला त्यातलं कसं माहीत असणार? आणि दादाच्या वाऱ्याला मी उभी राहत नाही. एवढ्या तेवढ्यावरून सारखा वैतागत असतो. फक्त आजीच त्याला टॅकल करू शकते.'

अपाला अंथरुणात शिरली तेव्हा रात्रीचा दीड वाजला होता. शिवनाथची एकंदर हालचाल पाहून अपाला म्हणाली, 'प्लीज, मला झोपू द्या. माझा मूड नाही.' आधीच ती गाऊन थकली होती. त्यात पुन्हा रणोच्या काळजीनं तिचं मन थाऱ्यावर नव्हतं.

शिवनाथ म्हणाला, 'मूड असेल कसा! सोहम असता तर लागला असता मूड.'

अपाला शिवनाथकडे पाठ करून झोपली होती. शिवनाथचं हे बोलणं ऐकताच ती ताडकन् उठून बसली. ती थक्क झाली होती आणि दुखावलीही होती. म्हणजे सोहमचं बरोबर होतं तर! तिच्या नवऱ्याला तिच्यापेक्षा सोहमच जास्त चांगलं ओळखून होता. ती शिवनाथच्या अंगावर वाकून म्हणाली, 'काय म्हणलात?'

'जे म्हणालो ते तू ऐकलंयस. एकच गोष्ट पुन्हा पुन्हा बोलायला मला आवडत नाही.'

'जे बोललात ते पुन्हा कधी बोलू नका.'

शिवनाथ खजील झाला. आतापर्यंतच्या वैवाहिक जीवनात अपाला त्याच्याशी एवढ्या कडक स्वरात, अशी कठोरपणे कधीच बोलली नव्हती. तो हताशपणे विचारायला लागला, 'पुन्हा बोललो तर काय करशील माझं? अं?'

'पाहालच मग. काय करेन ते आता नाही सांगत.'

शिवनाथला अचानक हतबल झाल्यासारखं वाटलं, 'मग तू हल्ली मला असं दूर का लोटतेस? सांग. दे उत्तर.'

'मला तुम्हाला कधीच जवळ येऊ द्यायचं नव्हतं. पण जमलं नाही. कारण मी चांगल्या घरातली. चांगले संस्कार झाले होते ना माझ्यावर! तुम्हाला दुखवायचं जिवावर यायचं. शिवाय मला विरोधही करता येत नाही म्हणून आणि तुम्ही... तुम्ही दिसता शांत सभ्य... पण प्रत्येक वेळी माझ्यावर रेप करता. अगदी क्रूरपणे. माझ्या जागी दुसरी कोणी असती तर तिनं असं वर्षानुवर्षं सहन केलंच नसतं. हे काय प्रेम! दुष्ट आहात, दुष्ट! तुमचा हा सभ्यतेचा मुखवटा गळून पडतो तो माझ्याच समोर. निर्बुद्ध, साधी, बावळट म्हणून माझी उपेक्षा केलीत. तुम्हाला... तुम्हाला प्रेमच करता येत नाही. प्रेम करायला शिकलाच नाहीत तुम्ही.'

असे कठोर, कडवट शब्द अपालानं कधीच तोंडातून उच्चारले नव्हते. ती कधीच कोणाला असं टाकून बोलली नव्हती.

शिवनाथ चिडला. 'तुला येतं.. प्रेम करता? माहीत आहे.. प्रेम म्हणजे काय? तू तर दगड आहेस दगड. थंड, जीव नसलेला.'

'माणसावर कोणी हल्ला केलाच तर त्याला असं दगडासारखं व्हावंच लागतं.'

'मग आधी का नाही सांगितलंस? का गप्प बसलीस? तुला काय हवं ते माहीत होतं तर बोलली का नाहीस?'

अपाला थकलेल्या करुण आवाजात म्हणाली, 'प्रेम म्हणजे ठुमरीची मुरकी. गझलची पुकार. सतारीच्या तरफेच्या तारांचा झंकार. तुम्हाला गाणं इतकं आवडतं आणि हे ठाऊक नाही हे मला कसं कळणार!'

अपालाचा आवाज मध्यरात्रीच्या एकांतात बिहागच्या पकडसारखा वाजायला लागला. वाजतच राह्यला.

थोड्या वेळानं दोघंही झोपेच्या अधीन झाले. पण दोघांनाही गाढ झोप लागली नाही. शिवनाथनं स्वप्नात पाह्यलं की तो कोणाला तरी पकडायला आकाशात उडत चाललाय. पण तिच्या जवळ जाताच ती विरूनच जातीय. कधी ती मितूलसारखी वाटते तर कधी त्याच्या ऑफिसातील उत्तर प्रदेशी लेडी ऑफिसरसारखी. कधी दिसतो एक ढग आणि मागून सतत कोणीतरी मिश्र कलिंगडा गायचा प्रयत्न करतेय पण तिला तो जमत नाहीय. आवाज मितूलसारखा वाटतोय.

अपालाला स्वप्न पडलं की तिचं लग्न आहे. तिला खूप रडू येतंय. कारण ज्याच्याबरोबर लग्न व्हायचं होतं त्याच्याबरोबर होत नाहीय. पाटावर सोहम उभा आहे. तोच तो पूर्वीचा तरुण सोहम. मोठ्या ममतेनं तो तिच्या तोंडावरून हात फिरवतोय. ती रडतेच आहे आणि मग लक्षात येतंय की हा सिनेमा आहे. प्रेक्षकात रणो उभा आहे. त्याचं तोंड अगदी उतरलंय, 'रणोऽ' असं अस्पष्ट ओरडत अपाला जागी झाली. बाहेर पाखरांचा किलबिलाट ऐकू यायला लागला होता. झोप चाळवणारा गोड आवाज. शिवनाथ गाढ झोपला होता. अपालाही कूस बदलून झोपी गेली. तिचे डोळे जड झाले होते.

२४

दहा वाजले तरी रणोच्या खोलीचं दार उघडलं नाही की रणो उठून खाली आला नाही. तेव्हा मात्र आजी बेचैन झाली. 'हा कसला बाई राग! आणि तुमच्या सगळ्यांच्या घाबरटपणापुढेही हात टेकले हो! कमाल आहे! ते एवढंसं पोरं आणि सगळं घर त्याला घाबरतंय! धन्य आहे! ए टिटू, ए बनी, जा बघा ना! दार वाजवा, उठवा त्याला.'

शिवनाथ आणि विश्वनाथ ऑफिसला गेले होते. अपाला घरकामाला लागली होती. तिचे डोळे लाल झाले होते. आज ती स्वत:च नऊला उठली होती. स्वयंपाकाच्या बाईंनी आधीच उकळवून ठेवलेला चहा तिच्या पुढे ठेवला होता. तिनं तो गुपचूप ओतून टाकला होता. पुन्हा चहा मागायला तिला लाज वाटत होती. ती

म्हणाली, 'मीच जाऊन पाहते.'

गच्चीत अजूनही कोवळं ऊन होतं. मंद वाराही होता. अपालानं अंगावर शाल लपेटून घेतली. वर येऊन तिनं रणोला हाका मारल्या. दाराला बाहेरची कडी नव्हती. जीव खाऊन तिनं दाराला धक्के मारले. पण आत काहीच हालचाल जाणवली नाही. गच्चीच्या कोपऱ्यातून झुकून पाह्यलं तर उजव्या बाजूच्या खिडकीतून खोलीच्या आतलं थोडंफार दिसायचं. अपालाला खोलीतल्या आरशात रणोची कॉट दिसली. रणोच्या अंगावर बाहेरचेच कपडे होते. तो कसातरी वेडावाकडा पडला होता. कमरेखालचा भाग कॉटवरून खाली घसरून लोंबकळत होता. जागं असून हाका मारल्यावर न उठणं वेगळं आणि हाका मारून मारून दारावर जोरजोरात धक्के दिल्यावरही न उठणं वेगळं. भीतीनं अपालाची छाती जोरजोरात धडधडायला लागली. बनीनं आणि टिटूनं आसपासच्या मुलांना बोलावून आणलं. त्यांनी रणोची एकंदर अवस्था पाहिली आणि काहीतरी भयंकर घोटाळा दिसतोय हे ओळखलं.

ती म्हणायला लागली, 'दार फोडायला पाहिजे.'

दार फोडून आत शिरताच लक्षात आलं की रणो सारखी मान टाकतोय. मनोहरबाबूंनी नाडी पाहिली ती अगदी मंद झाली होती. मग मात्र अपाला तिथं क्षणभर थांबली नाही. धावतच ती खाली आली.

सोहमनं अर्धवट झोपेतच कूस बदलली. आणखी झोपायचा त्याचा विचार होता. तेवढ्यात फोन वाजला. वैतागूनच त्यानं फोन उचलला. 'सोहम चक्रवर्ती बोलतोय.'

'सोहम, मी अपू. सोहम, रणो उठतच नाही. दार फोडावं लागलं सोहम, लवकर...'

सोहमनं झटकन कपडे बदलले. जवळच त्याचा एक डॉक्टर मित्र राहत होता. त्याला घेऊन तो अपालाच्या घरी पोहोचला तेव्हा समोरून ॲम्ब्युलन्स येतच होती. रणोचे डोळे ताणून पाहताच डॉक्टरांनी त्याला लगेच हॉस्पिटलमध्ये न्यायचा सल्ला दिला. त्यानं काहीतरी खाल्लं होतं. नाही म्हणजे विषबिष नसावं. झोपेच्या गोळ्या किंवा असंच काही.

सबंध दिवस गेला. रात्रही सरकू लागली तेव्हा पारुलबाई कपाळावर हात मारून घेत म्हणाल्या, 'ज्याला आईनं फक्त जन्म दिला, पुन्हा त्याच्याकडे फिरून पाह्यलंसुद्धा नाही, तारा छेडत, पखवाज वाजवत आणि ता ना ना करत सगळं आयुष्य घालवलं, जी बाई डोक्यात फुलं माळून बारा-साडेबाराला घरात शिरते, तिच्या मुलाच्या नशिबी ह्याहून वेगळं काय असणार?' त्या हुंदके देऊन देऊन रडायला लागल्या. 'त्या वेळीचं शिवूला सांगितलं होतं. म्हटलं, अरे बाबा, आपण

सरळ, साधी संसारी माणसं. सूनही तशीच हवी संसार करणारी. पण एकदा भुरळ पडली की डोकं कुठं ठिकाणावर राहतं!'

हॉस्पिटलमध्ये शिवनाथ, विश्वनाथ आणि सोहम. अपालाला जाऊ दिलं नव्हतं. घरातल्या बायकामाणसांना बंदीच केली होती हॉस्पिटलमध्ये जायला. पण भल्या पहाटेच, कोणालाही कळू न देता अपाला बाहेर पडली. तिला घरी थांबवतच नव्हतं. पहाटेच कोणाला बरोबर न घेता निघालेल्या, चांगल्या घरातल्या बाईचा काळजीनं उतरलेला चेहरा पाहून की काय कोण जाणे, पण टॅक्सीवाल्यानं झटकन तिला हॉस्पिटलपाशी आणून सोडलं. हॉस्पिटलच्या लाउंजमध्ये विश्वनाथ पेंगत होता, सोहम येरझारा घालत होता आणि शिवनाथ बसला होता काळजीत. त्याचे डोळे लाल झाले होते. शिवनाथनंच सर्वांच्या आधी अपालाला पाह्यलं. तो म्हणाला, 'तू? तू कशाला आलीस?'

'जाऊ द्या, शिवनाथदा. आता आलीच आहे तर येऊ द्या.' सोहम म्हणाला.

थोड्या वेळानं सिस्टरनं हाक मारली, 'इमर्जन्सी अकरा नंबर'. तिघंही एकदमच उभे राहिले.

'ठीक आहे पेशन्ट. आऊट ऑफ डेंजर. ही इज व्हेरि टायर्ड. एकानंच कोणी आत जा.'

अपाला पुढे होताच सिस्टरनं विचारलं, 'तुम्ही त्याची आई का?'

'हो.'

'जा. पण फार बोलू नका.'

रणो बिछान्यात दिसतसुद्धा नव्हता. त्याचा चेहरा निळसर काळा पडला होता. हाताला सलाईन. समोरचं एक स्टुल ओढून अपाला त्यावर बसली. तिनं हळूच हाक मारली, 'रणो!'

मोठ्या कष्टानं रणोनं हळूहळू डोळे उघडले. अपाला म्हणाली, 'इकडे बघ, मी आहे. तुझी आई. अरे, मी तुझी दोस्त आहे. काही घाबरायचं कारण नाही आणि वाईटही वाटून घ्यायचं नाही. आम्ही आहोत ना सगळे! सगळ्ळे सगळ्ळे आहोत. तुझ्या बहिणी, बाबा, काका, मी, सोहममामा, आजोबा, आजी. अजिबात धीर सोडायचा नाही हं!'

नर्स आत येऊन म्हणाली, 'पुरे आता!'

रणोला हॉस्पिटलमधून डिस्चार्ज दिला तेव्हा सोहम म्हणाला, 'त्याला सध्या चेंज हवाय, शांतताही हवीय. शिवनाथदा, मी त्याला माझ्याकडे घेऊन जातो.'

'तुमच्याकडे?' शिवनाथनं गोंधळून विचारलं, 'पण तुमच्या घरात तर कोणी बाईमाणूस नाही. त्याचं नर्सिंग कोण करणार?'

'पुरुषसुद्धा चांगलं नर्सिंग करू शकतात. काही काळजी करू नका.'

आजोबा-आजीचा ह्या गोष्टीला सक्त विरोध होता. पण सोहमनं त्यांना ठामपणे, शांत सुरात सांगितलं, 'तो तर तुमच्या घरातून कायमचा निघून जायला पाहत होता, हे स्पष्टच झालंय. त्याला माझ्याजवळ राहू द्या. त्याची काळजी कशी घ्यायची ते माहीत आहे मला.'

रणोला विचारलं तर त्यानं काहीच उत्तर दिलं नाही. त्याची वेडी जिद्द, जगण्याची इच्छा... सगळं संपलं होतं. विचार, भावना काही उरलं नव्हतं.

सोहमनं स्वत:च्या कॉटजवळ आणखी एक कॉट टाकली. रणो त्याच्याच खोलीत राहणार होता. शेजारचे डॉक्टर रोज येऊन त्याला पाहून जाणार होते. म्हणजेच गप्पा मारता मारता त्याची नाडी, प्रेशर, मूड तपासणार होते.

वनमाळी तासा-तासानं काहीतरी खायला आणायचा. कधी फळांचा रस तर कधी चिकन सूप. कधी दूध तर कधी पुडिंग. कधी स्ट्यू तर कधी आणखी काही. शेजारच्या खोलीत अगदी बारीक आवाजात गाणं लावलेलं असायचं. कधी तेही नाही. नुसतीच शांतता. रणो नुसता पडून राहायचा. डोळ्यांत शून्य भाव. पण संतूर ऐकता ऐकता मात्र त्याला शांत झोप लागायची.

घरून बाबा, बहिणी, आजी असं कोणी ना कोणी त्याला पाहायला यायचं. आई यायची आणि एकदा आल्यावर तिला उठावंसंच वाटायचं नाही. बनी आणि टिटू आल्या की सोहम त्यांच्याबरोबर खेळायचा. बुद्धिबळ, चाइनिज चेकर वगैरे तर असायचंच शिवाय आणखीही नवीन नवीन खेळ. सोहमनं परदेशातून आणलेले. एक पी.सी.ही होता सोहमकडे. टिटू त्याच्याशी खेळत बसायची. कोणाला कसलीच बंदी नव्हती. एके दिवशी सोहम म्हणाला, 'पाहू तुमचे उच्चार किती पक्के आहेत ते! भराभर न चुकता म्हणा, 'शी सेल्स सी - शेल्स ऑन दि सी शोअर.'

हा खेळ खेळताना आधी बनी हरली आणि नंतर टिटू. 'सोहममामा तू कसा रे जिंकलास?'

'अरे बाबा, मी कित्येक वर्षं सरगमचा सराव केलाय. गाण्याची एखादी ओळ किंवा शब्द घेऊन बोलतानांची प्रॅक्टिस केलीय. तुमच्या पुढे मी हार जाणं शक्यच नाही.' क्षीण आवाजात रणो एकदम बोलून गेला, 'खरं तर तुझी चढाओढ आईबरोबर लावायला पाहिजे.'

अपाला आली की चूपचाप रणोच्या उशापाशी बसून राह्यची. कधी त्याच्या केसावरून हात फिरवायची तर कधी तोंडावरून. तिचे हात अतिशय मऊ होते. अगदी नुकत्याच फुटलेल्या कोवळ्या, लुसलुशीत पानासारखे किंवा उमलणाऱ्या फुलाच्या पाकळीसारखे. तिचं असं कुरवाळणं रणोला मनातून आवडायचं पण तो काहीच बोलत नसे. सोहम म्हणाला, 'ऑल राइट. अपू. स्टार्ट.'

'राहू दे रे!' अपालानं नाराजी दर्शविली.

पण सोहम असं सहजासहजी सोडून द्यायला तयार नव्हता. तो म्हणाला, 'वा! का म्हणून ! चल कर सुरुवात.'

दहा मिनिटं झाली तरी दोघांपैकी कोणीही चूक करायला तयारच नव्हतं. अखेर पुन्हा रणोच म्हणाला, 'दॅट्स गुड! फक्त गाण्याच्या प्रॅक्टिसमुळे एवढे स्वच्छ उच्चार! एवढं भरभर म्हणू शकता तुम्ही?'

'अरे, एवढंच नाही. गाण्यामुळे आम्ही आणखी बरंच काही करू शकतो.' सोहम म्हणाला.

'हो? काय काय करू शकता?' एखाद्या लहान मुलासारखं रणोनं विचारलं.

'आम्हांला माणसाच्या मनातलं कळू शकतं. गाण्यामुळे आम्ही तर दुःख विसरतोच पण दुसऱ्यालाही त्याचं दुःख विसरायला लावतो. आजारही बरा करू शकतो.'

रणोनं तोंड फिरवलं.

सोहम पुढे म्हणाला, 'अरे, एका मोठ्या आजारातून तुझ्या आईनं तिच्या गाण्यानंच मला बरं केलं.'

रणोनं अविश्वासानं त्याच्याकडे पाह्यलं. मग तो म्हणाला, 'असं आहे तर डॉक्टर पाहिजेतच कशाला? आईनं एक दवाखानाच उघडावा. तू आणि आई.'

सोहम म्हणाला, 'मी मानसिक आजाराबद्दल बोलतोय.'

अपालानं डोळ्यानं खुणावताच टिटू आणि बनी खोलीबाहेर गेल्या. उशाशी आई बसलीय हे रणो विसरलाच. आता त्याची सोहमशी छान मैत्री झाली होती. सोहमला तो जरासुद्धा नजरेआड होऊ देत नसे. बराच वेळ रणो गप्पच होता. नंतर पुटपुटल्यासारखं म्हणाला, 'मनातलं समजू शकतं?'

'जादूगाराप्रमाणे थोडंच समजणार? पण रणो, गाण्यानं समज खूप सखोल, सूक्ष्म झालेली असते आमची. अंदाज करता येतो. आता तुझंच पाहा ना! प्रेमाबिमात पडून तू आत्महत्याच करायला निघालास.'

'इट वॉज नॉट फॉर लव्ह. इट वॉज फॉर हेट.' जेवढ्या शांतपणे बोलणं शक्य होतं तेवढ्या शांतपणे रणोनं सांगितलं.

'अरे, ह्या एकाच नाण्याच्या दोन बाजू आहेत.'

'नाही. नाही. मला खरंच तिरस्कार वाटतो ह्या अशा मुलींचा. मूर्ख, अडाणी, लबाड, चलाख. डोकं म्हणून नाहीच. आय हेट देम इन ऑल फॉर्म्स.'

'तुला एखादी वाह्यात मुलगी भेटलेली दिसते. माझंही एकदा असंच झालं होतं. बट दॅट स्टेज इज ओव्हर फॉर मी ॲण्ड इट वुइल सून बी ओव्हर फॉर यू. लाइफ इज सो ब्युटिफुल ॲण्ड विमेन आर व्हेरी मच पार्ट ऑफ दॅट ब्युटि.'

'माहीत आहे, जीवन खूप सुंदर आहे. बट आय ॲम शट आउट ऑफ इट.'

'का?'

'माझ्यापाशी आहेच काय? टिटूसारखं डोकं नाही की बनीसारखा लव्हलिनेस नाही. आईसारखा आवाज तर नाहीच नाही. एक अगदी सामान्य बंगाली आहे मी. ह्यापेक्षा जास्त काही नाही. आईच्या रेकॉर्ड्सच्या रॉयल्टिवरच दिवस काढावे लागणार.'

'एकदम एवढं पक्कं ठरवून टाकलंस, रणो! तुझं वय काय?'

'बावीस. मी आता काय लहान राहिलोय? आता ह्यापुढे केव्हा आणि काय करणार?'

'योग्य दिशेनं आणि योग्य ते प्रयत्न करायला हवेत रे! आणि आम्ही आहोत ना! एक सांगतो. आयुष्याच्या प्रत्येक क्षणाचा उपयोग करावा लागतो. उपयोग करायचा म्हणजे नुसते कष्ट करायचे असं नाही, तर आयुष्याचा उपभोगही घ्यायचा. दि जॉइज ऑफ लाइफ आर बाउन्डलेस.'

'मलाही तसंच वाटलं होतं. सोहममामू. सगळेजण माझ्यामागे 'अभ्यास कर', 'अभ्यास कर' म्हणून भुणभुण करायचे तेव्हा अगदी वैताग यायचा, आवडायचं नाही मला ते. म्हणून मी बाहेरच जायचो. मित्रमैत्रिणींबरोबर गप्पागोष्टी करायचो. अड्डा वुइथ गुड फ्रेन्डस् म्हणजे अगदी मस्त रेक्रिएशन.'

'बरोबर आहे. बट समहाऊ इट डिडनॉट वर्क इन युअर केस. हो ना? आता बचावलास तेव्हा कळलं ना की लाइफ इज ग्रेटर दॅन लव्ह.'

'या. दॅट काइन्ड ऑफ लव्ह. रनिंग ऑफ्टर समबडि लाइक मॅड!' रणो बोलता बोलता अर्धवट उठून बसला तेव्हा कुठं त्याच्या लक्षात आलं की आई त्याच्या उशाशी बसली आहे. तो ओशाळला. म्हणाला, 'तू अशी गप्प बसून आमच्या गप्पा ऐकत होतीस? वुइ आर टॉकिंग ॲज वन मॅन टु अनदर.' अपाला अगदी हळुवार सुरात म्हणाली, 'मलाही 'मॅन'च समज ना!'

पण रणो एकदम गप्पच झाला.

दुसऱ्या दिवशी अपाला येऊन त्याच्या उशाशी बसली तेव्हा तो झोपला होता. समोरच्या बहाव्यावर घरट्याकडे परतणाऱ्या पक्ष्यांचा किलबिलाट सुरू झाला होता. सोहम रणोला उठवत म्हणाला, 'रणो, अरे, संध्याकाळ व्हायला आली. काही घ्यायचं नाही का तुला?'

रणोच्या डोळ्यांवर अजूनही झोप होती. जड आवाजात तो म्हणाला, 'नाही. रोज रोज दूध पिऊन मला कंटाळा आलाय.'

'मग काय हवंय?'

'कॉफी.'

'डॉक्टरांनी कॉफी प्यायची नाही म्हणून बजावलंय.'

'मग चहा.'

'चहाही फार घ्यायचा नाहीय.'

पण सोहमनं स्वत:च्या हातानं चहा करून आणला. चहाबरोबर काही खायचं. स्नॅक्स. रणोनं खायच्या पदार्थांना हातही लावला नाही. फक्त चहा घेतला. 'वा किती दिवसांनी घेतोय मी चहा.'

'तू चहाबाज आहेस का रे?'

'म्हणजे? अगदी लहान असल्यापासून चहाची सवय आहे मला. एवढासा होतो ना तेव्हासुद्धा दादूंच्या बशीतला चहा मी मिटक्या मारत प्यायचो. रडून हट्ट केला की आजी दुधात चहा मिसळून द्यायची.'

'आई नाही ओरडायची?'

'आई! आई असायचीच कुठं? लहान असल्यापासून बघत आलोय ना मी! आजीशिवाय माझं असं कुणीच नाही. आईला शोधायला लागलो की आजी म्हणायची, 'तुझी आई गेली गाणं गायला.' रेडिओवर आई गायला लागली की मी रेडिओच बंद करून टाकायचो. त्याच्यापासून जितकं लांब पळता येईल तितकं पळायचो. बनीसारखे, टिटूसारखे आईनं माझे कधीच लाड केले नाहीत. तिच्या दृष्टीनं मी घरात 'एक ऑनर्ड गेस्ट' फक्त होतो. आय युज्ड टू हेट माय मदर, सोहममामू. शी वॉज दि सेंटर ऑफ माय हेट्रेड, इन्क्ल्युडिंग हर म्युझिक.'

बोलता बोलता तो सोहमकडे तोंड करून उठून बसताच, त्याच्या उशाशी गुपचूप बसलेल्या अपालाकडे त्याचं लक्ष गेलं. गोंधळून त्यानं विचारलं, 'तू? केव्हा आलीस? धिस इज व्हेरी अनफेअर हं आई!'

अपाला म्हणाली, 'तू तर झोपला होतास आणि उठताच बडबडायला लागलास. रणो, ऐकलं मी सगळं म्हणून काय झालं? मी तर तुला सांगितलंच आहे ना की मला तुझा दोस्तच समज.'

सोहम म्हणाला, 'अपू, थंडी आहे. त्यातून तू अशक्त. तू नेहमी गरम कपडे घालायला हवेस. थांब हं! वनमाळीऽ वनमाळीऽऽ' अशा हाका मारत तो बाहेर निघून गेला.

रणो म्हणाला, 'माझं बोलणं ऐकून तुला वाईट वाटलं असेल. हो ना?'

अपालाला भरून आलं. घोगऱ्या आवाजात ती म्हणाली, 'मला त्रास झाला असेल, वाईट वाटलं असेल, असं तुला वाटलं ह्यातच सर्व आलं. रणो! अरे, तू झालास ना तेव्हा अगदी एवढासा होतास. तुला बरेच दिवस कापसात ठेवावं लागलं होतं. खूप काळजी घ्यावी लागली तुझी. मीही तेव्हा लहान होते रे! मला नीट उचलतासुद्धा यायचं नाही तुला, म्हणून तुझी आजीच सगळं करायची तुझं. मग त्यांना तुझा इतका लळा लागला की त्या मलासुद्धा तुझ्याजवळ फिरकू

द्यायच्या नाहीत. तुझे लाडही करता आले नाहीत आणि तुला कधी रागवताही आलं नाही. तुला फार कष्टानं वाचवलं होतं. तू म्हणजे वंशाचा दिवा होतास, बाबा! मी सासूबाईंना खूप घाबरायची. पण जाऊ दे ते. तुझे राहिलेले लाड आता करते. चालेल?'

'काहीतरीच काय! आता मी चांगला घोडा झालोय.'

'पण मला करावेसे वाटत असलील तर? माझीही भूक कुठं भागलीय? तू तर माझं पहिलं मूल. तुझी किती काळजी वाटायची! खूप प्रेमही वाटायचं. तुझे लाड करता येत नाहीत, चुकलं तर रागावता येत नाही म्हणून वाईटही वाटायचं.' असं म्हणून तिनं आपला थंडगार गाल त्याच्या कपाळावर टेकवला. बराच वेळ ती तशीच बसून राहिली. नंतर अतिशय ममतेनं तिनं त्याच्या दोन्ही गालांचे मुके घेतले.

सोहम एक कप घेऊन आत आला. कप अपाला पुढे करत तो म्हणाला, 'घशाला थंडी बाधलीय. हे पी, बरं वाटेल.'

कप हातात घेत अपालानं विचारलं, 'काय आहे?'

'माझं ट्रेड सिक्रीट आहे. नाही सांगणार. नाजनीन बेगमकडून शिकलोय. घोट घेऊन थोडा वेळ तोंडात ठेव.'

तेवढ्यात शिवनाथ आला. 'काय रणो? रणजित, रणजय, रणवीर कसे आहात?'

'एकदम छान बाबा!'

रणोनं बऱ्याच दिवसांनी आपल्याला 'बाबा' म्हणून हाक मारल्याचं शिवनाथला जाणवलं. चहापाणी झाल्यावर शिवनाथ उठला. 'अपू, चल.'

'रणो, आज येते रे!'

रणोची आईकडे पाह्यची दृष्टी आज बदलली होती. त्यानं विचारलं, 'उद्या येशील ना? लवकर?' मग सोहमला उद्देशून तो म्हणाला, 'सोहममामू, दुपारी आई इथेच जेवली तर!'

'हो. हो. का नाही! पण तुझ्या आईला तू सोडून आणखी तीन मुलं आहेत.'

'तीन?' मग एकदम हसून तो म्हणाला, 'ओ! तू बाबांबद्दल बोलतोयस? पण बाबा तर जेऊनबिऊन सकाळीच ऑफिसला जातात. त्यानंतर आईला येता येईल.'

'पण मग तुझ्याबरोबर मॅन टू मॅन गप्पा कशा मारता येतील?'

'रात्री मारू ना! आई गेल्यावर. आईसमोरही काही मारता येतील आपल्याला. पण अगदी प्रायव्हेट रात्री.'

'अपू, ऐकतेयस ना?'

'हो ऐकतेय!'

'मग? काय करतेस?

'टिटू आणि बनी कॉलेजला गेल्या की मी येईन.' असं म्हणून अपालानं

रणोच्या डोक्यावरून पुन्हा एकदा हात फिरवला आणि ती बाहेर पडली.

ती जाताच रणोनं विचारलं, 'सोहममामू, आईनं कुठलं गाणं गाऊन तुला बरं केलं होतं? तुला काय झालं होतं?'

'मला तुझ्यासारखंच झालं होतं. आता इतक्या वर्षांनंतर डिटेल्स कुठली लक्षात राह्यला. पण कारण हेच.'

'खरंच? तुझीही अवस्था माझ्यासारखीच झाली होती?'

'हो. अशीच!'

'मग त्यातून तू बाहेर आलास?'

'केव्हाच. तुझ्या आईच्या औषधानं— म्हणजे गाण्यामुळे.'

'आई मोठी जीन्यस असली पाहिजे.'

'नुसती जीन्यसच नाही, रणो. माणूस म्हणूनही ती खूप मोठी आहे.'

'ते गाणं मला ऐकवशील? त्याच गाण्यानं तू बरा झालास ना?'

गुरुजींच्या घरी ध्वनिमुद्रित केलेली त्यांच्या जुगलबंदीची कॅसेट सोहमनं लावली. लो व्हॉल्यूम. कॅसेट संपल्यावर सोहमनं रणोकडे पाह्यलं. तो शांत झोपला होता. झोपेत तो अगदी लहान मुलासारखा दिसत होता. कॅसेट काढून हलक्या पायानं तो खोलीबाहेर निघाला, वनमाळीला सांगण्यासाठी की छोटोबाबू उठल्यावरच जेवण गरम कर. इतक्यात करू नकोस. पण सोहमचं पाऊल खोलीबाहेर पडण्यापूर्वीच रणोनं कुतूहलानं विचारलं, 'इट्स वंडरफुल. ह्याला काय म्हणतात, मामू?'

'दरबारी कानडा.'

'ह्याच सुरांनी तुला बरं केलं' स्वत:शी बोलल्यासारखं रणो पुटपुटला. जणू तो स्वत:लाच सांगत होता.

'आता जेवशील ना?' सोहमनं विचारलं.

'अगदी थोडं. मला फार झोप येतीय.'

वनमाळीनं दोघांचं जेवण खोलीतच आणलं. जेवता जेवता रणोनं विचारलं, 'ते म्हणजे तसं काहीच नाही?'

'काय ते?'

'ती सुमन रे! ती मुलगी, ते सगळं.'

'नथिंग. अब्सलूटलि नथिंग. बहुतेकांच्या आयुष्यात असं काही घडतंच. इट इज सो कॉमन.'

'खरं काय झालं माहीत आहे? अपमान फार लागला मला.'

'अरे, असे अपमान तर त्या सुमन कपूरलाही सोसावे लागतील. लागलेही असतील. नोबडि इज स्पेअर्ड.'

'त्यांचे व्हॅल्यूज, लाइफ स्टाइल सगळंच आपल्यापेक्षा खूप वेगळं. फक्त

पैसा, पैसा आणि पैसा. पॉकेटमनीचं काय करायची माहीत आहे? रेसला जायची. रेग्युलर. कुठून टिप्स मिळवायची कोण जाणे! माझी आणि तिची ओळख रेसकोर्सवरचीच. बरोबर टिप दिली होती. पाच हजार जिंकले होते तेव्हा. पण पैशांची अजिबात किंमत नव्हती. नाच-गाणं, दारू पिणं ह्यातच उडवायची सगळा पैसा.'

'ह्याच्यावरूनच समज काय समजायचं ते.'

'काय रे मामू, तुमचाही मोठा व्यवसाय आहे. तुझे बाबाही व्यावसायिक आहेत. मग तुम्ही त्यांच्यासारखे कसे नाही?'

'मला सगळंच सांगता येईल असं नाही. पण आमचा पिढ्यान्‌पिढ्या चालत आलेला व्यवसाय आहे. तोही प्रेसचा. म्हणजे लिहिण्या-वाचण्याशी संबंध; शिवाय माझ्या भावांनी कोणत्या ना कोणत्या शिक्षणक्षेत्रात नाव कमावलेलं. पैशामागे धावण्याचा ॲटिट्यूड कधीच नव्हता आमचा. तू ज्यांच्याबद्दल बोलतोयस ना, ते नूव्हो रिच टाइप. फाळणीनंतर काहींनी सरकारी सवलतींचा फायदा उठवला. हे लोक व्यापार, पैसा ह्याच्यावर घराण्याचं कल्चर ठरवतात. व्हॅल्यूज ठरवतात.'

'मामू, तू एवढा फिरलायस, नाव झालंय, पैसा आहे. स्वत:ही कमावतोस. असं असून तू इतरांपेक्षा वेगळा आहेस. असं कसं? माझ्यासाठी किती कार्यक्रम रद्द केलेस. मुंबईला जाण्याचं कॅन्सल केलंस. गाणं केव्हा म्हणतोस तेही मला कळत नाही. केवढं कन्सिडरेशन! केवढं सक्रिफाइस!'

'असं का ते नाही सांगता यायचं. कदाचित गाण्यामुळे असेल किंवा तुझ्या आईमुळेही.'

'आईमुळे? का मामू? डोण्ट माइन्ड, डू यू लव्ह हर?'

ह्या प्रश्नाचं उत्तर सोहमला लगेच देता आलं नाही. रणो त्याला असं काही विचारेल, असं त्याला कधी वाटलंच नव्हतं. ह्या मुलाला पुन्हा जीवन मिळवून देण्यासाठी, आत्मविश्वास मिळवून देण्यासाठी, त्याला आलेल्या निराशेतून त्याला बाहेर काढण्यासाठी सोहमनं जीव तोडून प्रयत्न केले होते. त्याच्याशी तो मित्रासारखं वागला होता. तेव्हा अशा प्रश्नांचा बाऊ करण्यात अर्थ नव्हता. तो म्हणाला, 'हो पण आणि नाही पण. तू ज्या अर्थानं 'प्रेम' हा शब्द वापरलास तसं प्रेम मुळीच नाही. भावा-बहिणीसारखंही नाही. खरं सांगायचं तर, रणो, तू कलावंत असतास ना, म्हणजे कोणतीही कला.. चित्रकार, शिल्पकार, लेखक आणि अगदी असं काहीच नाही तर गायक... तर तुला कळलं असतं की दोन कलाकारांमध्ये जुळवून, समजून घेण्याची एक वृत्ती असते. ह्याचा अर्थ सगळ्यांचंच सगळ्यांशी जमेल असे नाही. पण काही काहींचं पटतं. हे सतारीच्या तारांसारखं आहे. खर्जातली 'षड्‌जा' ची तार छेडली की चिकारीची तार झंकारून उठते. ह्या झंकारण्यामुळे सुरांची कंपनं दोघांचीही मनं एकाच वेळी व्यापून टाकतात. मी म्हणतो ते 'लव्ह' हेच. नॉट दि

काइन्ड यू फेल्ट फॉर युवर गर्ल फ्रेन्ड, नॉट व्हॉट युअर फादर फील्स फॉर युवर मदर.' स्वत:बद्दल असं विश्लेषण करताना सोहम रोमांचित झाला होता. अपालाबद्दल त्याच्या मनात असलेल्या भावनांना, ह्या आधी, असं पडताळून त्यानं कधीच पाह्यलं नव्हतं. आयुष्यात प्रथमच जोरदार धक्का बसलेल्या ह्या तरुण मुलाच्या प्रश्नाला उत्तर देताना आजच त्यानं हे एवढं परीक्षण केलं होतं.

जेवण आटपताच सोहम पुन्हा टेप-रेकॉर्डरकडे वळला. त्या दोघांनी जुगलबंदीत म्हटलेला शुद्ध कल्याण लावून तो म्हणाला, 'रणो, तुला जेवढं मन लावून ऐकता येईल तेवढा हा राग ऐक. मी सूर कसे घेतोय हे तुझ्या आईला समजलं नसतं तर तिला गाता आलं नसतं. माझ्या बाबतीतही तसंच. एकमेकांच्यात असलेल्या ह्या विचक्षण पण प्रगल्भ समजुतीमुळेच एक विलक्षण प्रेम जन्माला येतं बरं!' बोलता बोलता सोहमला आतून जाणवलं की ती दोघं तानपुऱ्याची जोडाची तार आहेत किंवा किन्नरमिथुन. कोणत्या तरी देवाच्या शापानं त्यांना विरह सहन करावा लागत असावा. ही जाणीव त्याची एकट्याची होती. हे तो रणोजवळ बोलणं शक्यच नव्हतं. हे अपूजवळ बोलण्याची संधी त्याला कधी तरी मिळेल का?

२५

रणो बरा होऊन घरी परत आल्यावर अपालानं त्याला आपली खोली दिली आणि त्याची गच्चीतली खोली आपल्यासाठी ठेवली. वरच्या गच्चीतल्या खोलीत रणो एकटाच राह्यला, आजूबाजूला कोणी नसलं तर त्या वातावरणात पुन्हा नको त्या गोष्टींची आठवण होऊन जुनी जखम वाहायला लागेल अशी भीती तिला वाटत होती. रणोनं ह्या बाबतीत आईला अजिबात विरोध केला नाही.

दत्तगुप्तांच्या घरात बराच बदल घडून आला होता. एके दिवशी अचानक विश्वनाथनं वडिलांना सांगून टाकलं की त्यानं जोधपूर पार्कला एक फ्लॅट घेतलाय आणि येत्या महिन्यात म्हणजे एक एप्रिलला तो तिथं राह्यला जाणारेय. आई-वडील अचंब्यानं पाहत राहिल्येत असं पाहून तो पुढे म्हणाला, 'ह्या घरातलं एकंदर वातावरण माझ्या बायकोला मानवण्यासारखं नाहीच आणि आता जे काही प्रकरण घडलंय त्यामुळे तर मला हा निर्णय घेणं भागच पडलं. महत्त्वाची गोष्ट म्हणजे इतक्या वर्षांनी आमच्या घरात लहान मूल येणारेय. डॉक्टरांनी सांगितलंय की जयाला विश्रांती हवी, स्वास्थ्य हवं. वातावरण प्रसन्न हवं.'

वेगळं होताना विश्वनाथनं तो सध्या वापरत असलेल्या दोन्हीही खोल्यांना स्वत:चं कुलूप घातलं. जोधपूर पार्कचा त्याचा फ्लॅट चांगलाच प्रशस्त होता. तीन मोठ्या खोल्या, भलामोठा हॉल, व्हरांडा. विश्वनाथच्या नव्या घरून परत आल्यावर

मनोहरबाबू पारुलबाईंना म्हणाले, 'ज्याला जे शक्य आहे त्यानं ते करावं. माझी ना नाही. पण इथली एक तरी खोली त्यानं वापरायला द्यायला नको होती? त्या दोन पोरींना नको का खोली? किती वर्ष त्यांनी अंग मुडपून तुझ्या खोलीत झोपायचं!'

हल्ली रणोची खोलीच सर्व कुटुंबाची बैठकीची खोली झाली होती. रणोचं आपल्या बहिणींबरोबर सध्या छान जमलं होतं. एके दिवशी आजोबा-आजी आपापल्या खोलीत गेल्यावर रणो म्हणाला, 'आई, तू अजिबात काळजी करू नकोस. मी तुला त्यांच्यापेक्षा सुंदर घर बांधून देईन.'

त्याचं बोलणं ऐकताच अपाला म्हणाली, 'मला घरबीर काही नको. तुझी तब्येत उत्तम राहू दे आणि तू खूप मोठा हो म्हणजे झालं.' तिचा आवाज घोगरा झाला.

'सोहममामूसारखा?'

'सोहममामूसारखाच कशाला! तुझ्या बाबांसारखा हो. प्रद्योतमामासारखा हो.'

ह्या प्रसंगाच्या दुसऱ्याच दिवशीची गोष्ट. सकाळी सकाळीच अपालानं शिवनाथला जोरजोरात हलवून झोपेतनं उठवलं आणि स्वतःच्या गळ्याकडे बोट दाखवून खुणेनंच, तिला बोलता येत नसल्याचं सांगितलं. तिचा आवाजच फुटत नव्हता.

शिवनाथ म्हणाला, 'विशेष काही नसेल. थंडी बाधली असेल, डॉक्टरांना दाखवू. म्हणजे बरं होईल.'

पण दहा दिवस झाले तरी काहीच फरक पडला नाही. डॉक्टरांच्या मते 'सिंगर्स थ्रोट'. त्यांनी त्यावर औषध दिलं. तरीही काही फरक दिसेना. कोलकात्यातील प्रसिद्ध इ.एन.टी. स्पेशालिस्टला दाखवलं. त्यांनी तपासलं. बऱ्याच टेस्टस् केल्या. पण त्यांनाही काही निदान करता आलं नाही. काही दोषही आढळला नाही. त्यांच्या मते नोड्युल, लॉरिन्जिटिस असं काहीही नव्हतं. त्यांनी शिवनाथला बाजूला घेऊन विचारलं, 'त्या खूप इमोशनल आहेत का? चटकन् अपसेट होतात?'

'नाही. तसं काही नाही.'

'मग अलीकडे त्यांना जबरदस्त शॉक बसण्यासारखं काही घडलंय का?'

'हो. तसं घडलंय खरं! थोरला मुलगा जायचाच, पण थोडक्यात बचावला. स्यूइसाइडचा प्रयत्न केला होता त्यानं.'

'मला वाटतं ही न्युरॉटिक हिस्टिरिकची केस असावी. टेन्शन, शॉक ह्यांचा परिणाम. त्यांना आनंदात ठेवायला हवं. औषध देतो. पण कुठंतरी ट्रिपला जाऊन या. हळूहळू फरक पडेल आणि एके दिवशी अचानक बोलायला लागतील. इन दि मीन टाइम, त्यांच्या ह्या दुखण्याबद्दल त्यांच्यासमोर घरात चर्चा करू नका.'

शिवनाथ सगळ्यांना घेऊन गोव्याला गेला. समुद्र किनाऱ्यांवर वेळ आनंदात गेला. समुद्रस्नान झालं. तिन्ही मुलं अगदी खुषीत होती. कंडक्टेट टूरमध्ये शेजारी

बसलेली अपाला अचानक एखादी लकेर घेईल, असं शिवनाथला वाटलं होतं. पण तसं काही घडलं नाही. मधूनच कधीतरी बाहेरचं दृश्य पाहून अपाला पुटपुटायची! 'किती सुंदर!'

शिवनाथनं भीतभीतच विचारलं, 'आणखी कुठं जायचं? सांग.'

ते महाबळेश्वर, मुंबई येतील एलिफन्टाची लेणी पाहून आले. लेणी पाहून अपाला भारावली. पण तिच्या तोंडून शब्द फुटला नाही. डोळे मात्र आश्चर्यानं विस्फारले. पण एवढं सगळं करूनही अपाला नीट बोलू शकली नाही. मग गाणं तर दूरच. तिच्या गाण्याच्या खोलीत कधी ती तानपुरा छेडायची तर कधी स्वरमंडल मांडीवर घेऊन उदासपणे बसून राह्यची. कधी कधी जोरजोरात हार्मोनियम वाजवत राहायची. झंझावाताप्रमाणे तानांवर ताना.

शिवनाथ ऑफिसमधून येताच मुकी बायको त्याला चहा द्यायची. सगळे एकत्र जेवायला बसले की मुकी सून वाढायची. सोहम यायचा. गझल, ठुमरी, दादरा गायचा. अपालाचे डोळे भरून यायचे. कधी कधी ती त्याला साथ देण्यासाठी तोंड उघडायची पण सूर काही बाहेर यायचा नाही.

रात्री एक अंधारी पोकळी हृदयात साठवून दोघं झोपत. शिवनाथ अगदी हळुवारपणे अपालाच्या तोंडावरून, डोक्यावरून हात फिरवायचा. अपालाला गाढ झोप लागायची. शिवनाथची झोप मात्र पार उडाली होती. डॉक्टरांचं निदान बरोबर असेल ना? का कॅन्सर? शिवनाथचा थरकाप व्हायचा. आता उशीर करण्यात अर्थ नव्हता. सोहम आणि प्रद्योत - दोघांबरोबर बोलायला हवं होतं. प्रद्योतशी फोनवरून बोलणं झालंच होतं. त्यानं तर सांगून टाकलं होतं की अपूला तो घेऊन जाणारेय.

मेरिलँडच्या बाल्टिमोर जॉन हॉपकिन्स हॉस्पिटलशी त्याचं बोलणंही झालं होतं. फक्त ह्या हॉस्पिटलमध्ये जायचं की मिनेसोटाच्या मेयोजमध्ये तेवढंच ठरवायचं होतं. अनेकांचं मत 'अपालाला एकदा बंगलोरला नेऊन इ.एन.टी. स्पेशालिस्ट जॉन मॅथ्युज ह्यांना दाखवावं,' असं होतं. ते फार नावाजलेले इ.एन.टी. स्पेशालिस्ट होते.

२६

मितूल आज खूपच आनंदात होती. भारत सरकारनं त्यांना प्रथम रशियाला जायला भाग पाडलं होतं. रशियात - विशेषत: मास्कोत आणि कीव्हमध्ये - त्यांना उत्तम यश मिळालं होतं. त्यांनी तिथं 'समुद्रमंथन' आणि 'महाप्रलय' ही नृत्यनाट्यं सादर केली होती. 'समुद्रमंथन' मध्ये लाटांच्या आवर्तातून बाहेर आल्या उर्वशी

आणि लक्ष्मी. ह्या दोन्ही भूमिका केल्या होत्या मितूलनंच. मेक-अप आणि वेषभूषा ह्यांत केलेला थोडासा फेरफार आणि परिणामकारक प्रकाशयोजना ह्यामुळे लक्ष्मी आणि उर्वशी ह्या भूमिका वठवणारी व्यक्ती एकच आहे, हे कोणाच्याही लक्षात आलं नव्हतं. विष्णू-लक्ष्मी भेटीच्या दृश्यात तिचं आणि शेखरनचं एक युगल नृत्य होतं. शेखरनं विष्णू झाला होता आणि विष प्राशन करणारा शंकरही. इथंही मेक-अप आणि प्रकाशयोजनेची करामत होती. ह्या दोन्ही नृत्यनाट्यांच्या कथांचा रशियन भाषेत अनुवाद करून दर्शकांना आधीच वाटण्यात आला होता.

पण मितूलचं खरं लक्ष होतं पारी-पॅरिस. रशियाहून सरळ पारीला न जाता ते मध्येच रोमानियात थांबले होते. तिथं त्यांनी 'चार अध्याय' सादर केलं होतं. सध्या त्यांच्यापाशी एवढीच नृत्यनाट्यं तयार होती.

काल 'ला बुफ द्यु नॉर' ह्या प्रसिद्ध थिएटरमध्ये त्यांनी 'समुद्रमंथन' आणि 'महाप्रलय' ही नृत्यनाट्यं सादर केली होती. ह्या वेळचा त्यांचा प्रयोग खूपच निर्दोष झाला होता. शेखरननंच प्रयोग परफेक्ट झाल्याचं कबूल केलं होतं. 'महाप्रलय' मध्ये खवळणाऱ्या लाटांच्या दृश्यासाठीच फक्त विज्ञानाची मदत घेतली होती आणि प्रकाशयोजनेचा कौशल्यपूर्ण उपयोग केला होता. बाकी प्रसंगात कलाकारांच्या अभिनयावरच भर होता. प्रलयात काड्यांप्रमाणे वाहत जाणारी माणसं, त्यांच्या हातापायांच्या हालचाली, डोळ्यांतील भाव - सगळंच विलक्षण होतं. एका दृश्यात कलाकारांना ओळी-ओळीत उभं करून त्यांच्या हातांना व डोक्यांना बांधलेल्या सागरी हिरवा, फेसासारखा पांढराशुभ्र आणि राखी ह्या रंगाच्या रुमालांच्या रंगसंगतीतून आणि कलाकारांच्या हालचालीतून उसळणाऱ्या लाटांचा भास निर्माण केला होता. त्यांनी ही कल्पना उदयशंकरांच्या 'सामान्य क्षती'तील आगीच्या दृश्यावरून उचलली होती. अभिनयाला साथ होती वाद्यसंगीताची आणि मितूलच्या आलापीची. 'महाप्रलय' ह्या नृत्यनाट्याचा प्रेक्षकांवर जबरदस्त परिणाम होत असल्यानं ते आधी 'समुद्रमंथन' व त्यानंतर 'महाप्रलय' सादर करून कार्यक्रम संपवत. आधुनिक संस्कृती, मानवानं केलेला विकास, उंच उंच मनोरे, निरनिराळी यंत्रं, अत्याधुनिक पोशाख घातलेली माणसं, त्यांच्यातील विकृती, एवढंच नव्हे तर नग्नताही ते पहिल्या भागात दाखवत. त्यानंतर आकाशातून मेघगर्जना, आकाशवाणी. आकाशवाणीची भाषा आणि आवाज मानवी आवाजापेक्षा, भाषेपेक्षा अगदी आगळावेगळा. त्यातून एवढंच जाणवायचं की भयंकर प्रलय येतोय. रशियातील प्रयोगाच्या वेळी हा प्रसंग पाहिजे तेवढा उठावदार झाला नव्हता. पण नंतर सतत सराव करून आणि रंगीत तालीम करून त्यांनी खूपच सुधारणा केली होती. शेखरन आणि मितूल ह्यांच्यासकट सगळेच कलाकार रात्रंदिवस सराव करत होते. ए.सी. असूनही सर्वजण घामाघूम होत. ह्या कष्टाचं फळ त्यांना 'ला बुफ'च्या प्रयोगाच्या वेळी मिळालं. ह्या

नृत्यनाट्यांचे बरेच प्रयोग होण्याची चिन्हं दिसत होती. प्रयोगाला लोकांनी गर्दी केली होती. आजूबाजूच्या गावातूनही लोक आले होते. बऱ्याच जणांना तिकिटं न मिळाल्यामुळे परत जावं लागलं. इंग्लिश चॅनेल ओलांडून लोक आले होते. इंग्लंडहूनही प्रयोगासाठी आमंत्रण आलं होतं.

ह्या प्रसंगानंतरच्या काही दिवसांतील गोष्ट. मोंमार्त्रच्या पेव्हमेंटमधल्या एका कॅफेत बसून शेखरन आणि त्याच्या ग्रुपमधील इतर लोक गप्पा मारत होते. मितूल मात्र एका बाजूला एकटीच बसली होती. ती लक्ष्मी-विष्णूच्या नृत्याची स्केचेस काढण्यात गढून गेली होती. तेवढ्यात एक म्हातारे गृहस्थ, न विचारतासवरता, सरळ येऊन तिच्या समोरच्या खुर्चीवर बसले. त्यांच्या कपड्यांना ठिगळं लावलेली होती. तोंडाचं जवळजवळ बोळकं झालं होतं. ह्या गृहस्थांचा अवतार भिकाऱ्यासारखा होता. मितूलनं एकदाच डोळ्यांच्या कोपऱ्यातून त्यांच्याकडे पाहिलं आणि पुन्हा ती स्केचेस काढायला लागली. ते म्हातारे गृहस्थ तोंडातल्या तोंडात काहीतरी बोलताहेत हे तिच्या लक्षात यायला नाही म्हटलं तरी थोडा वेळ लागलाच. त्यांचं बोलणं समजावून घ्यायचा बराच प्रयत्न केल्यावर तिला समजलं की ते म्हणताहेत, 'व्हवाला माद्म्वाझेल.'[२३] म्हणजे ते तिच्याशी काही बोलायला पाहत होते.

मितूल कामचलाऊ फ्रेंचसुद्धा शिकली नव्हती. तिच्यात इतर कला बऱ्याच होत्या. पण भाषा शिकण्याची कला नव्हती. ती कला शेखरनजवळ होती. कामचलाऊ फ्रेंच तो कधीच शिकला होता. पण तरीही शेखरनचं बोलणं फ्रेंच माणसाला समजत नसे आणि फ्रेंच माणसाचं बोलणं शेखरनला समजत नसे. म्हणूनच त्या गृहस्थांनी 'फ्रेंच समजतं का?' असं विचारताच तिनं ताबडतोब मान हलवून नकार दिला. मग ते गृहस्थ इंग्रजीतून बोलायला लागले. तिच्याशी बोलायचंच असा जणू त्यांचा हट्टच होता. त्यांनी आपली नजर दूरवर शून्यात लावली आणि मग मितूलला निरखत ते म्हणाले, 'आय हॅव्ह ए स्ट्रेंज फिलिंग दॅत आय हॅव्ह सीन यू समवेअर.'

मितूल स्केच काढण्यात मग्न होती. ती कागदावरची नजर न उचलताच म्हणाली, 'आय ॲम ॲन इंडियन. धिस इज द फर्स्ट टाइम आय ॲम ट्रॅव्हलिंग अब्रॉड. हाऊ कॅन यू सी मी? आय डान्स्ड सम डेज ॲगो ॲट 'ला बुफ'. यू मे हॅव्ह सीन देअर.'

ते गृहस्थ म्हणाले, 'ते शक्य नाही. त्या प्रोग्रॅमला मी आलो नव्हतो.' मग अचानक भीक मागावी तशा काकुळतीच्या सुरात त्यानं मितूलकडे तिचं स्केचबुक व पेन्सिल मागितली. तिनं जरा नाखुषीनंच स्केचबुक व पेन्सिल त्याच्याकडे सरकवली.

त्या कॅफेतच त्या सगळ्यांना ओळखणारा, मितूलच्या ग्रुपचा मित्र झालेला

अनीक हलदारही बसला होता. तो घाईघाईनं मितूलपाशी येऊन म्हणाला, 'मितश्री, हे जे म्हातारे गृहस्थ तुझ्यासमोर बसलेत ना, ते फार मोठे चित्रकार आहेत. फक्त पोर्टेटच काढतात ते. चित्रकलेच्या जगातील नव्या नव्या प्रयोगांशी त्यांचा काही संबंध नाही. बिचारा वाया गेला! इथले लोक दयेपोटी त्यांना खायला घालतात. थोडी सरकारी मदतही मिळते. पण ती कशी पुरी पडणार! मला वाटतं की, पूर्वी कधीतरी भारतातही गेले होते. बघ! तुझंच चित्र काढत असतील ते.'

त्या म्हाताऱ्या गृहस्थांनी मितूलला क्षणभरच निरखलं आणि कागदावर काही रेषा ओढल्या. त्यातून मितूलचा चेहरा हुबेहूब साकार झाला होता. मितूलनं अनीकला विचारलं, 'नाव काय रे ह्यांचं?'

'पोल मासो. त्यांचं नाव नाही झालं. उपेक्षाच आली त्यांच्या वाट्याला.'

मितूल व अनीक बोलत असतानाच त्या गृहस्थांनी स्केचबुक व पेन्सिल मितूलला परत दिली आणि 'मर्सि', 'मर्सि' असं पुटपुटत ते गर्दीत दिसेनासे झाले. मनात असूनही मितूल त्यांना खायला घालू शकली नाही. मितूल खुर्चीत बसून चित्र रेखाटत आहे, असं चित्र त्यांनी काढलं होतं. त्यांच्या रेषा भलत्याच जोमदार होत्या. अनीक म्हणाला, 'विलक्षण माणूस. रमताराम. आता कदाचित पारीत राहणारही नाही. जाईल निघून कुठंतरी डोंगरकुशीत किंवा एखाद्या खेड्यात. नाहीतर रस्त्यातच मुक्काम ठोकून झोपल्या झोपल्या पाहील फुलांचा बहर. अशीच काही स्केचेस काढून जो काही थोडाफार पैसा मिळवेल तो ब्रेड, चीज आणि दारू ह्यांतच उडवून टाकेल.'

आणखी काही दिवसांनंतरची गोष्ट. मितूल नुकतीच लुव्हरहून[२४] परतली होती. खोलीवर एक पार्सल आणि एक पत्र तिचीच वाट पाहत होतं. पत्र होतं रामेश्वरांचं. त्यात त्यांनी लिहिलं होतं की अपालाचा आवाज एकाएकी गेल्यामुळे ते फार काळजीत आहेत. बरीच औषधं करूनही काही फरक नाही. तिच्याबद्दल त्यांना फार वाईट वाटतंय. पुढे विचारलं होतं की मितूल काही मदत करू शकेल का? ह्याशिवाय त्या पत्रात दुसरं काहीही नव्हतं. त्यांनी स्वत:च्या तब्येतीबद्दल काही लिहिलं नव्हतं आणि मितूलचीही विचारपूस केली नव्हती. हे पत्र म्हणजे एक दीर्घ, तीव्र मींड होती. मंद्र कोमल रिषभापासून षड्जापर्यंतची. मितूलला एकदम गरगरलंच. पत्र वाचताच पहिला विचार तिच्या मनात आला तो कॅन्सरचा. तिनं ताबडतोब उत्तर लिहिलं -

बाबा,

अपूदीचं वाचून मी खूपच बेचैन झालेय. ह्या जगातला मोठ्यांत मोठा डॉक्टर किंवा बड्यातलं बडं हॉस्पिटल जिथं कुठं असेल तिथं तिला ताबडतोब न्यावं. मग कितीही पैसा का लागेना! पैशाचा अजिबात विचार करू नये आणि वेळही घालवू

नये. मीही इकडे चौकशी करतेच. आपल्या जॉइन्ट अकाउन्टमधून लागतील तेवढे पैसे काढावेत. मी इथून लगेचच ड्राफ्ट पाठवत आहे.

-मितूल.

ह्या पत्रामुळे पार्सलचं ती विसरूनच गेली होती. शेखरन दारावर नॉक करून आत आला. लुव्हर् व्यवस्थित पाह्यचं झालं तर कमीत कमी एक महिना लागेल असं त्याला कळलं होतं. म्हणून मितूलचं काय म्हणणं आहे हे विचारायला तो आला होता. मितूलचं तोंड उतरलं होतं. तिनं काहीच उत्तर न देता फक्त त्याला पत्र दाखवलं. पत्र वाचून होताच शेखरननं मितूलकडे नजर वळवली. तिचे डोळे वाहत होते. ते पाहून तो म्हणाला, 'ए, रडायला काय झालं? बरं वाटत नसेल तर औषध घ्यायचं. बरं वाटेल.'

मितूल घोगऱ्या आवाजात म्हणाली, 'अपूदीला नक्कीच कॅन्सर झाला असणार.'

शेखरन म्हणाला, 'घसा दुखत नाहीय. खातापिता येतंय. तोंडावर वेदनेचं चिन्ह नाही, असं आहे ना पत्रात? मग? आय डोण्ट थिंक इट इज कॅन्सर.'

'खरंच? खरंच असं वाटतंय तुला?'

'ऑफकोर्स. त्यात एवढं घाबरण्यासारखं काय आहे?' त्यानं मितूलच्या भिजलेल्या पापण्यांचं दीर्घ चुंबन घेतलं. पण मितूलचा आज मूड नव्हता. शेखरननं विचारलं, 'ते पार्सल नाही उघडलंस? मग मी उघडू?'

'बाबांचं पत्र वाचल्यावर मला...'

शेखरननं पार्सल उघडलं. वरच एक पाकिट होतं. मितूलनं पाकिटातून पत्र काढून वाचायला सुरुवात केली.

प्रिय मितूल,

ह्या पत्रासोबतची महत्त्वाची कागदपत्रं अपूकरवी तुझ्याकडे पाठवायची असं ठरवलं होतं. पण आता अपूला असं कशात अडकवणं बरं नव्हे म्हणून मीच तुला पत्र लिहीत आहे.

मी कॅलिफोर्नियातल्या एका 'ओल्ड पीपल्स होम'साठी एक कार्यक्रम केला. तिथं माझ्या गाण्याआधी कार्यक्रमाच्या संयोजकांनी माझी सविस्तर ओळख करून दिली. कार्यक्रम संपल्यावर तिथंच राहणाऱ्या एका ज्यू बाईंनी मला भेटण्याची त्यांची इच्छा असल्याचं संयोजकांना कळवलं. त्यांचं माझ्यापाशी काही महत्त्वाचं काम असल्याचं त्यांनी सांगितलं. मी त्या बाईंना कसंही करून भेटावं, अशी विनंती संयोजकांनी केल्यामुळे मी त्या बाईंची भेट घेतली.

मितूल, भेटीच्या वेळी त्या बाई अशा बसल्या होत्या की त्यांच्या चेहेऱ्यावर अजिबात उजेड पडू नये पण माझ्यावर मात्र व्यवस्थित उजेड पडावा. त्यांनी मला

जी विलक्षण गोष्ट सांगितली ती मी इथं त्यांच्याच शब्दात सांगत आहे.

'मी ज्यू नाही. माझं खरं नाव सितारा. बनारसमधल्या एका तवाइफची मी मुलगी. आईनं मला नाचगाण्याची तालीम दिली आणि मीही तवाइफ म्हणून माझं आयुष्य सुरू केलं. त्या सुमारालाच एका कस्टमरबरोबर माझी खूपच जानपहचान झाली. तो एक गोरा साहेब होता. एकदा बोलता बोलता त्यानं मला, 'मी त्याचं मॉडेल व्हावं' असं सुचवलं. मी तयार झाले. मी बनारसमध्ये त्याच्याबरोबर खूप फिरले. तो चित्रकार होता. एकदा त्यानं माझं चालत्या नावेतही चित्र काढलं होतं. मला तो भरपूर बिदागी द्यायचा. त्याचं नाव जॉ पोल मासो. ह्या फ्रेंच चित्रकाराच्या प्रेमात मी पडले. मितश्री त्याचीच मुलगी. 'मी आई होणारेय,' हे माझ्या आईला कळताच तिनं आमच्या भेटीगाठी बंद केल्या आणि माझ्या पोटातल्या गोळ्याला मारायचाही प्रयत्न केला. तेव्हा मी माझ्या गाण्याच्या मास्तरांच्या हातापाया पडले. केदारनाथजी त्यांचं नाव. त्यांनी मला आसरा दिला. त्यामुळे हळूहळू मी त्यांच्या घरच्या गृहिणीची जागा घेतली. मितूलचा जन्म झाला. माझ्या आईच्या भीतीनं मी घराबाहेर पडत नसे. 'पोलचा शोध मी लावेनच' असं केदारनाथजींनी कबूल केलं होतं. पण त्यांनी त्यांचा शब्द पाळला नाही. म्हणून मी तुमच्या गुरूंबरोबर पळून आले. मी पोलला शोधत होते. इमदाद परदेशात जातोय असं कळताच मी त्याच्याबरोबर निघाले. ह्या कोणालाही मी माझ्या मनातली गोष्ट कळू दिली नाही. सगळा युरोप आणि सगळी अमेरिका पालथी घालूनही मला पोल भेटला नाही. माझ्यापाशी रूप होतं. नाचता गाता येत होतं. भरपूर पैसा मिळवला. विचार केला होता की ज्या वृद्धाश्रमानं मला आसरा दिला त्यालाच सर्व पैसा देऊन टाकावा. पण आता मला माझ्या मुलीचा पत्ता लागलाच आहे तेव्हा माझं जे काही आहे ते आता तिचचं आहे.'

मितूल, तुझ्या खऱ्या आई-वडिलांचा पत्ता लावून दिला. आता तरी मला माफ करणार ना?'

- सोहम

पत्र वाचताच मितूल दगडाच्या मूर्तीसारखी जागच्याजागी खिळून उभी राहिली. तिचा सुकलेला चेहरा आणि असं उभं राहणं पाहून शेखरननं विचारलं, 'कोणाचं आहे पत्र? मी वाचू?'

मितूलनं फक्त मान हलवली.

पत्र वाचल्यावर शेखरन बराच वेळ काहीच बोलला नाही. नंतर अगदी हळू थांबत थांबत म्हणाला, 'मितूल, तू म्हणजे ईश्वराची एक सुंदर निर्मिती आहेस. फ्रेंच चित्रकार तुझा पिता. काशीच्या दीर्घ परंपरेची वारसा लाभलेली, नृत्य-संगीतात निपुण सुंदरी तुझी माता. तुझा सांभाळ केला तो सुप्रसिद्ध संगीतज्ज्ञ केदारनाथजी

चौबे आणि रामेश्वर ठाकूर ह्यांनी. तू खरोखरच उर्वशी आहेस.... चल, मितूल आपण आज 'लक्ष्मी-नारायणा'च्या नृत्याची प्रॅक्टिस करू या. येतेस ना?'

मितूल नाइलाजानंच उठली. अगदी सावकाश. हळूहळू ती पदन्यास करायला लागली. ती अगदी सावकाश मुद्रा करत होती आणि तशीच सावकाश पूर्वस्थितीला येत होती. जणू काही एखादं फूल नकळत सूर्योदयाबरोबर उमलून सूर्यास्ताबरोबर मिटत होतं. बॅलेच्या धरतीवर शेखरननं तिला अलगद उंच उचलून धरलं तेव्हाही ती एकाच पोझमध्ये बराच वेळ राहिली. नाच संपल्यावर शेखरन म्हणाला, 'मला एक नवीन कल्पना सुचलीय. 'लक्ष्मी-नारायण' नृत्याच्या वेळी नाचता नाचता आपण एकदम स्लो मोशन करू या. बहार येईल.'

मितूल काहीच बोलली नाही. पार्सलमधील इतर कागदपत्रं ती बारकाईनं, काळजीपूर्वक पाह्यला लागली. जुने, पिवळे पडलेले फोटो, काही स्केचेस. त्यातलं एक न्यूड. ही स्केचेस होती हुबेहूब तिच्यासारख्या दिसणाऱ्या तरुणीची. फोटोतून एक हळुवार मनाचा परदेशी तरुण डोकावत होता. त्या तरुणाच्या चेहऱ्याशी, काही दिवसांपूर्वी पाहिलेल्या म्हाताऱ्या, भिकारी आर्टिस्टचा चेहेरा अजिबात जुळत नव्हता. त्या कागदपत्रात तिच्या आईचं मृत्युपत्रंही होतं आणि होते निरनिराळ्या ठिकाणच्या कार्यक्रमातील निरनिराळ्या पोझेसमधील तिच्या आईचे फोटो. शेखरनं म्हणाला, 'तू प्रथम तुझ्या आईचा पत्ता लावला पाहिजेस.'

मितूल तरीही गप्पच.

दुसऱ्या दिवशी पार्सलवरच्या पत्त्यावरून शेखरननंच फोन नंबर शोधून काढला. त्यावरून कळलं की मिशेल क्लेअर्स ह्या बाई तीन महिन्यांपूर्वीच वारल्या. कायदेशीररीत्या जे काही करायचं असेल ते केल्यावर मिशेल क्लेअर्सच्या साठवलेल्या पैशांवरच्या व्याजासकट त्यांच्या वारसाला सतरा लाख डॉलर्स मिळतील. हे कळताच मितूल आस्ते आस्ते म्हणाली, 'हा पैसा त्या चित्रकाराला मिळायला हवा.'

शेखरन म्हणाला 'ते सर्व पैसे दारूत उडवून टाकतील. अनीकशी बोलून आपण काही पैसे त्यांच्यासाठी जरूर ठेवू या. कधी ना कधी ते त्या मोंमार्त्रच्या कॅफेत येतीलच. अपालादीच्या औषधपाण्याचा खर्चही तुला ह्या पैशातून करता येईल.'

मितूल म्हणाली, 'नाही, अपूदीचा खर्च मी माझ्या पैशातून करेन. ह्या पैशाची दुसरी काहीतरी व्यवस्था कर.'

२७

शिवनाथला रात्री मध्येच केव्हातरी अचानक जाग आली. रिस्टवॉच नेहमी

त्याच्या जवळच असायचं. त्यानं पाह्यलं तर तीन वाजून पाच-सहा मिनिटं झाली होती. त्यानं पलीकडे नजर टाकली आणि तो धडपडत उठून बसला. अपाला खोलीत नव्हती. तो खोलीतून बाहेर गच्चीत आला. एप्रिल महिन्यातली चांदणी रात्र होती. जोराचा वारा वाहत होता. त्यानं हाका मारल्या. पण त्या वाऱ्यावर विरून गेल्या. तेवढ्यात त्याला गच्चीच्या उजवीकडच्या कोपऱ्यात कोणीतरी उभं आहे असं वाटलं. अपूला मध्येच जाग आली म्हणून ती वाऱ्यावर येऊन उभी राहिलीय का? नाहीतरी हल्ली तिला शांत झोप येत नसेच. तो जवळ गेला आणि मग त्याच्या लक्षात आलं की तिथं कोणी नाहीच. त्याला नुसता भास झाला. शिवनाथ गच्चीच्या ह्या टोकापासून त्या टोकापर्यंत वेड्यासारखा धावत सुटला. खाली वाकून वाकून पाह्यला लागला की कुठं कोणी पडलेलं तर दिसत नाही ना? भीतीनं त्याची छाती इतक्या जोरात धडधडत होती की त्याला ती धडधड स्पष्ट ऐकू येत होती. नाही. खाली रस्त्यावर काही नव्हतं. तो हळूहळू जीना उतरला. दुसऱ्या मजल्यावर सगळीकडे शांत होतं. सगळ्या खोल्यांची दारं बंद होती. फक्त रणोच्या खोलीचा पडदा वाऱ्यानं हलत होता. रणोला दार बंद केल्यास झोप येत नसे. शिवनाथ हळूच रणोच्या खोलीत डोकावला. न जाणो, अपूचा जीव मुलाच्या काळजीनं बेचैन झाला असेल म्हणून येऊन झोपली असेल त्याच्याजवळ. पण तिथंही ती नव्हती. रणो खोलीत एकटाच होता आणि उशीखाली हात घेऊन अगदी गाढ झोपला होता.

शिवनाथ तळमजल्यावर जाण्यासाठी जिना उतरत असतानाच अपालाच्या गाण्याच्या खोलीत दिवा दिसला. त्याचा उजेड दारातून अंगणात पडला होता. बाहेरूनच त्यानं पाह्यल की तानपुरा ठेवण्याच्या चौपाईजवळ बसून अपाला काहीतरी करत होती. त्याला ती पाठमोरी दिसत होती. तानपुरा गवसणीतच होता आणि तिनं तो चौपाईवरून उचलून स्वत:जवळ नुसताच ठेवला होता. अपाला आपल्या कामात इतकी दंग होती की शिवनाथची चाहूल तिला अजिबात लागली नाही. शिवनाथ तिच्या मागे जाऊन उभा राह्यला. अपालानं बनीचे चार्टपेपर चौपाईवर एकाला एक व्यवस्थित चिकटवले होते आणि त्यावर एक मोठं चित्र काढण्यात ती गढून गेली होती. तिनं कागदभर रेखाटल्या होत्या उजवीकडून डावीकडे जाणाऱ्या रंगीबेरंगी लाटा. कधी त्या एकमेकींत मिसळत होत्या तर कधी एकमेकींपासून अलग होत होत्या. कधी वेडीवाकडी वळणं घेत होत्या तर कधी कुंचल्याचा आकार धारण करत होत्या. जणू काही त्या मुरकत होत्या. सूक्ष्मपणे थरथरत होत्या आणि एकमेकींपासून दूर होत होत्या.

शिवनाथनं हळूच हाक मारली, 'अपूऽ अपूऽऽ' त्याचा आवाज कापत होता.

'अपू, काय चाललंय हे?'

अपालानं दचकून मागे पाह्यलं. तिच्या तोंडावर एक अपरूप हसू होतं. असं हसू शिवनाथनं इतक्या वर्षांत कधीच पाह्यलं नव्हतं. अपू फिसफिस करत म्हणाली, 'समजलं नाही? खरंच? काहीच समजलं नाही? अहो, मी दरबारीची आलापी करतेय. ह्या पाहा. ह्या रेषा. ह्या म्हणजे मींड. मंद्रातल्या कोमल निषादापासून मध्याच्या कोमल गंधारापर्यंत जाणारी. कोमल गंधारात ती बराच वेळ आंदोलनं घेत राहिलीय. ही पाहा. ह्या इथं आंदोलन घेतेय ती. नंतर रिषभाला स्पर्श करून पुन्हा खालच्या स्वरावर आली आणि पुन्हा चढत गेली. हे पाहा. मध्यम, पंचम, कोमल धैवत, कोमल निषाद, मंद्र षडज्. आलापीपासून बंदिश वेगळी नाही करता येत मला. आता ताना कशा घेतल्यात ते पाहा. हे छोटे छोटे खटके. तानांची चार आवर्तनं. मग ह्या इथं मी समेवर आले बघा. आता पुन्हा...'

शिवनाथचे डोळे भरून आले. अपालाच्या डोक्यावर मायेनं हात फिरवत तो म्हणाला, 'अपू, तुझा आवाज पूर्वीसारखा होईल. तू पुन्हा गायला लागशील. असं का करतेस? मी आणि सोहम तुला जगातल्या चांगल्यातल्या चांगल्या हॉस्पिटलमध्ये नेणार आहोत. मी आहे ना?'

अपाला पुन्हा फिसफिस करत म्हणाली, 'गायले नाही तर मी गुदमरते. माझा श्वास अडकतो हो! म्हणून मी इथं येऊन अशी गायला बसलेय. तुम्ही जरा दूर उभं राहून पाह्यलंत ना, तर ह्या आलापीत तुम्हाला अपाला दिसेल. अपाला म्हणजे मी नाही माझ्यातलं गाणारं माणूस. माझ्यातली ती मी.'

शिवनाथला पाहावंच लागलं आणि अपालानं दाखवल्यावर त्याला जाणवलं की रंगांच्या त्या असंख्य लाटांत मोठ्या सुंदर डौलात एक ललना झोपलीय. एक नितंबिनी. तन्वंगी. एक ऐटदार आकृती तो पाहत होता. तिला नाक डोळे काहीही नव्हतं. एक तरल रेखाकृती. स्त्रीची रेखाकृती, नव्हे स्त्री भावनेची प्रतिमा.

अपाला पुढे म्हणाली, 'अजून चित्र पूर्ण झालं नाही. पूर्ण झाल्यावर समजेल तुम्हाला.'

शिवनाथ तिथं शांत बसून राहिला. रातिवा त्याच्या कानात कुजबुजला, 'मी... मी... गाण्याशिवाय दुसऱ्या कशावरच प्रेम करू शकत नाही.'

हे वाक्य फार पूर्वी अपालाच्या तोंडून ऐकलं होतं त्यानं. आज त्याला ते रात्रीनं टाकलेल्या निःश्वासासारखं वाटलं.

चित्रं पूर्ण केल्याशिवाय अपाला तिथून उठणार नव्हती. सलग चार पाच तास एकाच ठिकाणी बैठक मारून बसायची तिला सवय होती.

चित्र पूर्ण झालं तेव्हा सकाळचे नऊ वाजले होते. खोलीच्या दारात सासू-सासरे आणि मुलं ह्यांनी गर्दी केली होती. एकाएकी सासूबाईंनी मोठ्यानं गळा काढला, 'देवा, हे तू काय केलंस रे! माते, दुर्गे, तू मागशील ते देईन पण माझ्या सुनेचा

आवाज परत येऊ दे! नाहीतर ती ठार वेडी होईल ग!'

टिटू आजीच्या तोंडावर हात ठेवत म्हणाली, 'आजी, प्लीज, गप्प बस बघू. ही काय रडण्याची वेळ आहे?'

फक्त टिटूलाच जाणवलं होतं की ती एका दुर्लभ, दैवी मुहूर्ताचा जन्म पाहतेय.

◆

उपसंहार

विद्वानांच्या मते फक्त सुमार कादंबऱ्यांनाच उपसंहार किंवा एपिलॉग असतो. लेखकाला जे काही सांगायचं होतं ते सर्व तो कादंबरीत सांगू शकला नाही हेच उपसंहार लिहिण्यावरून सिद्ध होतं. पण टॉलस्टॉयसारख्या जगप्रसिद्ध कादंबरीकारानंसुद्धा त्याच्या 'वॉर ॲण्ड पीस' ह्या महाकाव्यात्मक कादंबरीला उपसंहार लिहिला आहे. जगातल्या साक्षेपी, जाणत्या टीकाकारांपैकी काहींनी ह्याबद्दल टॉलस्टॉयवर खरपूस टीका केली तर काहींनी त्याचं सुरस स्पष्टीकरण केलं. ह्याची दोन कारणं देता येतील. पहिलं म्हणजे दैनंदिन जीवन ह्याचा अर्थ दिवस ढकलणं. जगणं म्हणजे कालप्रवाहाच्या धारेला लागणं. असं जगताना, जीवनात आलेले आल्हाददायक वा रोमँटिक किंवा अनर्थकारी क्षण पुसून टाकले जातात, असामान्यही सामान्याबरोबर वाहून नेलं जातं. ही जाणीव 'वॉर ॲण्ड पीस' ह्या सागरासारख्या विराट कादंबरीच्या विशाल व्याप्तीत टॉलस्टॉयसारखा महान कलावंत प्रकट करू शकला नाही. दुसरं म्हणजे त्यानं ही जाणीव जाणूनबुजून, हेतुपूर्वक मूळ कादंबरीपासून दूर ठेवली असावी. मी सुद्धा कादंबरी लिहिण्यासाठी लेखणी धरली नाही. म्हणूनच कदाचित, वर सांगितलेल्या दुसऱ्या कारणासाठी मला उपसंहार लिहिण्याची आवश्यकता वाटली.

गेली काही वर्षं मला माझ्या आईच्या आयुष्यानं विचारात टाकलं. मी विचार आणि विचारच करत राह्यले. ह्याचा भयंकर ताण आला. तो सहन करणं तसं शक्य नव्हतं. म्हणूनच तर लिहिली ही जीवनकहाणी.

न जानामि दानम्, न च ध्यानयोगम् ।
न जानामि तंत्रम्, न च स्तोत्रमंत्रम् ।
न जानामि पूजाम्, न च न्यासयोगम् ।
गतिस्त्वम् गतिस्त्वम् त्वमेका 'जननी' ।

मी गायिका नाही. गाण्याचा न्यास मला ज्ञात नाही. तंत्र मी जाणत नाही.

वाद्यांची मला माहिती नाही. पूजाही ठाऊक नाही. मंत्र मला अवगत नाही. पण माझ्या आईचा माझ्यावर पडलेला प्रभाव, तिच्याकडून मिळालेली प्रेरणा हीच माझी शिदोरी. ह्या शिदोरीच्या बळावरच मी पाऊल टाकलंय. दैनंदिनी, पत्रं, मुलाखती, टेप्स, कबुलीजबाब, प्रत्यक्ष पाहिलेल्या गोष्टी आणि कल्पना ह्यांचं साहाय्य मी घेतलंय.

ह्या उपसंहाराच्या आधी जो चित्र काढण्याचा प्रसंग मी वर्णन केलाय त्या नंतर काही महिन्यांनी, आईला मेरिलँडच्या 'जॉन हॉपकिन्स' मध्ये नेण्याची तयारी जवळजवळ झाली असतानाच, एके दिवशी अचानक आई वारली. रात्री झोपली ती सकाळी उठलीच नाही. तिच्या तोंडावर वेदनेचा लवलेशही नव्हता. साधारणपणे मृत माणसाच्या चेहेऱ्यावर एक शिथिल शांती असते; पण आईच्या चेहेऱ्यावर त्यापेक्षा बरंच काही होतं. तिच्या चेहेऱ्याकडे पाहिल्यावर वाटत होतं की बऱ्याच दिवसांनंतर, तिनं तिच्या घरात, तिच्या आईच्या कुशीत नुकताच जन्म घेतलाय. एक मोठं बाळ. तशीच आनंदाची प्रभा तिच्या चेहेऱ्यावर पसरली होती. तिच्या मृत्यूत एवढं ओज होतं, एवढा गरिमा होता की मी रडणंसुद्धा विसरून गेले.

रामेश्वर ठाकुरांना आम्ही भावंडं 'गानदादू' म्हणजे 'गाणंआजोबा' म्हणत असू. गानदादू आले. त्यांनी आईच्या कपाळावर हात ठेवला आणि गीतेचा पाठ म्हटल्यासारखं म्हणाले, 'कंठात वैखरी, हृदयात मध्यमा, स्वाधिष्ठानात पश्यंती. त्या पुढे गभीरात गेल्यावर ती वाणी माणसाला ऐकू येत नाही. ती मग होते परा. सूरलोकाच्या मार्गावरून चालता चालता एखादा अन्यमनस्क देवगंधर्व मर्त्यलोकात येऊन पडला तर त्याच्या दु:खाला पारावार राहत नाही. त्याला जेवढं देता येईल तेवढं तो देऊन जातो. त्याला आणखीही द्यायची इच्छा असते, पण आम्हा माणसांना - माणसांनाच कशाला, माणसातल्या गंधर्वांनाही - तरी कुठं कळतं! ईश्वरी वस्तू धरून ठेवण्याचं सामर्थ्य आमच्यात कुठलं!'

आईचा आवाज गेल्यापासून तिच्या आयुष्याच्या अखेरच्या क्षणापर्यंत तिनं असंख्य चित्रं काढली. आम्ही तिच्यासाठी बाजार पालथा घालून चांगले कागद, पेन्सिल्स, रंग आणि निरनिराळ्या नंबरचे ब्रश आणत असू. आईची सगळी चित्रं गाण्यासंबंधीचीच असायची आणि असायचे रंगच रंग. रंगांना फार महत्त्व द्यायची ती. कधी रंगांच्या लाटा तर कधी वर्तुळं. कधी उभ्या उभ्या रेषा तर कधी विविध रंगांचे वेगवेगळे आकार. कधी कधी ती कागदभर रंग शिंपडायची आणि ते रंगीत ठिपके अनोख्या रीतीनं जोडायची. ती चित्रांना नावही द्यायची. 'आलाप मालवकौशिक', 'मधुमाधवी सारंग', 'सरोदवर हंसध्वनीची जोड', 'पग घुंगरु बांध मीरा नाचे रे!', 'सोहमची हलक', 'मैं गिरिधारीके घर जाऊं.' अशी खूप खूप. ती तुटक तुटक पुटपुटत आम्हांला समजावून सांगायची. 'ह्यात मीरा नाचतेय. बघ. समजलं?

दिसला मीरेचा नाच. निळा रंग कसा तोडीत गिरक्या घेतोय! तळाकडची बाजू लालभडक. कारण नाचून नाचून मीरेची पावलं रक्ताळलीत.'

आई गेल्यावर सोहममामानं खूप प्रयत्न केल्यामुळे आम्हांला तिच्या चित्रांचं प्रदार्शन भरवता आलं. इथले चित्रकार आईची चित्रं पाहून आश्चर्यचकितच झाले. चित्रकार नसताना एवढ्या जोमदार रेषा! शिवाय चित्रांत हार्मनी, मेलडी आणि सहजता. ते ह्या सगळ्याची कल्पनाच करू शकत नव्हते. मला चित्रातलं काही कळत नसे. पण चित्रं पाहता पाहता मी रंगून जायची. प्रत्येक चित्राच्या रंगोद्गारात मला एक स्त्री-प्रतिमा हटकून सापडायची. कधी ती चित्रात निरनिराळ्या आविर्भावात विखुरलेली असायची, तर कधी नदीच्या प्रवाहासारखी प्रवाही, तर कधी गायिकेशी एकरूप झालेल्या तानुपुऱ्याच्या रूपात. सोहममामाच्या मते हा आईचा स्वतःच्या कलेत प्रवेश होता. गाण्याशी तिच्या असलेल्या अभिन्नतेचं प्रतीक. एकरूपतेची ओळख. मीरानं, कबीरानं, तुलसीरामानं जसं आपल्या भजनांतून आपलं नाव गोवलं. तशीच आईच्या चित्रातली ही स्त्री-प्रतिमा. आईची नाममुद्रा.

मितूलमावशीनं चित्र पाहताच पॅरिसमध्ये ताबडतोब प्रदर्शन भरवण्यासाठी धावपळ सुरू केली. मितूलमावशीच्या आणि शेखरनच्या खटपटीमुळे अखेर पॅरिसमध्ये प्रदर्शन भरलंही. तेथील मोठमोठे चित्रकार आणि रसिक चित्रं पाहून अवाकच झाले. आम्ही स्वप्नातही कल्पना केली नसती अशा किमतीला चित्रं विकली गेली. कोणी म्हणाले की हा फोबिझम आहे तर कोणाच्या मते तो सर्‌रिॲलिझम होता. पण बहुतेकांचं मत ॲब्स्ट्रॅक्ट एक्स्प्रेशिॲलिझमच्या बाजूनं होतं. चित्रात म्हणे संगीत त्याच्या सर्व अंगांसह उतरलं होतं. सूर, ताल, एवढंच नव्हे तर त्यात नृत्यही होतं. आईन सर्वांत प्रथम काढलेलं 'दरबारी कानडा' चं चित्र मात्र आम्ही विकलं नाही. हे चित्र आई पुन्हा पुन्हा काढायची. जणू तिची तृप्तीच होत नसे. काही चित्रं मितूलमावशीपाशी राहून गेली तर काही सोहममामापाशी.

आईला ती असताना मी काहीही दिलं नाही. मुलीला आई हवी असते तशीच आईलाही मुलीची गरज असते; पण मी तिला देऊन दिलं काय? विरोध, औदासीन्य आणि कधी तरी भिक्षा घालावी तशी कळकळ. तिला माझ्याकडून काय हवं होतं? तिच्याकडून मला आवाज मिळाला होता. म्हणून मी संगीताची साधना करावी, तिचा वारसा पुढे चालवावा, एवढंच तिला हवं होतं. बाकी काहीही नको होतं. पण मी तेवढंही तिला दिलं नाही. कारण आजोबा-आजी आईच्या गाण्याचा राग करत; त्याकडे तुच्छतेनं, संशयानं पाहत; हे मी प्रत्यक्ष पाह्यलं होतं; अनुभवलं होतं. त्यामुळे मला वाटायचं की मी गाणं शिकले तर माझीही अवस्था आईसारखीच होईल, मलाही सतत संघर्षाला तोंड द्यावं लागेल, झगडावं लागेल. आईसमोर मी फारसं गायले नाही तरी मी गात होते. गाण्याशिवाय मीही राहू शकत नव्हते.

बाथरूममध्ये दबक्या आवाजात गायची, बागेत गुणगुणायची, पण मैत्रिणींच्या घरी किंवा शाळा-कॉलेजच्या कॉमनरूममध्ये मी अगदी मोकळ्या आवाजात गायची.

आई गेल्यापासून मी अगदी मन लावून गाणं शिकतेय. सोहममामा शिकवतोय. आईला आवाजाची दैवी देणगी मिळाली होती. शिवाय वयाच्या पाचव्या वर्षापासून तिनं साधना केली होती- अगदी प्रतिकूल परिस्थितीतही. मी आता विशी ओलांडलीय. आता मी करून करून किती प्रगती करणारेय? पण सोहममामा मला प्रोत्साहन देतो. म्हणतो, 'हे बघ, आईसारखं नाही जमलं तरी मितूलमावशीसारखं जमू शकेल. तुझा गळा तर तयार दिसतोय आणि समज, मोठी गायिका नाही झालीस तरी गाणं ऐकू तर शकशील. तानसेन नाही होता आलं तरी कानसेन होता येतं. अभिजात संगीत ऐकण्याचा आनंद एवढा मोठा असतो की तेसुद्धा जीवनाचं लक्ष्य ठरू शकतं.'

विज्ञान काहीही सांगो, पण माझा विश्वास आहे की माणूस स्वर्गातल्या वेगवेगळ्या लोकांतून जन्म घेतो. गानदादू म्हणतात तशी माझी आई सूरलोकातून आली होती. ती तनमनानं, सर्वथैव कलावंत होती. देवगंधर्व कलेवर पूर्णपणे प्रेम करू शकतात. त्यांना असं प्रेम करण्यात कसलीच अडचण नसते. त्यांच्या मनात द्वंद्व नसतं. आईच्या आयुष्यात मात्र तिची गांधर्वी प्रकृती आणि मानवी मन ह्यांच्यात इतका मर्मभेदक संघर्ष सुरू होता की त्याचा शेवट तिचा आवाज जाण्यात झाला. पण तिच्यातला कलावंत मूक राहणं शक्यच नव्हतं. तो मुखर झाला चित्रांतून. ज्यांना हे समजलं ते म्हणाले, 'तिनं जिंकलं.'

परदेशात आईच्या कलेला मान्यता मिळाल्यावर तिला मरणोत्तर खूप पुरस्कार मिळाले. सरकारी, बिनसरकारी, गाण्यासाठी, चित्रांसाठी. ते आम्ही भावंडांनी स्वीकारले. आईच्या चित्रांच्या विक्रीतून आलेल्या पैशामुळे आमच्या घराला वैभव आलं. दादा आईला छान घर बांधून देणार होता, त्यापेक्षा कितीतरी मोठं आणि सुंदर घर आम्ही बांधलं. फक्त तिथं आई नव्हती. आम्हांला दोघींना शाळेत घालताना आईनं भीतभीत, चोरून आमची नावं ठेवली होती– सोहनी आणि साहाना. पण ह्या नावानं आम्हाला कोणीच कधी हाक मारली नाही. सगळ्यांच्या तोंडात टिटू आणि बनीच. शाळेच्या रजिस्टरमध्ये बंदी होऊन पडलेल्या त्या नावाला आज ह्या जीवनकहाणीच्या निमित्तानं मोठ्या गौरवानं, मोठ्या सन्मानानं मी मुक्त करते.

सोहनी दत्तगुप्त

संदर्भ - टिपा

प्रकरण १

१. पृ. ८ श्यामसंगीत :- कालीची स्तवन गीते

प्रकरण ८

२. पृ. ७२ एयोडाला :- सवाष्णींना द्यायच्या शेंदूर, पान-सुपारी, बांगड्या, ब्लाऊज पीस वगैरे गोष्टी. ह्या सर्व वस्तू शिपतरात घालून द्यायची पद्धत आहे.

३. पृ. ७२ नमस्कारी : लग्नातील मानपान.

४. पृ. ७२ बरणडाला :- नवरदेवाच्या विधिपूर्वक पूजसाठी लागणाऱ्या सर्व वस्तू एका डालीत किंवा टोपलीत ठेवतात.

५. पृ. ७२ नान्दीमुख :- लग्नाआधी करावयाचे वृद्धिश्राद्ध.

६. पृ. ७२ आशीर्वाद :- वराकडचे वधूला किंवा वधूकडचे वराला, लग्नाआधी एखादा दागिना देऊन आशीर्वाद देतात, तो विधी. एक प्रकारे वाङ्निश्चय.

७. पृ. ७३ बउभात :- लग्नानंतर सासरी गेल्यावर नववधूने स्वत: स्वयंपाक करून सासरच्या लोकांना वाढायचं असतं.

प्रकरण १०

८. पृ. ७५ कालबैशाखी :- चैत्र-वैशाखात वायव्येकडून दुपारी अचानक येणारा जोराचा वारा आणि पाऊस.

९. पृ. ७६ टोपर :- एक प्रकारचं बाशिंग. शंकूच्या आकाराची, झिरमिळ्या लावलेली ही टोपी नवरदेव घालतो. ती वाखाच्या खोडातील गरापासून केलेली असते व जरीनं आणि टिकल्यांनी सजवलेली असते.

१०. पृ. ७६ लेडिकेनि :- एक बंगाली मिठाई. बंगाली मिठाईत संदेश आणि रसगुल्ला सर्वपरिचित आहेत. कोलकात्यात के. सी. दासांचा रसगुल्ला जसा प्रसिद्ध तसाच भीमचंद्र नागांचा संदेश. ह्याच भीमचंद्र नागांना त्या काळची व्हाईसराइन लेडी कॅनिंग हिनं तिच्या वाढदिवासाच्या निमित्तानं एक नवीन प्रकारची मिठाई बनवण्याचं आव्हान दिलं. नागांनी ते स्वीकारलं आणि नासवलेल्या दुधाचा साका, साखर वगैरे पदार्थ वापरून मोठी, गोल, मधुर, सुवासिक जी मिठाई बनवली ती लेडी कॅनिंग ह्या नावावरून 'लेडिकेनि' म्हणूनच ओळखली जाऊ लागली.

११. पृ. ८२ बासर जागवणं :- लग्नाच्या रात्री नवरीच्या घरी नवरीच्या मैत्रिणी नवरा-नवरीची चेष्टा-मस्करी करतात, गाणी म्हणतात आणि रात्र मजेत जागवतात. बंगालमध्ये ही पद्धत अजूनही आहे.

प्रकरण ११

१२. पृ. ८७ आइबुडोभात :- लग्नानंतर आठव्या दिवशी नवऱ्यामुलीच्या घरी करायचा विधी.

१३. पृ. ८७ अष्टमंगला :- लग्नाच्या आठव्या दिवशी नवऱ्यामुलीच्या घरी करावयाचा विधी.

१४. पृ. ९१ झोल :- कालवण.

१५. पृ. ९१ पातुडी :- माशाला मसाला लावून केळाच्या पानात गुंडाळून कमी तेलात भाजतात.

१६. पृ. ९१ भाटियाली :- नावड्यांची गाणी.

प्रकरण १२

१७. पृ. ९५ अन्नप्राशन :- उष्टावण. मुलाच्या सहाव्या किंवा आठव्या महिन्यात आणि मुलीच्या पाचव्या किंवा सातव्या महिन्यात करतात. ह्याला 'मुखे

भात' असंही म्हणतात.

१८. पृ. ९७ निमतला :- कोलकात्यातील स्मशान. तला म्हणजे स्थान, ठिकाण. तलाचा दुसरा अर्थ खालून. निम म्हणजे लिंब. लिंबाखालून असाही 'निमतला'चा अर्थ होऊ शकतो.

प्रकरण १५

१९. पृ. ११४ मुगाची मेखला :- मुग हा एक रेशमाचा प्रकार. मेखला म्हणजे स्त्रियांनी नेसायचं लुंगीसारखं वस्त्र.

प्रकरण १७

२०. पृ. १४२ चच्चडी :- एक प्रकाराची मिश्रभाजी. पालेभाज्या उकडून घेतात व त्याच पाण्यात लांबटसर चिरलेल्या भाज्या शिजवतात. लहान मासे किंवा मोठ्या माशांचे काटे व खवले टाकूनही चच्चडी करतात. त्याला कांटा-चच्चडी म्हणतात.

२१. पृ. १४५ प्रसिद्ध उस्ताद काही बंकिमचंद्र नव्हते :- बंकिमचंद्र ज्येष्ठ व श्रेष्ठ साहित्यिक असूनसुद्धा, नवीन, उगवत्या लेखकांना प्रोत्साहन देत असत. रवीन्द्रनाथ टागोरांचा 'संध्या-संगीत' हा त्यांच्या साहित्यिक जीवनातील आरंभीच्या काळातील काव्यसंग्रह प्रसिद्ध झाला तेव्हाची गोष्ट. रमेशचंद्र दत्तांकडे विवाहसोहळा होता. त्यासाठी बंकिमचंद्र येताच प्रथेप्रमाणे रमेशचंद्र हार घेऊन बंकिमचंद्रांच्या स्वागताला पुढे झाले. त्याचवेळी तेथे रवीन्द्रनाथ आले. तेव्हा बंकिमचंद्रांनी आपला हार रवीन्द्रनाथांच्या गळ्यात घालून त्यांचे तोंड भरून कौतुक केले. वरील वाक्याचा संदर्भ ह्या गोष्टीशी आहे.

प्रकरण २३

२२ पृ. १८६ गरद :- रेशमी वस्त्र, सोवळं.

प्रकरण २६

२३. पृ. २०२ व्हवाला माद्म्वाझेल :- 'कसं काय? काय म्हणताय?' अशा अर्थाचे संवादाला सुरुवात करण्यासाठी वापरायचे फ्रेंच भाषेतील शब्द.

२४. पृ. २०३ लुव्हर् :- पॅरिसजवळील फार मोठे संग्रहालय.

◆